सर्वांसाठी, सुलभ
भूजलशास्त्र

लेखक

श्री. दाजी गणेश लिमये

B.Ag., F.G.M.S.,
Fellow, Institution of Engineers (India)
२०५० सदाशिव पेठ, पुणे ४११०३०

संस्कारक

डॉ. श्रीकांत दाजी लिमये

B.Engg, M.Tech (Geophysics), Ph.D. (Geology), D.G.E. (Israel),
Vice-President, International Association for Promoting Geoethics, (IAPG), Rome, Italy.
Fellow and Chartered engineer, Institution of Engineers (India),
Project Leader, UNESCO-IUGS-IGCP Project GROWNET,
Ambassador, International River Foundation (IRF), Brisbane, Australia,
Past Vice - President (Asia), International Association of Hydrogeologists (IAH) and
Past President, Association of Geoscientists for International Development (AGID).
२०५० सदाशिव पेठ, पुणे ४११०३०
Email : <limaye@vsnl.com>
Mobile : +(91)9890177170

हे शास्त्रीय पुस्तक असल्याने कृपया प्रथम ऋणनिर्देश व प्रस्तावना वाचावी.
'युनेस्को'च्या सहकार्यामुळे सवलतींच्या किंमतीमध्ये उपलब्ध.

सकाळ प्रकाशन

सकाळ प्रकाशन

सर्वांसाठी, सुलभ
भूजलशास्त्र

डॉ. श्रीकांत दाजी लिमये
२०५०, सदाशिव पेठ, पुणे ४११ ०३०. (भारत)
वेबसाइट : www.igcp-grownet.org
ई-मेल : sdlimaye@yahoo.com, sdlimaye@gmail.com

ISBN 978-93-80571-42-3

प्रथम आवृत्ती : **नोव्हेंबर २०१२**
सहावी आवृत्ती : **नोव्हेंबर २०२२**

प्रकाशक : **सकाळ पेपर्स लि.**
५९५, बुधवार पेठ, पुणे २.

मुखपृष्ठ आणि मांडणी : **प्रदीप खेतमर** (आर्ट ॲडव्हर्टायझिंग)

संपर्क : **पुस्तक प्रकाशन विभाग, सकाळ पेपर्स लि.,**
फोन : ८८८८८ ४९०५० / ०२०-२४४०५६७८.

अर्पण पत्रिका

॥ श्री गणेशाय नमः ॥

'सर्वांसाठी, सुलभ भूजलशास्त्र' हे पुस्तक
सर्व शेतकरी बंधू-भगिनींना अर्पण केले आहे.

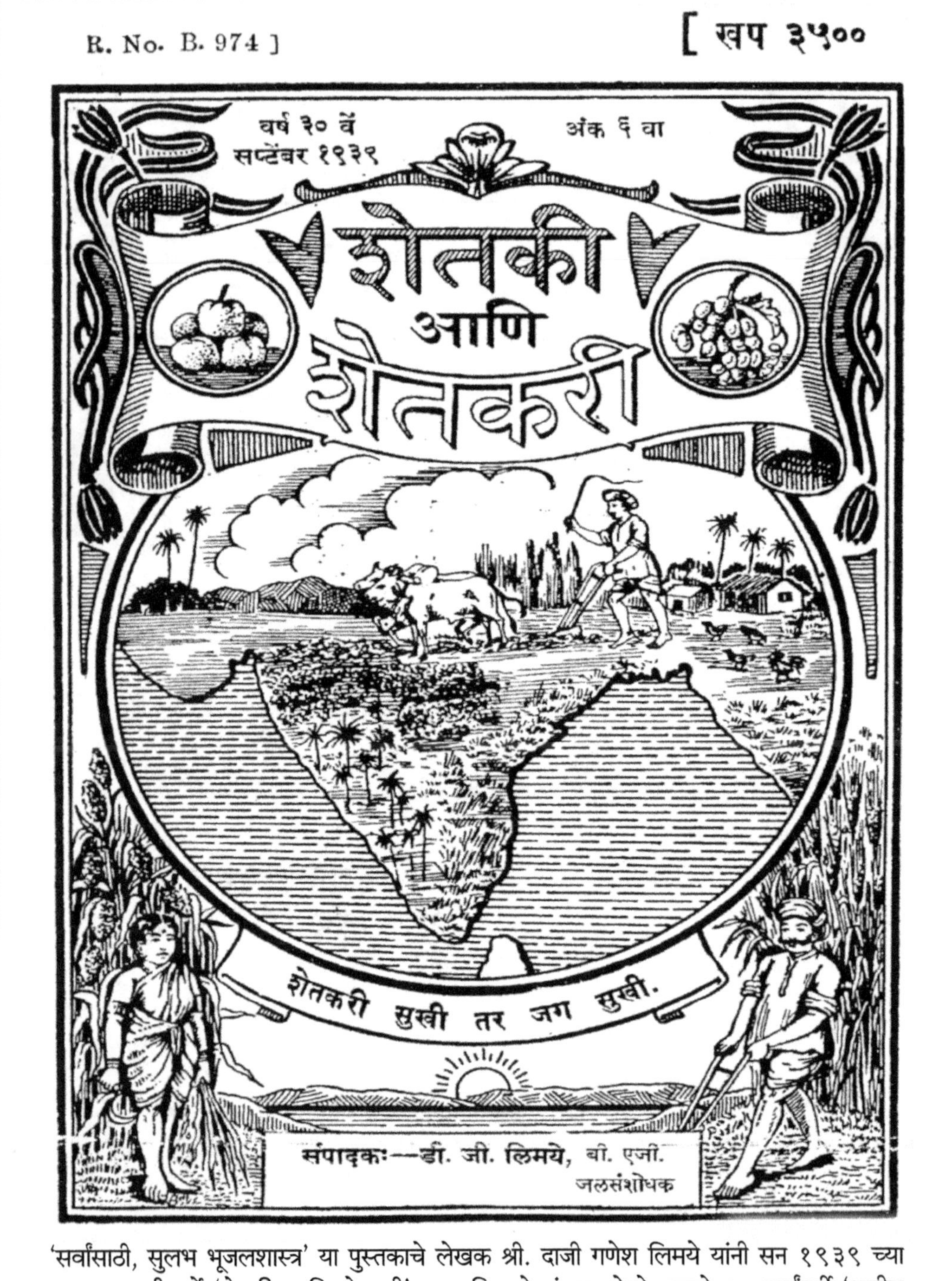

'सर्वांसाठी, सुलभ भूजलशास्त्र' या पुस्तकाचे लेखक श्री. दाजी गणेश लिमये यांनी सन १९३९ च्या सुमारास काही वर्षे 'शेतकी आणि शेतकरी' या मासिकाचे संपादन केले. सुमारे ६० वर्षांपूर्वी 'अडीच आणे' किंमतीचे (त्यावेळी १६ आणे म्हणजे १ रुपया असे.) हे मासिक लोकप्रिय होते. सप्टेंबर १९३९ च्या या अंकात डोंगर उघडे बोडके होऊ नयेत म्हणून ''गावकऱ्यांनी सामुदायिक रितीने डोंगर उतारांवर तसेच शेतांच्या बांधांवर झाडे लावून वृक्ष संवर्धन करावे. त्यामुळे जमिनीची धूप थांबेल व शेतकऱ्यांच्या उत्पन्नातही वाढ होईल'' असा सल्ला दिला आहे. आज ७५ वर्षांनंतरही दुर्दैवाने आपण या सल्ल्याकडे पुरेसे लक्ष दिलेले नाही.

॥ ॐ शं नो देवीरभिष्टये, शं नो भवन्तुपीतये, शं योरभि स्त्रवन्तु नः ॥

(सामवेद पूर्वार्चिक १.३.१३)

अर्थः आम्हाला सुखशांती प्रदान करणारा तो जलप्रवाह प्रकट व्हावा. ते जल पिण्यायोग्य, कल्याणकारी आणि सुखकर असावे.

दाजी गणेश लिमये

ऋणनिर्देश

मातृ-पितृ चरणांना वंदन करून या शास्त्रीय पुस्तकाची सुरुवात करण्यापूर्वी ज्यांचे माझ्यावर उपकार झाले व ज्यांचे मला सहकार्य लाभले त्यांचा कृतज्ञतापूर्वक उल्लेख करणे माझे पहिले कर्तव्य आहे.

माझा जन्म सोलापूरचा. मी शेतकऱ्यांना विहिरींबाबत सल्ला देण्याचा स्वतंत्र व्यवसाय १९३३ साली सुरू केल्यानंतर पहिली काही वर्षे गरिबीच्या व अत्यंत अडचणीच्या काळात मला प्रोत्साहन देऊन काटकसरीने संसार करणाऱ्या माझ्या पत्नीचे म्हणजेच कै. सौ. शांताबाई लिमये हिचे ऋण मला कधीच विसरता येणार नाही.

नंतरचे ऋण माझ्या शेतकरी बंधूंचे. भूजल म्हणजेच जमिनींतील पाणी हे गुप्तधन आहे. ते शोधणे म्हणजे एक अभ्यास आहे. भूजल शोधणारा माणूस प्रामाणिक आणि सात्त्विक वृत्तीचा असावा. भूजल मिळवण्यासाठी जागा शोधल्यानंतर जमिनीचा मालक त्या जागेवर विहीर किंवा बोअरिंग करणार आहे. त्यासाठी त्याचा मोठा खर्च होणार आहे. ते त्याचे पैसे वाया जाऊ नयेत हा विचार सतत मनात असला पाहिजे. यासाठी एखादी जमीन तपासावयाची म्हटली, तर सभोवती फिरून विहिरींचा व खडकांचा अभ्यास करावा लागतो. गेल्या सुमारे ५७ वर्षांत शेतकऱ्यांनी खणलेल्या हजारो विहिरींचा मी या दृष्टीने अभ्यास केला. एखाद्या विहिरीला पाणी का लागले व दुसरीला का लागले नाही याची शास्त्रीय दृष्टीने छाननी केली. या अभ्यासात प्रत्यक्ष व अप्रत्यक्षरीत्या मदत केल्याबद्दल विहिरी खणणाऱ्या हजारो शेतकरी बंधूंचे ऋण मान्य केले पाहिजे. हे पुस्तक मुख्यतः त्यांचेसाठी व अन्य जिज्ञासू नागरिक यांचेसाठी

लिहिले आहे.

गेल्या सुमारे ५७ वर्षांच्या भूजल संशोधनाच्या माझ्या व्यवसायांत अनेक नामवंत व्यक्तींनी मला प्रोत्साहन दिले, मदत केली. कै. रावबहाद्दूर एन. एस. जोशी (इंजिनिअर) यांनी मला शास्त्रीय निबंध लेखनास प्रोत्साहन दिले. तर खडकवासल्याच्या सेंट्रल वॉटर ॲण्ड पॉवर रिसर्च स्टेशन मधील माजी प्रमुख भूवैज्ञानिक कै. डॉ. एस. एल. बॅनर्जी यांनी मला व माझा मुलगा डॉ. श्रीकांत यास भूवैज्ञानिक पद्धतीने जलसंशोधन करण्यास सर्वतोपरी उत्तेजन दिले. कै. प्रो. के. व्ही. केळकर व ज्येष्ठ रसायन शास्त्रज्ञ कै. डी. बी. लिमये यांच्या मदतीने मला खडकांच्या नमुन्यांचे गुणधर्म प्रयोगशाळेत तपासता आले. 'सकाळ' वृत्तपत्राचे संस्थापक कै. नानासाहेब परुळेकर यांनी डॉ. श्रीकांतला इस्त्रायल सरकारकडून भूजलशास्त्रांतील अभ्यासासाठी जेरूसलेम विद्यापीठात शिष्यवृत्ती मिळायला मदत केली. पुण्यात राहणारे माझे मोठे साडू श्री. प्रभाकर कृष्ण चितळे (इंजिनिअर) यांनी माझे सहकारी म्हणून सुमारे ३० वर्षे काम केले व महाराष्ट्रात खेडोपाडी हिंडून अनेक शेतकऱ्यांना भूजलाबाबत सल्ला दिला.

अशा प्रकारे माझ्या व्यावसायिक कारकिर्दीत मला अनेक चांगली माणसे भेटली. त्यांच्या उपकारांची फेड करणे अशक्य आहे. अशा सर्व व्यक्तींचे व शेतकरी बंधूंचे ऋण मी मान्य करतो व त्यांचे मनःपूर्वक आभार मानतो. तसेच या पुस्तकाचे हस्तलिखित लिहिताना, तपासताना व ग्रंथरूपाने प्रसिद्ध करताना मदत करणाऱ्या सर्वांचा मी ऋणी आहे.

– दाजी गणेश लिमये

श्री गणेशोत्सव, ऑगस्ट १९९०

डॉ. श्रीकांत दाजी लिमये

प्रस्तावना

(संस्करणाची पार्श्वभूमी)

माझे वडील श्री. दाजी गणेश लिमये यांनी B.Ag. (बॅचलर ऑफ ॲग्रिकल्चर) ही पदवी घेतल्यानंतर दोन वर्षे बडोद्याला श्रीमंत सयाजीराव महाराज यांचेकडील शेतीवर अनुभव घेऊन १९३३ साली पुण्यांत 'भूजल सल्लागार' म्हणून काम सुरू केले. योगायोगाने पहिली चार कामे पौड, पियाळी (कोकणात राजापुराजवळ) पनवेल व पाकणी (सोलापूर जवळ) अशी 'प'च्या बाराखडीतील गावांची मिळाली. त्याकाळी शास्त्रीय पद्धतीने भूजल संशोधन करण्याची कल्पना नवीन होती. भारतांतील ब्रिटीश सरकार सुद्धा परदेशांतून पानाडे बोलावून त्यांच्या दैवी शक्तीच्या आधारावर खेड्यांमधून पिण्याच्या पाण्याच्या विहिरी बांधत असे. नंतर 'मॅन्सफील्ड' व 'श्मिड' या दोन ब्रिटिश कंपन्यांनी बनवलेली जलशोधक यंत्रे ('वॉटर फाइंडर' मशीन्स) शेतकी खाते व डिस्ट्रिक्ट लोकल बोर्डांत (जुन्या काळांतील जिल्हा परिषद) आणली गेली. वडिलांनीही एक 'मॅन्सफिल्ड' यंत्र आणले. यामध्ये लोहचुंबकाची एक लांब व पातळ सुई (दक्षिणोत्तर राहाणारी) व तिच्या खाली पूर्व-पश्चिम दिशेत तांब्याची वेटोळी असणारी नळी असे. परंतु स्थानिक खडकांचा व जलधारक प्रस्तरांचा अभ्यास केला तरच या यंत्राचा उपयोग होई.

१९४० च्या आसपास सोलापूर जिल्ह्यांतील बार्शी व करमाळा तालुक्यांतील भूजलाच्या स्थितीवर वडिलांनी पहिला शास्त्रीय निबंध लिहिला. त्यानंतर त्यांचे बरेच निबंध 'इन्स्टिट्यूशन ऑफ इंजिनिअर्स' व 'जिऑलॉजिकल, माइनिंग ॲण्ड मेटॅलर्जिकल सोसायटी' यांचे मासिकांतून प्रसिद्ध झाले. त्यापैकी काहींना बक्षिसेही मिळाली. मराठी भाषेत त्यांनी भूजलविषयक लिहिलेले लेख, *'किर्लोस्कर', 'शेतकी आणि शेतकरी'* व *'केसरी'* मधूनही प्रसिद्ध होत असत.

माझा जन्म १९३८ सालचा; त्यामुळे वरील गोष्टी माझ्या लहानपणाच्या आहेत. १९५० मध्ये मी इंग्रजी चौथीत (सध्याचे आठवीत) असताना वडिलांच्या बरोबर प्रथम भूजलसंशोधनाच्या कामाला गेलो. त्यांनतर शाळाकॉलेजच्या सुट्ट्यांमध्येही त्यांच्याबरोबर जावू लागलो. त्याकाळी जीपने जाण्याची सोय नसल्याने खेडोपाडी बैलगाडी नाहीतर सायकलने जाणे, विहिरीत डोकावून पाण्याचे झरे कुठल्या प्रस्तरांतून येत आहेत ते पाहणे, विहिरीवर मोट चालत असल्यास मोटवणावर बैलांच्या बरोबर पावले टाकून पाण्याच्या खोलीचा अंदाज करणे, पिकांच्या क्षेत्रावरून विहिरीची क्षमता ओळखणे इत्यादी गोष्टी मला त्यांचे बरोबर लहानपणी शिकायला मिळाल्या. दुसरे महायुद्ध संपल्यानंतर त्यावेळच्या 'मुंबई इलाख्यांत' खेडेगावांना पिण्याच्या पाण्याची सोय करण्याची योजना सुरू झाली. त्यांत दरवर्षी सुमारे ६० गावे याप्रमाणे अनेक वर्षे वडिलांनी गुजराथपासून ते बेळगाव-कारवार पर्यंतच्या भागांतील गावांसाठी विहिरींच्या जागा निश्चित करण्याचे काम केले.

स्वातंत्र्यपूर्व काळात ३० सप्टेंबर १९४१ रोजी, वडिलांनी काठेवाडातील संस्थानांचे राजकोट येथील 'पोलिटिकल एजंट' यांना पत्र लिहून विहिरी व बोअरिंग मार्फत पाणीपुरवठा करण्याच्या काठेवाडांतील योजनांसाठी भूजल संशोधन करण्याचा प्रस्ताव पाठवला होता. त्यांचे हे पत्र व पत्रासोबत जोडलेली शास्त्रीय माहितीपत्रके दिल्लीच्या ''राष्ट्रीय अभिलेखागारांत'' (नॅशनल अर्काईव्हज् मध्ये) उपलब्ध आहेत. या पत्रांत वडिलांनी Hydro-Geology हा शब्द प्रथमच वापरला. पुढे तो सर्वत्र प्रचारात आला.

१९५० ते १९५४ या काळात वडिलांना पंजाबची नव्याने बांधत असलेली राजधानी चंदीगढ इथे ट्यूबवेल सल्लागार म्हणून जावे लागे. तेव्हापासून त्यांचा व्यावसायिक उत्कर्ष सुरू झाला. १९५६ मध्ये आम्ही जमिनींचा विद्युत विरोध मोजून भूजलसंशोधन करणारे 'रेझिस्टिव्हिटी' यंत्र घेतले. भारतांत खाजगी क्षेत्रांत वापरण्यांत आलेले या प्रकारचे पहिलेच यंत्र. १९५९ साली मी पुणे विद्यापीठांत बी.ई. (इलेक्ट्रिकल) या परीक्षेत पहिला आलो. त्यानंतर वडिलांच्या बरोबर व्यवसाय करण्याचे ठरवल्याने मी अमेरिकेत इंजिनिअरिंगच्या पदव्युत्तर शिक्षणासाठी मिळणारी स्कॉलरशिप सोडून खरगपूरच्या आय.आय.टी. मधून १९६२ साली एम.टेक. (जीओफिजिक्स) ही पदवी घेतली.

१९६२ ते १९९० ही २८ वर्षे वडिलांनी व मी मिळून व्यवसाय केला. याच काळात १९६९ मध्ये इस्रायलमध्ये जेरुसलेम विद्यापीठात मी भूजलविषयक शिक्षणासाठी गेलो. अशा शिक्षणासाठी इस्रायलमध्ये गेलेला मी पहिलाच भारतीय विद्यार्थी. १९७९मध्ये कॅनेडियन सरकारची शिष्यवृत्ती मिळवून मी एक वर्ष कॅनडा, यू.एस.ए., इस्रायल व जपान येथे अभ्यास दौरा केला. तसेच एशियन बँकेच्या कामावर बंगलादेश व फिलिपाईन्स मध्ये, वर्ल्ड बँकेच्या कामावर नायजेरिया मध्ये व एफ. ए. ओ.(रोम) च्या कामावर लाओस मध्येही मी गेलो होतो. १९८० मध्ये मला पुणे विद्यापीठाची पी.एच.डी (जिओलॉजी) ही पदवी मिळाली. माझा मुलगा डॉ. उमेश हा बी.ई. (सिव्हिल) चा अभ्यासक्रम करत असताना मला व वडिलांना व्यवसायांत मदत करत असे. पुढे १९८८ मध्ये तो अमेरिकेत मास्टर्स व पी.एच.डी. (वॉटर रिसोर्सेस) करण्यासाठी गेला व शिक्षण पूर्ण करून तिकडे स्थायिक झाला.

१६ ऑगस्ट १९९० रोजी मी व वडिलांनी पुण्याजवळ चाकण येथे एका फॅक्टरीसाठी जलसंशोधन केले. दोघांनी मिळून केलेले हे शेवटचे काम. त्यानंतर दोनच आठवड्यांनी गणेशोत्सवात भाद्रपद शुद्ध एकादशीला (१ सप्टेंबर १९९० रोजी) पहाटे झोपेतच वडिलांचे शांतपणे निधन झाले.

सलग ५७ वर्षे (१९३३ ते १९९०) भूजल संशोधन या क्षेत्रांत काम करण्याचे हे एकमेव उदाहरण असावे. मृत्यूपूर्वी काही महिने त्यांनी भूजलशास्त्रावर मराठी व इंग्रजी भाषेत हस्तलिखित लिहिले होते. त्यांचे स्वरूप पाठ्यपुस्तकाच्या धर्तीचे होते. इंग्रजी भाषेतील पाठ्यपुस्तकांसाठी वाचकवर्ग असतो पण मराठी भाषेत पाठ्यपुस्तक कोण वाचणार? म्हणून हस्तलिखितामधील कठीण अशी गणिती सूत्रे व समीकरणे असलेला व समजण्यास अवघड असलेला भाग वगळून साधे-सोपे व दहावी-बारावीपर्यंत शिक्षण झालेल्या कुणालाही समजावे असे पुस्तक काढण्याची कल्पना निघाली. मधल्या काळात भूजलाशी संबंधित अशा दोन आंतरराष्ट्रीय संस्थांच्या कौन्सिल्सवर माझी निवड झाल्याने कॅनडा-यू. एस.ए. ते न्यूझीलंड-ऑस्ट्रेलिया; चीन-जपान ते ब्राझील-अर्जेंटिना; व नॉर्वे-स्वीडन ते केनिया-झिंबाब्वे अशा सुमारे ३५ राष्ट्रांत माझा प्रवास झाला. त्यामुळे पुस्तकावर संस्करण करून नवे स्वरूप देणे मागे पडत गेले.

२००८ हे माझ्या वडिलांच्या जन्मशताब्दीचे वर्ष. यावर्षी संस्करणाची सुरुवात करायला मुहूर्त साधला. या कार्याला उशीर झाला हे खरे परंतु त्याचे काही फायदेही झाले. ते असे :

१. गेल्या काही वर्षांत वर्ल्ड बँक, ग्लोबल वॉटर पार्टनरशिप, वर्ल्ड वॉटर कौन्सिल, युनेस्को डिव्हिजन ऑफ वॉटर सायन्स, इंटरनॅशनल रिव्हर फाऊंडेशन, वर्ल्ड वॉटर फोरम अशा अनेक

संस्थांतर्फे जलसंपत्तीच्या एकात्मक विकासाचे जे नवे विचार पुढे आले, त्यांचा परामर्श या पुस्तकांत घेता आला.

२. इंटरनेटद्वारे जे ज्ञानाचे दरवाजे खुले झाले आहेत त्यापैकी कांही निवडक संस्थाच्या वेबसाईटची माहिती देणे पुस्तकात शक्य झाले. २००५ मध्ये मी स्वतः युनेस्कोच्या पॅरिस येथील ऑफिसकडे एका प्रकल्पाची योजना पाठवली होती. भूजलसंपत्तीच्या वापरासाठी व संरक्षणासाठी विकसनशील राष्ट्रांत केल्या जाणाऱ्या उपायांची माहिती गोळा करून ती एका वेबसाईटवर टाकण्याची ही योजना होती. ती मान्य होऊन २००६ मध्ये www.igcp-grownet.org ही वेबसाईट सुरु झाली व ती जरुर पाहाण्यासारखी आहे.

३. गेल्या दीड तपांच्या कालखंडांत माझ्या अनुभवांत जी भर पडली तिच्या आधारे सुद्धा पुस्तकात काही माहिती देणे व काही दुरुस्त्या करणे शक्य झाले.

४. वरील गोष्टींमुळे हे पुस्तक सुशिक्षित शेतकऱ्यांपासून सुशिक्षित शहरी नागरिकांपर्यंत तसेंच कॉलेजांमधील जिऑलॉजी, भूगोल, शेतकी, पर्यावरण व इंजिनिअरिंग अशा विविध शाखांतून शिक्षण घेणाऱ्या व देणाऱ्या सर्वांना उपयोगी ठरेल असा विश्वास आहे.

या पुस्तकाची संगणकावरील मूळ प्रत तयार करून छपाई करण्यात पुण्यातील सुप्रसिद्ध 'श्री जे प्रिंटर्स'चे श्री. शेखर जोशी आणि त्यांचे सहकारी तसेच सकाळ मीडिया ग्रुपचे श्री. आशुतोष रामगीर यांनी दिलेल्या सहकार्याबद्दल मनःपूर्वक आभार.

आज वडिलांनी लिहिलेले हे पुस्तक वाचकांच्या हाती सोपवताना कर्तव्यपूर्तीच्या आनंदाबरोबरच तुकाराम महाराजांच्या 'फोडिले भांडार, धन्याचा हा माल, मी तो हमाल, भारवाही' या उक्तीची नम्र जाणीव मनांत आहे.

श्री गणेशोत्सव, सप्टेंबर २०१२

– डॉ. श्रीकांत दाजी लिमये

B.Engg, M.Tech (Geophysics), Ph.D. (Geology), D.G.E. (Israel),
Vice-President, International Association for Promoting Geoethics, (IAPG), Rome, Italy.
Fellow and Chartered engineer, Institution of Engineers (India),
Project Leader, UNESCO-IUGS-IGCP Project GROWNET,
Ambassador, International River Foundation (IRF), Brisbane, Australia,
Past Vice - President (Asia), International Association of Hydrogeologists (IAH) and
Past President, Association of Geoscientists for International Development (AGID).
Email : <limaye@vsnl.com>
Mobile : (91)9890177170

अनुक्रमणिका

प्रकरण १

जलसंपत्तीचे महत्त्व आणि भूजल

१.१ प्राथमिक

सूर्यमालिकेतील ग्रहांपैकी फक्त आपल्या पृथ्वीवरच पाणी विपुल प्रमाणात आहे म्हणून जीवनही फक्त पृथ्वीवरच विकसित झाले आहे. पाणी आणि जीवन हे पृथ्वीचे वैशिष्ट्य आहे. पृथ्वीवरील पाणी खारे किंवा गोडे असते. तसेच ते घन, द्रव व बाष्प या स्वरूपात असते. खाऱ्या पाण्यात वाढणाऱ्या वनस्पती व प्राणी यांच्या जीवनाला पाण्याची टंचाई कधीच भासत नाही, इतके ते विपुल आहे. गोड्या पाण्याच्या बाबतीत मात्र परिस्थिती वेगळी आहे. पृथ्वीच्या पाठीवर काही थोडेच टापू असे आहेत की जेथे वनस्पती व प्राणिमात्रांना जेवढे आवश्यक असेल तेवढे गोडे पाणी निश्चितपणे मिळते आणि अडचण कधीच भासत नाही; पण मोठा भूभाग असा आहे की, जेथे जीवसृष्टीस लागणारे गोडे पाणी सर्व ठिकाणी, सर्व वेळी मिळण्याची खात्री नसते. त्यामुळे गोड्या पाण्यावर अवलंबून असणारे जीवन हे सदैव निसर्गाच्या कृपेवर अवलंबून राहिलेले आहे. या परावलंबित्वाशी मिळतेजुळते घेऊन जेथे जसे गोडे पाणी असेल त्या तऱ्हेने प्राणिमात्राची आणि वनस्पतीची वाढ त्या त्या ठिकाणी झाली आहे.

जमिनीवरील सर्व गोड्या पाण्याचा उगम सौरऊर्जेत म्हणजेच सूर्यशक्तीत आहे. सूर्याच्या उष्णतेने समुद्राच्या पाण्याची वाफ होऊन पृथ्वीवर जो पाऊस पडतो तो गोडे पाणी निर्माण करण्यास कारणीभूत होतो. अर्थातच पाऊस कमी पडला किंवा अवर्षण झाले की पाण्याचे दुर्भिक्ष निर्माण होते. एखाद्या भयंकर दुष्काळात त्या प्रदेशातील जीवन उद्ध्वस्त होते आणि असे टापू कायमचेसुद्धा वैराण बनून जातात. भारतामध्ये सन १९३९ मध्ये पडलेल्या दुष्काळात बंगालमध्ये लाखो माणसे मृत्युमुखी पडली. याउलट अतिवृष्टीमुळे सुद्धा प्रचंड प्रमाणात पूर येऊन सर्व तऱ्हेची हानी होते. सन १९६५ ते १९६७ या दोन वर्षात भारतात आलेल्या पुरामुळे एकूण सुमारे ५५०० कोटी रुपयांचे नुकसान झाले. दरवर्षी पुरामुळे सुमारे १२० कोटी रुपयांचे नुकसान होते असा अंदाज आहे. अशा येणाऱ्या संकटातून सावरण्यास दीर्घकाल खर्ची पडतो. या परिस्थितीमुळे मानवाचा निसर्गाशी पाण्याचे बाबतीत झगडा चालू असतो.

१.२ कृत्रिम जीवनामुळे जास्त टंचाई

अशा नैसर्गिक द्वंद्वामध्येच माणसाच्या कृत्रिम जीवनाने भर घातली आहे. ज्या वेळी मनुष्य नैसर्गिक स्थितीत कंदमुळे, फळे किंवा निसर्गात जे अन्न मिळेल ते खाऊन जगत होता आणि नैसर्गिक बारमाही टिकणाऱ्या पाणवठ्याच्या शेजारीच वस्ती करून राहात होता, त्या वेळी त्याच्यासमोर पाण्याची समस्या फार तीव्र नव्हती. पण मानवी जीवनात जसजशा गरजा वाढू लागल्या, शेती करून पिके निघू लागली, घरे बांधून माणूस पाळीव प्राण्यांचे कळप बाळगू लागला, घोडे, उंट, हत्ती यांचे सैन्य ठेवू लागला, जेथे

जे कमी आहे तेथे त्या वस्तूंची देवघेव करून व्यापार करू लागला, या व्यापारास आवश्यक म्हणून वस्तूंची निर्मिती करण्यासाठी कारखाने काढू लागला, त्या वेळेपासून म्हणजे जीवनाचे नैसर्गिक स्वरूप बदलू लागल्यापासून पाण्याची गरजसुद्धा एकसारखी वाढतच राहिली आहे. आजही जंगलात राहणाऱ्या आदिवासींना किंवा अविकसित भागांतील रहिवाशांना दर माणशी दररोज सुमारे ३५ ते ५० लीटर किंवा ३ हंडे पाणी भरपूर होते. पुष्कळदा त्यांना ते कष्टाने लांबून डोक्यावर वाहून आणावे लागते. खेड्यांतील माणसांना दररोज सुमारे ७० लीटर पाणी पुरते तर मोठ्या व मध्यम शहरातून तसेच नामांकित कारखान्यांच्या वसाहतीतून, निरनिराळ्या कारणांसाठी मिळून दरडोई दररोज १२० ते २५० लीटर पाणी पुरवण्याची सोय करावी लागते. म्हणजे खेड्यांतील माणसांपेक्षा शहरांत पाणी भरपूर वापरले जाते. अमेरिकेतील माणसाला तर केवळ घरगुती उपयोगासाठी दरडोई रोज सुमारे ४०० लीटर पाणी लागते. हीच गोष्ट पिकांचीही आहे. २५० ते ३०० मि.मी. (२५ मिलिमीटर म्हणजे १ इंच) पाऊस वेळेवर पडला आणि ज्वारी-बाजरीचे भरपूर पीक हाती आले म्हणजे स्वतःस भाग्यवान समजणारा शेतकरी सुमारे २५०० ते ३००० मि.मी. पाण्याची आवश्यकता असणाऱ्या उसासारख्या पिकाची लागवड करून जागतिक बाजारपेठेत साखर पुरवू लागला व त्यामुळे त्यास शेतीसाठी दसपट पाणी लागू लागले. मानवी जीवन प्रगत होत असल्यामुळे मानवाच्या मूलभूत गरजा खूपच वाढल्या आहेत. त्यामुळे पाण्याचा वापर दिवसेंदिवस जास्त प्रमाणातच होत राहणार आहे.

१.३ लोकसंख्या व पाणी

पाण्याची वाढती गरज गंभीर स्वरूप धारण करत आहे. यास आणखीही एक कारण आहे. सर्व जगामध्ये लोकसंख्या सारखी वाढत आहे. मोगल बादशहा बाबराच्या काळात भारताची लोकसंख्या सुमारे दहा कोटी होती असे म्हणतात. ती सध्या सुमारे ११० कोटीच्या आसपास आहे. या वाढत्या लोकसंख्येला जे पाणी लागते ते वर उल्लेख केल्याप्रमाणे वाढत्या आधुनिक गरजा भागवण्यासाठी लागते. त्यामुळे पाण्याचे महत्त्व पूर्वीपेक्षा खूपच पटींनी वाढले आहे. याबरोबरच आवश्यक तेवढे पिण्याचे पाणी पुरवण्याची सोय करणे ही सरकारची एक जबाबदारी झाली आहे.

मनुष्यप्राण्याने पृथ्वीच्या सर्व भागात वस्ती केली आहे. उत्तर ध्रुवाजवळील बर्फमय प्रदेशापासून ते सहारा वाळवंटासारख्या वैराण भागापर्यंत तसेच चेरापुंजीसारख्या १०००० मि.मी. (४०० इंच) पावसाच्या प्रदेशापासून ते रायलसीमा सारख्या १००-१५० मि.मी. (४-६ इंच) पावसाच्या प्रदेशापर्यंत तो राहतो. अन्न, वस्त्र, निवारा यांबरोबरच पाणी ही एक मूलभूत गरज त्याने मानली आहे. त्यासाठी तो कष्ट सोसत असतो. विजापूर जिल्ह्यात बिळगी तालुक्यात तोळमट्टी, तुमरमट्टी, सुनाग या गावांतील मंडळींना पाणी मिळवण्यासाठी रोज सहा-सहा मैल लांब नदीवर जावे लागे. पण अशा गावी जी वस्ती पिढ्यान्‌पिढ्या चिकटून राहिली, ती केवळ उत्तम शेतजमिनीसाठीच होय. रायचूर जिल्ह्यात काही खेड्यांत पाणी इतके खारे आहे की पुण्या-मुंबईच्या माणसाला ते तोंडातसुद्धा घालवणार नाही; पण तेथील लोक तेच पाणी वर्षानुवर्षे पीत आले आहेत. अशा काही ठिकाणी पाण्याच्या अडचणीत गैरसोय सोसून राहणे हा प्रजेचा स्वीकृत भाग होता. अहिल्यादेवी होळकरांसारख्या फार थोड्या राज्यकर्त्यांनी आपल्या प्रजेसाठी पाण्याच्या सुविधा केल्या. परंतु आता काळ बदलला आहे. समाजातील प्रत्येक व्यक्ती ही लोकशाही राज्यव्यवस्थेतील घटक बनली आहे, म्हणूनच जास्तीत जास्त लोकांना मूलभूत सुविधा देण्यासाठी सरकार प्रयत्नशील असते.

अर्थात सर्व गोष्टींसाठी सरकारवर अवलंबून राहण्याची जुनी सवय बदलून आता मृद् व

जलसंधारण, वनीकरण, पाण्याचा काटकसरीने वापर, सांडपाणी शुद्ध करून पुनर्वापर, जमिनीवरील व जमिनीखालील पाण्याचे प्रदूषणापासून संरक्षण, भूजलाचे पुनर्भरण अशा सर्व बाबतींत म्हणजेच एकात्मिक जल-व्यवस्थापनात (Integrated Water Resources Management) समाजानेसुद्धा जागृत राहून पुढाकार घ्यायला हवा. यासाठी 'जलसाक्षर समाज' निर्माण व्हायला हवा. सदरील पुस्तक हे समाजामध्ये 'भूजलसाक्षरता' निर्माण व्हावी या उद्देशाने केलेला प्रयत्न आहे.

१.४ भूतलावरील पाणी

पृथ्वीवर निरनिराळ्या अवस्थांत एकूण जेवढे पाणी आहे, त्याचा बहुतांश भाग सागरामध्ये आहे व हे पाणी खारे आहे. त्यामुळे ते जमिनीवरील प्राणिमात्रास आणि वनस्पतींना उपयोगी पडत नाही. सम द्राचे पाणी, बर्फ, जमिनीवरील नद्या, सरोवरे, तलाव व भूजल यातील पाणी आणि हवेतील बाष्प, या सर्व अवस्थांतील पृथ्वीवरील पाण्याची बेरीज सुमारे १३६ कोटी घनकिलोमीटर आहे. ह्या पाण्याच्या प्रचंड साठ्यापैकी जवळजवळ ९७.२% भाग म्हणजे सुमारे १३२.३ कोटी घनकिलोमीटर एवढा भाग समुद्रातील खाऱ्या पाण्याचा आहे.

सागराचा उपयोग मानवाने आपल्या जीवनात पुरेपूर केला आहे. सागरामध्ये वनस्पती-जीवन व प्राणी-जीवन फार मोठ्या प्रमाणात नांदत आहे. त्याचा उपयोग अन्नासाठी होत आहे. सागरातील वनस्पतीपासून पोषक अन्नद्रव्ये मिळवण्याचे प्रयत्न सुरू आहेत. सागराच्या तळातील मोती फार पूर्वीच्या काळापासून काढले जात आहेत, परंतु अलीकडे खोल समुद्राच्या तळाचे संशोधन मोठ्या प्रमाणावर सुरू आहे. उच्च दर्जाची खनिजे तेथे सापडतात. समुद्राचे पाणी खारे असले तरी त्यातील क्षार उपयोगी आहेत. त्यापैकी मीठ हा आपल्या अन्नातील महत्त्वाचा भाग आहे. परंतु इतर क्षारही फार उपयुक्त आहेत. इस्रायलमध्ये मृत समुद्राच्या (Dead-sea) पाण्यापासून क्षार काढण्याचे मोठे कारखाने आहेत. सर्वांत महत्त्वाची गोष्ट म्हणजे समुद्राच्या प्रचंड पृष्ठभागावर सूर्याचे ऊन पडून तयार होणारी वाफ हीच पावसाची जननी आहे.

भारताच्या पूर्व किनाऱ्यावर तुतीकोरीन या भागात जमिनीमध्ये बोअरिंग करून खारे पाणी मिळवतात. त्या पाण्यात समुद्राच्या पाण्यापेक्षाही जास्त क्षार आहेत. या पाण्यापासून तेथे मिठागरातून मीठ तयार करतात. समुद्राच्या पाण्यापेक्षा यातून मिठाची निर्मिती जास्त प्रमाणात व लवकर होते. अमेरिकेमध्ये युटाह राज्यात 'ग्रेट सॉल्ट लेक' या नावाचे अतिशय खाऱ्या पाण्याचे एक प्रचंड मोठे सरोवर आहे. त्याचे काठावर अनेक कारखान्यांतून मीठ व इतर क्षारांचे उत्पादन होते. त्यामध्ये काही क्षारांत अगदी अल्प प्रमाणात सोनेसुद्धा आढळले आहे.

समुद्राच्या पाण्याची वाफ करून त्यापासून मीठ मिळवणे ही क्रिया मानवास फार पूर्वीपासून अवगत आहे, पण मीठ काढून टाकून गोडे पाणी मिळवण्याच्या वेगवेगळ्या प्रक्रियासुद्धा आज शक्य झाल्या आहेत. समुद्राच्या पाण्याची वाफ करून त्या वाफेपासून परत गोडे पाणी मिळवतात किंवा खारे पाणी गोठण्याइतके थंड करून त्यांतून गोड्या पाण्याच्या बर्फाचे स्फटिक वेगळे करतात. या क्रियांसाठी पुष्कळच यंत्रसामग्री व ऊर्जा लागते. इस्रायलमध्ये एलात बंदराला या पद्धतीने समुद्राचे पाणी वापरूनच पाणीपुरवठा केला जातो. आजकाल जगातील अनेक देशांतून ''रिव्हर्स ऑसमॉसिस'' पद्धतीने खारे पाणी पिण्यासाठी गोड केले जाते. या पद्धतीत अत्यंत बारीक छिद्रे असलेल्या पटलांमधून खारे पाणी दाब देऊन प्रवाही केले असता क्षार गाळले जाऊन शुद्ध व गोडे पाणी पलीकडे जाते. भारतामध्येही अशा तऱ्हेचे प्रकल्प होत आहेत. कच्छमध्ये लखपत तालुक्यात नारायण सरोवर व सौराष्ट्रात भावनगरजवळ अवाणिया या

किनाऱ्याच्या गावांना चहूकडून खाऱ्या पाण्याचा वेढा आहे. नारायण सरोवर येथे एक गोड्या पाण्याचे तळे आहे. पण ते दुष्काळात आटते. या दोन्ही गावी सरकारतर्फे खाऱ्या पाण्यापासून, सूर्याची उष्णता वापरून, गोडे पाणी मिळवण्याचा प्रयोग झाला आहे. खारे पाणी चौकोनी हौदात लहान-लहान पन्हाळींतून फिरविले जाते. हौदावर तिरक्या बसवलेल्या काचांचे आच्छादन असते. सूर्याच्या उष्णतेने खाऱ्या पाण्याची झालेली वाफ या तिरक्या काचांवर आतील बाजूस थेंबाच्या रूपात साचते आणि ते थेंब काचेच्या तळाशी गोड्या पाण्याच्या पन्हाळीत गोळा होतात. गोड्या पाण्याच्या अशा पन्हाळी एकत्र करून या लहान लहान गावांना पिण्यासाठी पुरेसे पाणी मिळवण्याची ही योजना आहे.

१.५ हिम किंवा बर्फ

भूतलावरील सहजासहजी उपयोगात न येणारे गोडे पाणी म्हणजे घनावस्थेतील हिम किंवा बर्फ होय. उत्तर ध्रुव व दक्षिण ध्रुव हे कायमचेच बर्फाने व्यापलेले आहेत. पृथ्वीवरील एकूण पाण्याच्या फक्त २.७% इतकेच गोडे पाणी आहे. त्यातील बहुतांश (८५%) पाणी घनरूपात म्हणजे बर्फाचे स्वरूपात आहे. ध्रुवांवरील प्रदेशाप्रमाणेच अतिशय उंच पर्वतांची शिखरे बर्फाने कायमची आच्छादिलेली असतात. कायमचे बर्फाच्छादित असलेले हे भूभाग सोडले तरी हिवाळ्यात हिमाच्छादित होणारे भूभाग पुष्कळच आहेत. अक्षांश आणि समुद्रसपाटीपासूनची उंची यावरच त्या भागाची हिवाळ्यात हिमाच्छादित होण्याची स्थिती अवलंबून आहे. हिवाळ्यात जमिनीवर बर्फ साचले म्हणजे तेथे काहीही पिकत नाही. अशा भागात फक्त उन्हाळी पीकच येऊ शकते. कॅनडासारख्या थंड देशात, काही प्रांतांमध्ये बर्फ पडण्याच्या आधी जमिनीत गव्हाच्या पिकाची पेरणी करतात. त्याला कोंब आल्यावर त्यावर बर्फ पडते. बर्फाखालील जमिनीत पेरलेल्या बियांपासून आलेले कोंब शाबूत राहतात. उन्हाळ्यात बर्फ वितळल्यावर बर्फाचे पाणी जमिनीत मुरते आणि त्यावर ते पीक येते.

हिवाळ्यात पडलेले बर्फ वितळले म्हणजे त्याचे पाणी जमिनीवरून वाहते तसेच जमिनीतही चांगल्या तऱ्हेने मुरते. बर्फ वितळल्यावर नद्या-नाल्यांना पूर येतात. तसेच खूप उताराच्या डोंगरउतरणीवरून घळीमध्ये बर्फ खाली येऊन हिमनदी बनते. हिमनदीतील वितळणाऱ्या बर्फामुळे खालच्या नद्यांना पाणी मिळते. अशा तऱ्हेने वितळणारा बर्फ हा गोडे पाणी पुरवण्याचे एक साधनच आहे.

गंगोत्री येथे अशाच हिमनदीतून पाणी येत आहे. मात्र ही हिमनदी गंगोत्रीपासून मागे मागे हटत चालली आहे आणि सरकण्याचा हा वेग दिवसेंदिवस वाढत आहे. १९६० ते ७० या काळातील मागे जाण्याचा वेग १९३५ सालच्या वेगापेक्षा पाच पटीने वाढला. अशी कोणती उष्णता जास्त मिळू लागल्याने किंवा बर्फ कमी पडल्याने ही हिमनदी मागे जाते आहे, यावर संशोधन चालू आहे. सध्या पर्यावरणाचा समतोल बिघडल्याने, जंगलतोड झाल्याने व औद्योगिकीकरणामुळे हवेतील कार्बन डायऑक्साईडचे प्रमाण वाढल्याने 'ग्रीन हाऊस' परिणाम म्हणून पृथ्वीचे तापमान वाढू लागले असल्याची चर्चा सर्वत्र सुरू आहे. कार्बन डायऑक्साईडसारख्या वायूंमुळे सूर्याची उष्णता पृथ्वीच्या वातावरणात कोंडली जाणे यालाच 'ग्रीन हाऊस' परिणाम म्हणतात. पृथ्वीच्या तापमानवाढीमुळे सुद्धा ही हिमनदी मागे मागे सरकत असावी.

ध्रुव प्रदेशात हिमनदी समुद्राला मिळते तेथे प्रचंड हिमनग समुद्रात तरंगू लागतात. हिमनगाच्या पाण्यावरील भागाचे जेवढे वजन असते किंवा घनफळ असते त्यापेक्षा पाण्याच्या खाली असणाऱ्या भागाचे वजन किंवा घनफळ आठ ते नऊपट जास्त असते. पुष्कळदा हिमनगाच्या पाण्यावरील भागाच्या उंचीपेक्षा

पाण्याखालील भागाची उंची आठ ते नऊपट असते असा उल्लेख केला जातो. तो बरोबर नव्हे. बोटींना हिमनगांचे मोठे संकट वाटते. परंतु असे मोठे हिमनग गाठून, त्यांना समुद्रातून खेचून, जेथे पाण्याचे अतिशय दुर्भिक्ष आहे अशा प्रदेशाच्या किनाऱ्यास आणावयाचे आणि तेथे त्यांच्यापासून गोड्या पाण्याचा पुरवठा करावयाचा अशी एक कल्पना आहे. ती प्रत्यक्षात आणली तर दक्षिण ध्रुवाकडील अंटार्क्टिका खंडातून प्रचंड हिमनग बोटीचे साहाय्याने खेचून आणून अरबस्तान, दक्षिण अमेरिकेतील चिली - अटाकामाच्या वाळवंटाच्या प्रदेशास व ऑस्ट्रेलियातील वैराण मुलखास पाणीपुरवठा करता येईल. यासाठी सुमारे एक कि.मी. लांब, ४०० मी. रुंद व २५० मीटर जाड असा हिमनग ८-१० महिन्यांचा प्रवास करून वाळवंटी प्रदेशाच्या किनाऱ्याला खेचून आणावा लागेल.

उन्हाळ्यात जेथे पावसाचे दुर्भिक्ष आहे, परंतु हिवाळ्यात मात्र बर्फ पडते अशा ठिकाणीसुद्धा लोक हिवाळ्यातील बर्फ साठवून त्यापासून उन्हाळ्यात पिण्यासाठी पाणी मिळवितात. अमेरिकेतील मॉन्टॅना व मध्य आशियातील उरल भागातील शेतकरी या पद्धतीने पाणी मिळवतात.

१.६ बाष्परूप जल व जलचक्र

पृथ्वीवरील गोड्या पाण्याचा पुष्कळसा भाग हिम व बर्फात घनरूपाने आहे तर उरलेल्या भागामध्ये नद्या, तलावातील पाणी, भूजल व हवेतील बाष्प यांचा समावेश आहे. पाण्याची काही वाफ हवेमध्ये नेहमीच शिल्लक राहते आणि तिचे अस्तित्व वनस्पती आणि प्राणी यांना आवश्यक असते. पाण्याचे बाष्प मुख्यतः समुद्राच्या पाण्यापासून होते. ही वाफ विषुववृत्ताकडील व समुद्रालगतच्या प्रदेशात जास्त असते. ॠतुमानाप्रमाणे ती बदलते. पृथ्वीवरील हवेच्या वातावरणात जमिनीपासून सुमारे दहा किलोमीटर उंचीपावेतो वाफेचे प्रमाण आढळते. पुढे वरच्या हवेत ते फार थोडे असते. पृथ्वीच्या हवेतील एकूण बाष्प किती आहे याचे अंदाज काही मंडळींनी केलेले आहेत. या बाष्पाचे पाणी केल्यास जमीन व समुद्र मिळून सर्व पृथ्वीवर त्याचा २५ मिलिमीटर किंवा एक इंच जाडीचा थर बनेल. म्हणजे संपूर्ण पृथ्वीवर २५ मिलिमीटर पाऊस पडल्यासारखे होईल.

समुद्राच्या पाण्याची सूर्याच्या उष्णतेमुळे होणारी वाफ त्यापासून ढग, पाऊस, जमिनीवरील नदीनाल्यांतील पाणी व जमिनीत मुरणारे भूजल, त्यानंतर काही पाण्याचे वनस्पतींमार्फत वाफेत रूपांतर व उरलेल्या पाण्याचा समुद्राकडे प्रवास असे संक्षिप्त जलचक्र आकृती १.६.१ मध्ये दाखवले आहे.

१.७ पाण्यासाठी धडपड

भूगोलावर जेवढे पाणी आहे ते वरीलप्रमाणे निरनिराळ्या अवस्थांमध्ये विभागले गेले आहे. एकूण पाण्याच्या सुमारे ०.४ %च गोडे पाणी जमिनीवर वस्ती करणाऱ्या मानवास, इतर प्राणिमात्रास आणि वनस्पतीस किंवा झाड-झाडोऱ्यास उपयुक्त आहे. त्यामुळे मानवाने फार पूर्वीपासून पाण्यासाठी निरनिराळ्या तऱ्हेने सोयी करून ठेवल्या आहेत व पाणी मिळवण्याचे उपाय अवलंबले आहेत.

त्यापैकी सर्वात सहज सुचणारा उपाय म्हणजे नद्या, नाले यांना बांध घालणे हा होय. लहान-मोठे बांध घालून पाणी अडवण्याची क्रिया जगभर ऐतिहासिक कालापासून चालत आलेली आहे. बांध घालण्याचे शास्त्र विकास पावत गेले व त्यामुळे आजमितीस मोठी धरणे बांधणे शक्य झाले आहे. धरणामागील जलाशयाचे पाणी शेतीसाठी व गावांच्या पाणी पुरवठ्यासाठी कालव्यातून किंवा नदीच्या पात्रांतून सोडले जाते. ज्या ठिकाणी पाऊस फारच कमी पडतो त्या प्रदेशात पाण्यासाठी तलाव खोदले जातात. जमीन अगदी

संक्षिप्त जलचक्र

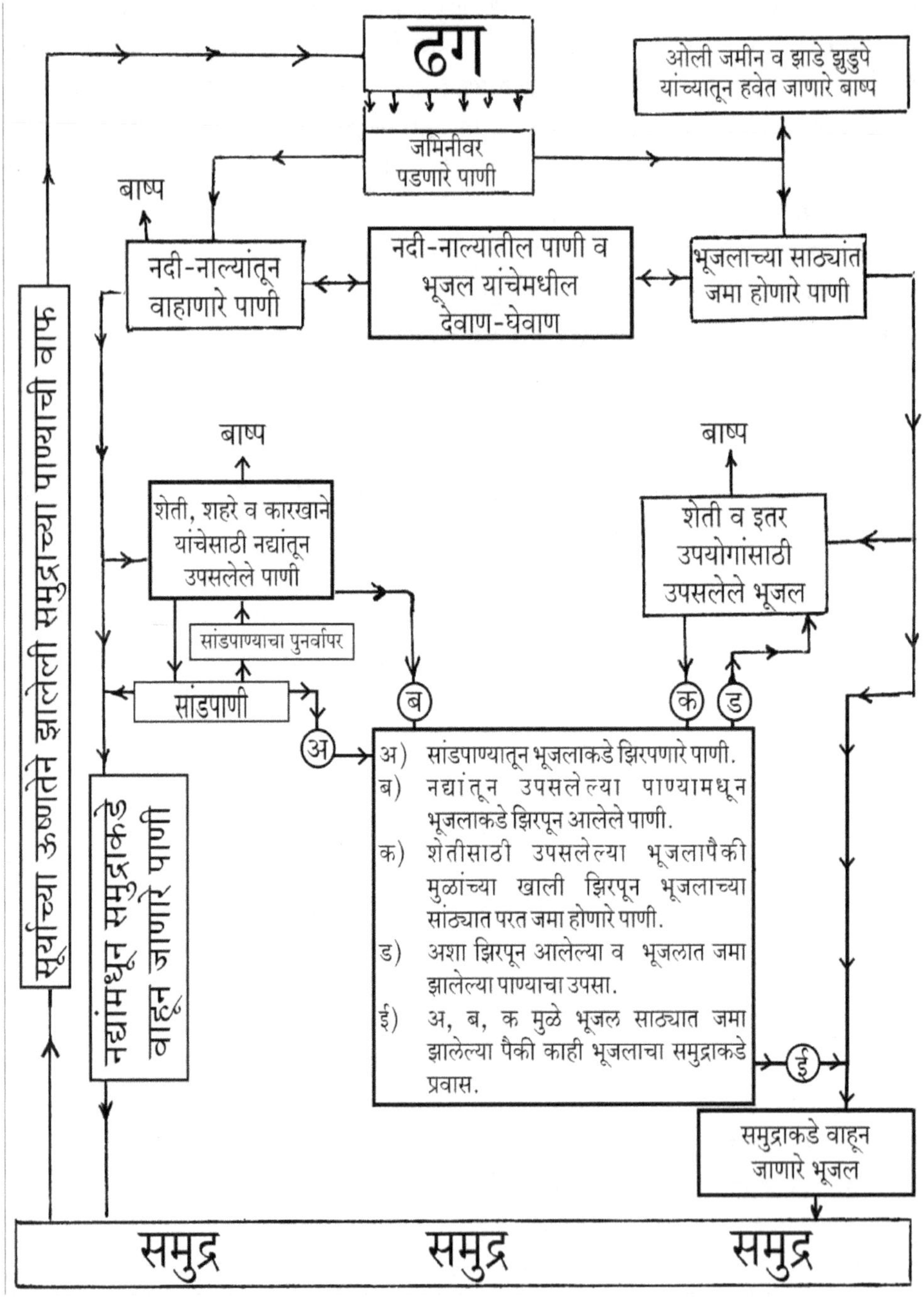

आकृती १.६.१

सपाट असेल व ओढे-नाल्यांची पात्रे किंवा घळी नसतील तर पावसाचे पाणी मिळवण्यासाठी दूरवरून लांब चर खणून अशा खोदलेल्या तलावास मिळवतात. दोन-चार चरांतून पाणी वाहात येते व तलावात साठते. अशा तऱ्हेचे तलाव आफ्रिकेतील खेड्यात आहेत तर आपल्याकडे कर्नाटकात आणि विशेषत: धारवाड जिल्ह्यात असे तलाव पाहण्यास मिळतात. इतरही अनेक प्रांतात, गावोगावी पूर्व-परंपरागत खोदलेले तलाव आहेत. कच्छमध्ये भूजच्या उत्तरेस बन्नी या छोट्या रणातील वाळवंटाच्या भागात गावोगावी वरीलप्रमाणे पाणी साठवण्यासाठी तलाव केलेले आहेत. हे तलाव उन्हाळ्यात आटले म्हणजे त्यांच्या तळात लहान लहान खड्डे खणून पाणी मिळवतात. बन्नी भागांत इतरत्र सर्व खारे पाणीच आहे. फक्त तलावात व तलावाच्या तळाखाली गोडे पाणी थोड्या प्रमाणात मिळते.

जास्त चांगल्या तऱ्हेने बांध घालून केलेले जुने तलाव धारवाड जिल्ह्याच्या हनगल तालुक्यात आहेत. या भागावर पूर्वी विराट राजाचे साम्राज्य होते असे तेथील जुने लोक म्हणतात. या लहान तलावातून पाट काढून शेतीला पाणी देण्याची पद्धतही होती. विराट राजाचा म्हणजे महाभारताचा काळ आणि त्या काळातही अशी सुधारणा भारतात होती याचे आश्चर्य वाटण्याचे कारण नाही. वेदकालापासूनच बांध घालून पाटाचे पाणी आणण्याची पद्धत होती व 'कुल्ल्या' नावाने ती ओळखली जात होती. याबाबत धौम्य ऋषी व पाटाचे पाणी वाया जाऊनये म्हणून स्वत:च्या शरीराचा बांध घालणारा त्यांचा शिष्य आरुणी यांची कथा प्रसिद्धच आहे. अगदी आधुनिक शास्त्रपद्धतीला साजेसे असे कावेरी नदीवरील 'ग्रँड ॲनिकट' (मूळचे नांव कल्लनाई) हे धरण इसवी सनाच्या आधीचे म्हणजे सुमारे २२०० वर्षांइतके जुने आहे.

पाणी मिळवण्याचा आणखी एक सामान्य उपाय म्हणजे लांब-रुंद व खोल अशी मोठी टाकी खणणे व त्यात पावसाचे पाणी साठवून ठेवून नंतर वापरणे. ऑस्ट्रेलियातील काही ठिकाणी उघड्याबोडक्या खडकावरून वाहणारे पाणी खडकात मोठ्या मोठ्या टाक्या खोदून त्यात साठवतात. या टाक्या इतक्या मोठ्या असतात की लहान गावांना त्यातून पाणीपुरवठा होऊ शकतो. आपल्याकडे दगडासाठी खणलेल्या खाणींचा, त्यांतील दगड काढून त्या सोडून दिल्यावर, पाण्याच्या टाक्या म्हणून उपयोग केला जातो व त्यातील पाणी लोक वापरतात. सर्व ऐतिहासिक किल्ल्यामधून व जुन्या लेण्यांमधून पाण्याच्या प्रचंड टाक्या केलेल्या आढळतात. अगदी ग्वाल्हेरच्या किल्ल्यापासून ते गोवळकोंड्यापर्यंत हेच दृश्य दिसते. वेढा पडला म्हणजे पाण्याविना हाल होऊ नयेत म्हणून पुरेशा टाक्या खोदणे हे किल्ल्यांच्या बांधणीत एक तंत्रच होते. सिंहगडावर सुमारे २०० टाक्या अशा तऱ्हेने खोदलेल्या आढळल्या. या किल्ल्यात 'पार्कस् ॲण्ड गार्डन्स्' या सरकारी खात्याने संरक्षित वन करण्यास सुरुवात केल्यावर, अशा अनेक टाक्या दुरुस्त केल्या. त्यापैकी फक्त देवटाक्यांत एक झरा आहे.

चारी बाजूंनी समुद्राच्या खाऱ्या पाण्याने वेढलेल्या जंजिरा या प्रेक्षणीय किल्ल्यामध्ये पाण्याच्या दोन प्रचंड मोठ्या टाक्या आहेत. त्या विहिरीवजा अत्यंत उत्कृष्टपणे बांधल्या आहेत. टाक्यालगतच्या वाड्यातील खिडकीतून बादली सोडावी आणि या टाक्यातून पाणी उपसावे अशी सोय आहे. ज्या ठिकाणी पाऊस फारच कमी पडतो त्या ठिकाणी स्वच्छ पाणी मिळवण्याचा व साठवण्याचा एक उपाय म्हणजे छपरावर किंवा गच्चीवर पडणाऱ्या पावसाचे पाणी एकत्रित करून तळघरात साठवणे. भूमध्य समुद्रातील प्रसिद्ध जिब्राल्टर किल्ल्यात व शेजारच्या गावात छपरांवर पडणारे पावसाचे पाणी साठवून वापरतात. पुण्याजवळ जाधववाडी, नगर जिल्ह्यात जामगाव इत्यादी ठिकाणी गच्चीवरून पहिल्या पावसाचे पाणी वाहून गेल्यावर नंतरच्या पावसांचे पडलेले स्वच्छ पाणी तळघरांत साठवून वर्षभर वापरण्याची योजना ऐतिहासिक काळात असे वाडे बांधतानाच केलेली आहे.

सर्वसाधारणपणे १०० चौरस मीटर क्षेत्रावर २५ मिलिमीटर (१ इंच) पाऊस पडला तर २५०० लीटर पाणी मिळते. यापैकी सुमारे ६०% ते ८०% पाणी साठवता येते. अशा तऱ्हेने पाणी मिळवून पश्चिम ऑस्ट्रेलियातील शेतकरी आपल्या जनावरांसाठी पाणीपुरवठा करतात. अटलांटिक महासागरातील बर्म्युडा बेटात कोरल म्हणजे प्रवाळाच्या दगडात पावसाचे पाणी त्वरित जिरते व समुद्राच्या पाण्यात मिसळते. त्यामुळे गोड्या पाण्याची टंचाई असते. तेथे घरोघरी काँक्रिटने बांधलेल्या गच्चीवरून पावसाचे पाणी जमवतात आणि खाली टाक्यात साचवतात.

सुमारे ५० मिलिमीटर (दोन इंच) पावसाच्या प्रदेशात पडणारे पाणी जमवून त्याचा शेतीसाठी उपयोग करण्याच्या पद्धती चार हजार वर्षांपूर्वी इस्रायलच्या दक्षिणेकडील नेगेव्ह भागात नाबाटियन लोकांनी अवलंबल्या होत्या. डोंगरावर पडणारे पावसाचे पाणी डोंगर उताराला काटकोनात चर खणून एकत्र आणले जात असे. शक्य असेल तेवढा डोंगर उताराचा भाग चापूनचोपून घट्ट करून त्यावर पडणारे पावसाचे पाणी आत जिरू न देता घळींतील शेतांत जमा केले जाई. सुमारे २०-२५ हेक्टर डोंगरउताराच्या जमिनीवर पडणारे पावसाचे पाणी गोळा करून त्या पाण्यावर एका हेक्टरमध्ये शेती करता येई. आजही नेगेव्ह भागात अशा शेतीचे पुरावे सापडतात. चीनच्या वायव्य भागांतील वाळवंटी प्रदेशातील शेतकरी अजूनही ही पद्धत वापरतात.

खडकाळ डोंगर भागांतील लहान खेड्यांना पाणी पुरवण्यासाठी काही देशांत डोंगरावर खडकाळ घळीमध्ये छोटा पण मजबूत असा १॥-२ मीटर उंचीचा सिमेंट काँक्रिटचा रुंद बांध घालून बांधाचे तळात एक आडवा नळ आरपार ठेवतात. नळाच्या वरच्या बाजूकडील तोंडाला जाळी बांधतात. पहिल्या पावसाळ्यात बांधावरून पाणी वाहते; पण बांधापाठीमागचा भाग दगड-गोटे-वाळू यांनी भरून जातो. नंतर पुढच्या वर्षी बांधाची उंची एक मीटरने वाढवली तर पुढच्या पावसाळ्यातही बांधामागील भाग वाळूने भरतो. तीन-चार वर्षांत सुमारे पाच मीटर उंचीच्या बांधामागे दगड-गोटे-वाळू यांचा तितक्याच उंचीचा थर तयार होतो व तो पावसाळ्यात पाण्याने भरला जातो. त्यानंतर बांधाच्या तळाशी बसवलेल्या नळामार्फत डोंगरपायथ्याशी असलेल्या एखाद्या छोट्या खेड्याची पिण्याचे पाण्याची गरज भागवता येते. वाळू साठवण्यासाठी बांधलेल्या अशा बांधाला 'सँड-डॅम' असे नाव आहे. आफ्रिकेत युगांडा, केनिया इ. देशांत अशा प्रकारचे सँड डॅम वापरात आहेत. (आकृती १.७.१)

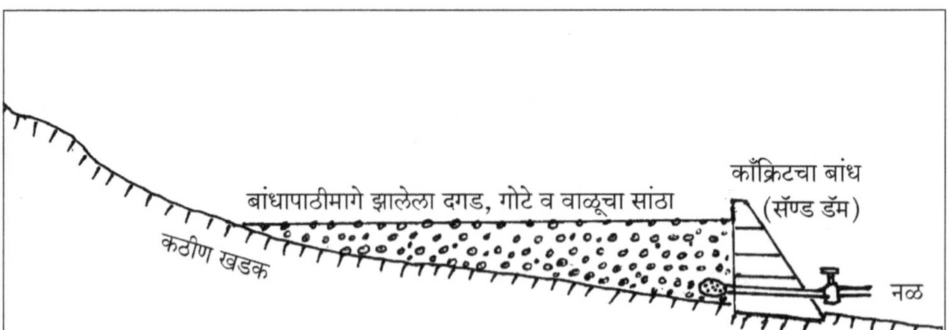

आकृती १.७.१

आपल्याकडे डोंगर भागांत नाल्यांना मोठमोठ्या ताली बांधून शेतजमीन तयार केली जाते. डोंगराकडून पावसाळ्यात येणाऱ्या जादा पाण्याला तालीच्या कडेने वाट काढून दिली जाते. सुमारे सहा फूट उंचीच्या सात-आठ ताली एखाद्या घळींत एकाखाली एक अशा असल्या तर शेवटच्या तालीजवळ विहीर खणल्यास पिण्याच्या पाण्याची बारमाही सोय होऊ शकते.

जगात काही ठिकाणी पिण्यास चांगले पाणी मिळाले नाही तर माणसे काही वेळा आपली तहान बीअर पिऊनच भागवतात. पॅसिफिक महासागरात विषुववृत्ताजवळील अगदी लहानलहान बेटांवर बारमाही पाऊस पडतो; पण दोन पावसांत जास्त अंतर पडले व तेवढ्यात झरे आटले किंवा विहिरी खाऱ्या झाल्या तर पुन्हा पाऊस पडेपर्यंत, लोकांना नारळाचे (शहाळ्याचे) पाणी पिऊन काही दिवस काढावे लागतात.

१.८ सांडपाण्याचा पुनर्वापर

पाण्याचा एकदा उपयोग केल्यानंतर त्याचा पुन्हा उपयोग म्हणजेच पुनर्वापरही काही ठिकाणी केला जातो. शेतीमध्ये पिकांना दिलेले पाणी जमिनीत मुळांच्या खाली मुरून त्यापैकी सुमारे २५% ते ३०% पाणी पुन्हा विहिरीकडे पाझरून येऊ शकते व त्याचा पुनर्वापर होतो. कारखान्यामध्ये वापर झाल्यानंतर जे सांडपाणी तयार होते त्याचाही काही ठिकाणी शुद्ध करून पुन्हा उपयोग केला जातो. मोठमोठ्या शहरातील सांडपाणी प्रक्रिया करून किंवा प्रक्रिया न करताही शेतीसाठी वापरतात. मेक्सिको सिटीतील सांडपाणी अशा तऱ्हेने फार मोठ्या प्रमाणावर वापरले जाते. सांडपाणी शेतीला वापरण्याची प्रथा फार जुनी आहे. ऑस्ट्रेलियातील मेलबोर्न शहरातील सांडपाणी किंवा मैलापाणी सन १८९२ पासून शेतीला वापरले जाते. त्यावर सुमारे ४२०० हेक्टर शेतीत जनावरांसाठी चारा काढतात. मैलापाण्यावर वाढणारा हा चारा खाणाऱ्या जनावरांना रोगजंतूंचा त्रास होतो की काय हे तपासले जाते. आपल्याकडे पुण्यासह काही शहरांतील मैलापाणी शेतीस वापरतात. त्यामुळे चांगले खतही पिकांना पाण्याबरोबर मिळते. मात्र अशा क्षेत्रात माणसांना पिण्यासाठी नळाचे किंवा बोअरिंगचे पाणी पुरवणे जास्त चांगले.

आपल्याकडे काही मोठी शहरे सोडल्यास तालुक्याच्या शहराचे सांडपाणी थेट नदीनाल्यांत जाते. त्यामुळे स्वच्छतेस धोका पाहोचतो. प्रदूषण वाढते. मुंबईसारख्या शहरात काही थोड्या प्रमाणात सांडपाण्यापासून गॅसची निर्मिती करतात. अशी प्रक्रिया गोबर गॅसच्या (बायोगॅसच्या) निर्मितीचीही आहे आणि खेडोपाडी तिचा जास्ती प्रसार झाल्यास आरोग्य सुधारण्यास मदत होईल. चीनमध्ये गोबरगॅसच्या प्रसारानंतर खेड्यातील आरोग्य सुधारल्याचा अनुभव आहे. कोकणातील खेड्यांतून तसेच मध्यप्रदेशातील छत्तीसगडमधील खेड्यांतून घरगुती सांडपाण्यावर घराच्या परसात किंवा अंगणात अळूची खाचरे, केळी, फुलबागा केलेल्या आढळतात. अलीकडे मूत्र व मैला सेप्टीक टँकमध्ये जमा करून तेथे त्यावर नैसर्गिक प्रक्रिया झाल्यानंतर घरातील बागांना ते वापरण्याची पद्धत रूढ होऊ लागली आहे.

जेथे पाण्याचे हाल आहेत व पाणी मिळणे कठीण आहे; पण ते कसेही, कोठूनही मिळवलेच पाहिजे अशी स्थिती आहे, त्या ठिकाणी पाण्यावर खर्च फार होतो पण त्यास इलाजही नसतो. अमेरिकेतील न्यू मेक्सिको या संस्थानात मेंटन हे एक लहानसे गाव आहे. तेथे पाण्याची अतिशय अडचण आहे. पाऊस फार कमी पडतो आणि सभोवार जमिनीत क्षारयुक्त पाणी आहे. जवळ पेकॉस नदी आहे; पण तीही खाऱ्या पाण्याची आहे. या गावची वस्ती फक्त सुमारे ५० माणसांची आहे व त्यांना लागणारे सर्व पाणी सुमारे ४० किलोमीटरवरून आणतात. फार मोठ्या शहरांचा पाणीपुरवठा दूरवर असलेल्या तलावांपासून नळ घालून आणून केलेला असतो. वस्ती मोठी म्हणून तो खर्च परवडतो. परंतु ज्या लहानशा वस्तीला असे

पाणी नळयोजना करून मिळवणे परवडत नाही तेथे पाणी टँकरने आणतात. मेंटन गावाला पाणी पिंपातून आणि मोठ्या बरण्यांतून भरून ट्रकमधून आणतात व सांडपाण्याचा पुनर्वापर अंगणांतील छोट्या बागेसाठी करतात.

पाण्याच्या टंचाईमुळे काही ठिकाणी ड्रेनेजचे पाणीसुद्धा ३-४ प्रकारच्या प्रक्रिया करून पूर्णपणे शुद्ध व पिण्यास लायक असे करून घेतात व शहराच्या पाणीपुरवठ्यात मिसळतात. येथे भावना आड येऊन चालत नाही. आफ्रिकेत नामीबिया या राष्ट्रात विंडहॉक हे राजधानीचे शहर सुमारे एक लाख वस्तीचे आहे. शहरासाठी बांधलेल्या धरणांतून वर्षभर पुरेसे पाणी मिळण्यासारखे नसल्यामुळे ड्रेनेजच्या सर्व पाण्यावर उत्तम प्रकारे प्रक्रिया केली जाते व ते शुद्ध करून शहराच्या पाणी पुरवठ्यात ३३% पर्यंत ताज्या पाण्यात मिसळून दिले जाते.

सांडपाण्याचा पुनर्वापर करून ते पाणी पिण्यासाठी घेणे हा प्रकार किळसवाणा वाटणे स्वाभाविक आहे. कितीही शुद्ध केले तरी त्याचा उगम घाणीतूनच असल्यामुळे त्याचा वापर पिण्यासाठी करण्यास कोणासही आवडणार नाही. तरीसुद्धा सिंगापूर शहरात पाण्याची टंचाई असल्याने सांडपाणी वाया न घालवता त्यापैकी काही पाण्यावर उत्तम प्रक्रिया करून, ते अत्यंत शुद्ध करून बाटल्यांमधून NEWater (न्यूवॉटर) या नावाने पुरवले जाते. २००६ साली मार्च महिन्यात मेक्सिको सिटी या शहरात झालेल्या चौथ्या जागतिक जल परिषदेत (4th World Water Forum) हे 'न्यूवॉटर' अर्ध्या लीटरच्या बाटल्यांत भरून सिंगापूरहून नमुन्यादाखल आणले होते व ते अनेक अभ्यागतांनी प्यायले सुद्धा! ऑस्ट्रेलियात अॅडलेडजवळ सॅलिस्बरी या शहरामध्ये रस्त्यांवरून वाहणारे पावसाचे पाणी एकत्र करून, शुद्ध करून, जमिनीखाली सच्छिद्र प्रस्तरात साठवले जाते. काही महिन्यानंतर ते पंप करून व नंतर पुन्हा शुद्ध करून, बाटल्यांत भरून पिण्यासाठी वापरले जाते. या बाटल्या 'रिचार्ज' या नावाने बाजारात मिळतात.

'वाहते पाणी शुद्ध असते' या समजुतीने आपल्याकडील लोक नद्यांचे पाणी वापरतात. इतकेच नव्हे तर ते शुद्ध व पवित्र मानतात. एका गावची सर्व घाण नदीत सोडलेली असताना त्याच नदीत खालच्या बाजूस काही अंतरावर दुसऱ्या गावातले लोक ते पाणी सर्रास पिण्यासाठीसुद्धा वापरतात. नदीकाठच्या वाळूत छोटा खड्डा करून त्यातून स्वच्छ दिसणारे पाणी पिण्यासाठी घेतले तरी त्यात अपायकारक जंतू असू शकतात. खुद्द काशीमध्ये गंगा नदीत गटारे सोडली आहेत आणि पाणी संथ असल्यास घाटाजवळ घाण तरंगताना दिसते. तीच घाण बाजूस सारून भाविक लोक त्या पवित्र (!) पाण्यात स्नान करतात. काही लोक होडीतून पलीकडच्या तीरावर जातात. तेथे पाणी जास्त चांगले असते. तेथे स्नान करतात. भारतात आता गंगा नदी निर्मळ करण्याचा उपक्रम हाती घेतला आहे, ही अत्यंत स्तुत्य गोष्ट आहे. वाहत्या पाण्यात थोडीशी घाण आली तर ती पुष्कळ पाण्यात मिसळल्याने विखुरली जाते. सूर्यप्रकाश व हवेतील प्राणवायू (ऑक्सिजन) यामुळे काही धोकादायक जंतू मरतात. घाणीचे रासायनिक रूपांतरण होते आणि पाणी थोडेसे शुद्ध होते; हे खरे असले तरी अशा नैसर्गिक रीतीने शुद्ध होणाऱ्या पाण्याचे बाबतीत पाण्यातील घाणीचे प्रमाण आणि ती जेथे मिसळली जाईल तेथपासून पाणी किती अंतर दूरवर वाहिले म्हणजे किती प्रमाणात शुद्ध होईल याबाबतच्या मर्यादा शोधल्या पाहिजेत. इंदूरचे सांडपाणी क्षिप्रा नदीतून वाहात उज्जैनीला जाईपर्यंत काही प्रमाणात शुद्ध होते. एवढे मात्र खरे की अशा प्रकारे नदीच्या पाण्याचा वापर हा काही अंशी सांडपाण्याचा पुनर्वापरच आहे.

१.९ पाणी देणाऱ्या वनस्पती

वैराण प्रदेशातूनही माणसे राहत आहेत आणि व्यवहार करत आहेत. अशा ठिकाणी पाणी दुर्मिळ असले तरी निसर्गाने पाणी साठवणाऱ्या वनस्पती तेथे निर्माण केल्या आहेत. आपल्याकडे पूर्वी फड्या निवडुंग भरपूर प्रमाणात होता. दुष्काळाचे वेळी जनावरांची भूक आणि तहान दोन्हीही भागवण्यासाठी, त्याचे काटे काढून, थोडा भाजून तो देत असत. मेक्सिको देशातही निवडुंगाचा वापर यासाठी करतात. चाऱ्यासंबंधी संशोधनाचा एक निष्कर्ष असा आहे की, जनावरांना ओला चारा खाण्यास मिळाल्यास पिण्यासाठी पाणी कमी लागते. दक्षिण आफ्रिकेतील शेतकी शाळेत असे अनुभवास आले आहे की, ओला चारा खाऊ घातलेल्या शेळ्या-मेंढ्या पाण्याशिवाय नऊ महिने ते सव्वा वर्षापर्यंत उत्तम तऱ्हेने राहू शकतात. मनुष्यासही तोच अनुभव येतो. तहान लागली म्हणजे शहाळ्याचे पाणी आणि त्यातीलच खोबरे यामुळे तहान व भूक दोन्हीही भागते. यासाठी पूर्वी कोकणातील काही मंडळी प्रवासास निघताना २-४ शहाळी जवळ बाळगत. कलिंगड, टरबूज ही सुद्धा अशाच तऱ्हेने उपयोगी पडणारी फळे आहेत.

आफ्रिकेत कलहारीच्या वाळवंटात प्रवासी लोक तहान भागवण्यासाठी अशाच फळांचा आणि पाणी देणारी झाडे व वेली यांचा उपयोग करतात. काही झाडांच्या खोडामध्ये भोक पाडून प्रवाशांना पाणी मिळवता येते. ही झाडे पामेशी जातीतील म्हणजे ताडमाडाच्या जातीतीलच आहेत. परंतु त्यापेक्षा ठेंगणी आणि बुंधा खूप मोठी असलेली आहेत. आफ्रिकेतील सुदान या राष्ट्रामध्ये बाओआब या नावाची प्रचंड झाडे आहेत. सरकारने ती राखून ठेवलेली असून त्यावर अनुक्रम घातलेले आहेत. ह्या झाडाच्या खोडामध्ये सुमारे १२०० लीटरपर्यंत पाणी राहू शकते. खोड पोकळ असते आणि त्यामध्ये पाणी साठले जाते. आफ्रिकेतील व ऑस्ट्रेलियातील वैराण भागात काही वेली आहेत. त्यांची खोडे पाण्याने भरलेली असतात व त्यातून पाणी शोषून घेता येते. ऑस्ट्रेलियामधील एका जातीच्या बेडकांच्या पोटात भरपूर प्रमाणात पाणी साठवलेले असते. लोक बेडूक पकडून पाणी मिळवतात.

१.१० जमिनींतील पाण्याचा (भूजलाचा) उगम व भूजल शास्त्राचा प्रारंभ

अशा तऱ्हेने विविध उपायांनी विविध ठिकाणी पाणी मिळविण्याचा प्रयत्न मानवाने केलेला आहे. तो जसजसा नैसर्गिक बारमाही पाणी देणाऱ्या पाणवठ्यापासून दूर दूर राहू लागला तसतसा निरनिराळ्या ठिकाणी पाणी मिळवण्याचे मार्ग शोधू लागला. उन्हाळ्यात वाहणाऱ्या काही नैसर्गिक झऱ्यांच्या पाहणीवरून त्यास जमिनीतसुद्धा पाणी असू शकते या गोष्टीचा शोध लागला असावा. हे एकदा कळल्यानंतर जमिनीतील पाणी मिळवण्यासाठी फार प्राचीन काळापासून मनुष्याने खोदकामाच्या कलेचा विकास केला आहे. जमिनीत पाणी कोठून आले? खडकाखाली त्याचा उगम कसा? हा जुन्या काळी एक वादाचा विषय होऊन गेला. ॲरिस्टॉटल सारख्या जगप्रसिद्ध तत्त्वज्ञालाही हवेतील बाष्प जमिनीत शिरून थंड होते व त्यामुळे ते पाणी नैसर्गिक झऱ्यांच्यावाटे बाहेर येते असे वाटत होते. याउलट होमर, प्लेटो यांच्यासारख्या ग्रीक तत्त्ववेत्यांना जमिनीतील पाणी किंवा नैसर्गिक झऱ्यांचे पाणी हे समुद्राचेच पाणी आहे असे वाटे. समुद्राचे पाणी सूर्याच्या शक्तीमुळे जमिनीत शिरते व त्यातील क्षार शोषले जाऊन शुद्ध पाणी डोंगरमाथ्यापर्यंत वर जाते अशी त्यांची समजूत होती. आपल्याकडेसुद्धा काही लोकांना असे वाटे की माणसाच्या शरीरात, डोक्यात रक्त जसे पोहोचते तसेच डोंगरावरील झऱ्यातील पाणी हे खालच्या जमिनीतून सूर्यशक्तीने वर जाते. अर्थात्

भूजलशास्त्र विकसित झाल्यानंतर हे सर्व गैरसमज दूर झाले.

जमिनीत जे गोडे पाणी मिळते त्याचे उगमस्थान म्हणजे पाऊसच होय. ही गोष्ट सिद्ध होऊन सर्वांना पटण्यास वेळ लागला. पावसाचे पाणी हे फारच थोडे आहे व पृथ्वीवरील नैसर्गिक झरे व विहिरी इत्यादींना ते पुरणे शक्य नाही असे लोकांना वाटे. जर्मन खगोलशास्त्रज्ञ केपलर याने असा सिद्धांत मांडला की एखाद्या जिवंत प्राणिमात्राप्रमाणे पृथ्वी ही समुद्राचे पाणी पिते, पचवते आणि ते गोडे करून झऱ्यातून, विहिरीतून ती आपणास देते. अटराव्या शतकाच्या मध्यात पियेर पेरो या वकिली करणाऱ्या फ्रेंच गृहस्थाने सीन नदीच्या वाहणाऱ्या पाण्याचे मोजमाप घेऊन असे सिद्ध केले की, त्या क्षेत्रात जेवढा पाऊस पडतो त्याच्या फक्त सहावा हिस्सा इतकेच हे पाणी नदीतून वाहते. उरलेले पाच हिस्से पाणी कोठे जाते? या प्रयोगाने एक वेगळीच चालना मिळाली आणि नंतरच्या शास्त्रज्ञांनी मोजमाप करून असे अनुमान काढले की जमिनीतील पाण्याचे उगमस्थान पावसाचे पाणी होय. यानंतर जमिनीतील पाण्याचे शास्त्र झपाट्याने पुढे जाऊ लागले. एक गोष्ट अगदी स्पष्ट आहे की शेतातील विहिरी दुष्काळात आटतात आणि सुकाळी भरपूर पाणी देतात. तसेच पावसाळ्यात विहिरीतील पाण्याची पातळी खूप वर येते आणि उन्हाळ्यात ती खूप खोल जाते. भूजलाचा आणि पावसाचा असा संबंध आहे हे लक्षात आल्यावर त्यांची मोजमापे होऊ लागली. खडकांचा अभ्यास त्या दृष्टीने सुरू झाला. जमीन हे पावसाचे पाणी साठवणारे एक सच्छिद्र भांडे आहे हे लक्षात आले आणि या सच्छिद्रतेवर अभ्यास होऊ लागले. सच्छिद्र खडकातून पाणी वाहण्याच्या कृतीवर अभ्यास झाले आणि भूजलशास्त्र हे एक स्वतंत्र पुढारलेले शास्त्र म्हणून निर्माण झाले.

१.११ जमिनीतील पाण्यासाठी प्रयत्न

भूजलशास्त्र हे जरी अलीकडे म्हणजे गेल्या सुमारे दीडशे वर्षात विकास पावले तरी या शास्त्राचा विकास होईपर्यंत जमिनीतील पाणी मिळवण्यासाठी कोणी खोळंबून राहिले नव्हते. जमिनीत पाणी आहे हे एकदा माहीत झाल्यावर ते मिळवण्यासाठी जगात चहूकडे पुरातन काळापासून प्रयत्न झाले. या प्रयत्नामध्ये इराण-इजिप्तसारख्या देशांचे प्रयत्न खूपच धाडसी होते. तरी परंतु असे दिसते की जगभर सर्व देशांत जवळजवळ समकालीन अशा संस्कृतींमध्ये निरनिराळ्या लोकांनी भूजलासाठी प्रयत्न केले. त्या काळातही दळणवळण हे होतच होते आणि त्याबरोबरच तंत्रज्ञानाची देवाणघेवाण चालूच होती.

चीनमध्ये ट्यूबवेल म्हणजे नलिका कूप करण्याची पद्धती फारच पूर्वीपासून होती. याचे तंत्र त्या लोकांना सुमारे दोन-तीन हजार वर्षांपासून माहीत होते. भुसभुशीत गाळाच्या जमिनीला हाताने गिरमीट फिरवून बोअरिंग केले जाई. ते ढासळू नये, म्हणून त्यामध्ये जमिनीवरून मोठ्या व्यासाचे पोकळ बांबू ठोकत असत. अशा तऱ्हेने बांबूची ट्यूबवेल खूप खोलपर्यंत तयार होत असे. काही ठिकाणी माती व गाळाच्या जमिनींत खूप खोल विहिरीसुद्धा खणत. त्या ढासळू नयेत म्हणून त्याला लाकडी फळ्यांचे आधार देत देत त्या खोल खणल्या जात.

विहिरी खणण्याचे कसब हे इतर ठिकाणीही होते. बायबलमध्ये जेकबची विहीर या नावाने ओळखली जाणारी इस्त्रायलमधील विहीर सुमारे ७५ मीटर खोल होती. तिचा गाळा (व्यास) २.७ मीटर इतका होता. ती ढासळली आणि आता ती जवळजवळ निम्मीच शिल्लक आहे. ग्रीस देशात अथेन्स शहरामध्ये इसवी सनापूर्वीच्या सहाव्या शतकातील जुन्या पंचकोनी विहिरी आहेत. इटलीमधील ऑर्व्हिएटो गावांतील सेंट पॅट्रीक्सची विहीर अगदी अलीकडची म्हणजे सुमारे १६ व्या शतकाची आहे ती सुमारे ६२ मीटर खोल असून १३ मीटर व्यासाची आहे. रोमनकाळातील विहिरीसुद्धा इसवी सनापूर्वी सुमारे ३०० वर्षांपूर्वी

खोदल्या गेल्या आहेत. दक्षिण अमेरिकेमध्ये तेथील आदिवासी लोक विहिरी खणत आणि कातडी पखालीने पाणी वर काढत. आपल्याकडे अहमदाबादजवळ अडालज येथील पाणीपुरवठ्यासाठी खणलेली सुप्रसिद्ध विहीर वास्तुशास्त्राचा उत्तम नमुना आहे. तसेच राजस्थानात दौसा जिल्ह्यात आभानेरी येथील 'चांदबावडी' विहीर सुद्धा पर्यटकांचे आकर्षण आहे.

जुन्या काळात मध्यपूर्वेतील विशेषतः इराणातील (पर्शियातील) लोकांनी या बाबतीत प्रगती केली होती. हा देश मुळातच वैराण आणि वालुकामय असल्यामुळे तेथे पाण्यासाठी धाडसी प्रयत्न होणे स्वाभाविकच होते. या लोकांनी पाण्यासाठी टेकडीच्या पायथ्याशी जमिनीच्या पोटात बोगदे खणून त्यांचे पाणी एकत्र करून शहरांना व शेतांना पुरवले. या बोगद्यांना कनात (कारेझ किंवा घनाट) असे संबोधतात. ही बोगदे करण्याची कृती सुमारे ३००० वर्षांपूर्वीची अगर त्याहीपेक्षा पुरातन आहे. हमादान या शहरास पाणी पुरवणारा बोगदा (कनात) इसवी सनापूर्वी ६३४ मध्ये शत्रूने पाडला आणि ते शहर जिंकले.

कनातचे बोगदे करून पाणी पुरवण्याची ही पद्धत इराणमधून इजिप्तमध्ये गेली. सॅडलॉक्स याने इसवी सनापूर्वी ५०० वर्षे या सुमारास शेतीला पाणी पुरवण्यासाठी बोगद्यांची मालिका खणली. हा एक अतिशय मोठा प्रकल्प झाला आणि त्याच्या आनंदोत्सवाप्रीत्यर्थ इजिप्शियन लोकांनी थीव्हज् येथे अमोनचे देऊळ बांधले. कालांतराने हा प्रकल्प विसरला जाऊन बोगद्यातून येणारे पाणी हे झऱ्याचे पाणी आहे असे वाटू लागले.

१.१२ इराणमधील कनात

कनातचे बोगदे खणून पाणी मिळवण्याची कला इराणमध्ये विकसित होऊन तेथून इजिप्त, ओमान, अरबस्तान, येमेन, अफगाणिस्तान, मध्य आशिया व चीनच्या वायव्य भागापर्यंत पोहोचली. हे काम करणाऱ्या लोकांची एक स्वतंत्र जमातच इराणमध्ये होती. या लोकांचा मुकादम डोंगराळ भागात किंवा उंचवट्याच्या भागात जाऊन पाहणी करे. त्यानंतर एक उभी विहीर खूप खोलीपर्यंत खणून पाण्याच्या थरांचा अभ्यास केला जाई. या अभ्यासाने बोगद्यांच्या दिशा ठरवल्या जात. तसेच ज्या ठिकाणी पाणी पोचवावयाचे त्यावरूनही दिशा ठरवली जाई. अशी दिशा ठरल्यावर त्या दिशेत सुमारे दर १०० मीटर अंतरावर उभ्या खोल विहिरी खणत. अपेक्षित किंवा भरपूर पाणी लागेपर्यंत या विहिरी कितीही खोल म्हणजे ६० मीटरपासून १५० मीटर खोलीपर्यंतसुद्धा खणल्या जात. त्यानंतर या सर्व उभ्या विहिरींच्या तळातून एक आडवा बोगदा खणून सर्व विहिरी एकमेकींशी जोडल्या जात. (आकृती १.१२.१) विहिरींच्या तळांतून आणखी काही बोगदे निरनिराळ्या दिशांनाही खणले जात. जिकडे पाणी जास्त मिळेल तिकडे बोगदे खणत. अशा तऱ्हेने एखाद्या घुशीच्या बिळाप्रमाणे मुख्य बोगद्यापासून निरनिराळ्या दिशांना बोगदे जात. बोगदा जसजसा लांब होत जाई आणि उभ्या विहिरींना जोडला जाई तसतशी त्यातील पाण्याची वाढ होत असे. तो डोंगरापासून दूर जाऊ लागला म्हणजे जमिनीच्या उताराप्रमाणे भूपृष्ठापासून बोगद्याची खोली कमी कमी होई. शेवटी बोगद्याचे टोक सखल भागांतील जमिनीत उघडे होऊन त्यातून येणारे पाणी शेतीला मिळे. इराणमध्ये पूर्वी जमीनदारी असल्याने मोठमोठे जमीनदार कनातांची देखभाल करत व मिळणारे पाणी आपसांत वाटून घेत. आता जमीनदारी नष्ट झाल्यामुळे छोट्या गरीब शेतकऱ्यांकडून कनातांकडे दुर्लक्ष होत आहे. ज्या ठिकाणी डोंगर पायथ्याशी चुनखडी किंवा वाळूचे खडक आहेत, कठीण पाषाण नाहीत अशा वैराण प्रदेशात पाणी मिळवण्याची ही योजना म्हणजे इंजिनिअरिंग शास्त्रातील एक वैशिष्ट्यपूर्ण प्रकल्पच म्हणावा लागेल.

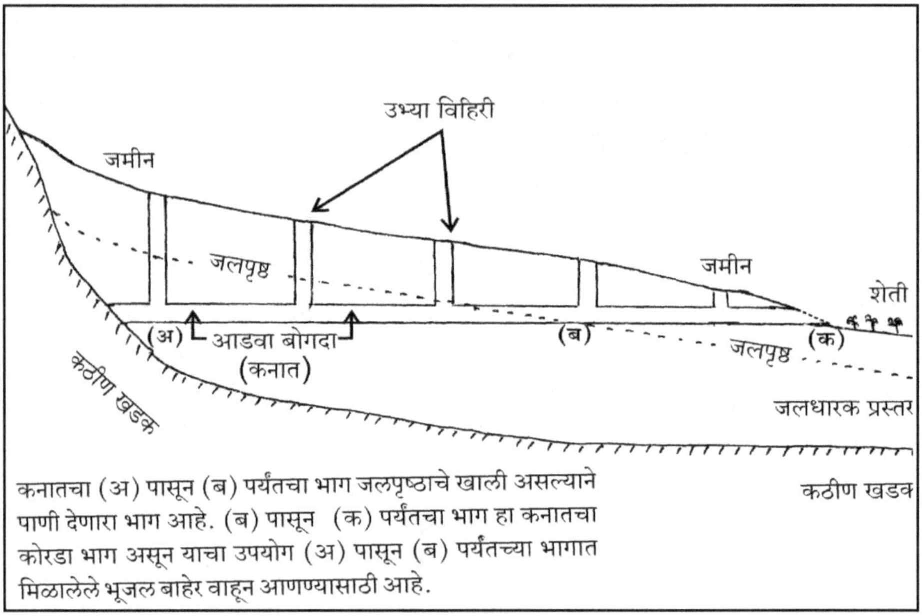

आकृती १.१२.१

इराणमध्ये असे जुने ४०,००० कनात आहेत. त्यांतील बोगद्यांची लांबी २,७४,००० किलोमीटर आहे. अलीकडच्या काळात ट्यूबवेल या कितीही खोल घेता येतात. त्यातून भरपूर पाणी मिळते. त्यामुळे कनातची ही योजना आता जुनी झाली आहे. ट्यूबवेल्समुळे भूजलाची पातळी खाली गेल्याने देशोदेशींचे पुष्कळ जुने कनात कोरडे झाले. नवीन कनात जास्त खर्चामुळे खणले जात नाहीत.

आपल्याकडेसुद्धा कनात नसले तरी जुन्या काळात डोंगरपायथ्याशी उंचीवर असलेल्या जमिनीत विहीर खणून, खापरी नळ टाकून जवळच्या गावांना पाणी आणून पुरवठा केल्याची उदाहरणे आहेत. ज्या डोंगरपायथ्याशी पुष्कळ जाड अशा चुनखडीचे प्रस्तर आहेत किंवा डोंगरातील खडकांचा चुरा किंवा तुकडे याचे जाड थर आहेत अशा ठिकाणी जमिनीत या प्रस्तरातून जलसंचय झालेला असतो. तेथे खोल चर खणून त्याचे तळात सच्छिद्र खापरी नळ बसवतात. काही ठिकाणी असे चर मोठ्या मोठ्या गोट्यांनी भरून काढून एका खोल विहिरीस जोडतात. पुढे या विहिरीतून नळ बसवून गावापर्यंत पाणी पोचवतात. हे नळ साफ करण्यासाठी ठिकठिकाणी उभ्या विहिरी म्हणजे उच्छ्वास करून माणसाला उतरण्याची सोय केलेली असते. महाराष्ट्रामध्ये अशा तऱ्हेचा पाणी पुरवठा जुन्या काळात केलेले शहर म्हणजे सातारा जिल्ह्यातील फलटण हे शहर होय. हे संस्थानी शहर होते व येथील जुना पाणीपुरवठा सात मैल अंतरावर निरगुडी या गावाच्या दक्षिणेस असलेल्या डोंगर पायथ्याच्या चुनखडीच्या जमिनीतून केला होता. जवळच वाखरी या गावातसुद्धा अशा प्रकारच्या चुनखडीमधील विहिरी आहेत. पुणे जिल्ह्यात पिरंगुटजवळ पोतनिसांचे उरवडे या गावी याच पद्धतीने पाणीपुरवठा केला होता. खुद्द पुण्यामध्ये कात्रजच्या तलावातून पाणी अशाच पद्धतीने आणले गेले होते. पेशवाईतील मुत्सद्दी नाना फडणीस यांनी पुण्याजवळील नऱ्हे गावचे जमीनदार ठोसर यांच्या मोठ्या विहिरीतून याच पद्धतीने पाणी सदाशिव पेठेतील हौदाला पुरवले होते. सतराव्या शतकात मलिक अंबरने औरंगाबादला पाणीपुरवठा याचप्रमाणे केला होता. तेथील काही जलवाहिन्या अद्यापही काम

देतात.

१.१३ भारतातील प्राचीन भूजलशास्त्र

भारतीय संस्कृती ही जगातील जुनी संस्कृती होय. त्यामुळे जमिनीतील पाण्याबाबत पुरातन कालापासून भारतात प्रयत्न झाले आहेत. भारतातील भूस्तरशास्त्र हे ऋग्वेद काळातच प्रगत झालेले होते आणि पृथ्वीची उत्पत्ती, प्रस्तरांची निर्मिती आणि पृथ्वीचे कालखंड यांचे सिद्धान्त पाश्चात्त्यांनी आज ज्या पद्धतीने मांडलेले आहेत, तेच ऋग्वेदातही मांडलेले सापडतात. जमिनीतील पाण्यासंबंधी वेदामध्ये उल्लेख आढळतात. अश्वमेध यज्ञामध्ये स्वाहाकार करताना जवळजवळ वीस-बावीस तऱ्हेच्या पाण्यांना किंवा जलदेवतांना द्यायच्या आहुती कृष्णयजुर्वेदात तैत्तिरीय संहितेत सांगितल्या आहेत. यामध्ये पहिली आहुती "कूपाय स्वाहा" ही विहिरीत असणारी उदके म्हणजे विहिरीच्या पाण्याला आहे. दुसरी आहुती कालव्याच्या पाण्याला आहे. ऋग्वेदामध्येही विहिरींचे उल्लेख आहेत. वेदवाङ्मय पारंगत श्री. चिंतामण गणेश काशीकर यांच्या *ऋग्वेदकालीन सांस्कृतिक इतिहास* यावरील प्रबंधात ऋग्वेदकालीन शेतीचे वर्णन खालीलप्रमाणे केलेले आहे : "ऋ. ४.५७ ह्या कृषी सूक्तात शेतीसंबंधी आर्यांची भावना व्यक्त झाली आहे. जमीन नांगरून व कोळपून बी पेरण्यात येत असे. एका पोकळ काठीतून बी पेरत असत. शेतीसाठी विहिरी खणल्या होत्या. त्यातून शेतीकरता व पिण्याकरता रहाटगाडग्याने पाणी काढून सिंचन करत असत. (ऋ. १०.२५.४, ९३.१३, १.१.५.६.७) विहिरीला चाक लावून त्यावर दोर सोडून पाणी काढत असत. (कूचक-ऋ. १०.१०२.११) दोराला पोहरा बांधलेला असे. (ऋ. १०.४२.२) जरूर तेथे कालवे (कुल्या) खणूनही पाणी नेले होते. खणलेल्या कालव्यातून वाहणाऱ्या पाण्याचा स्पष्ट उल्लेख (ऋ. ७.४९.२) या मंत्रात आला आहे. या काळी लोकांना पाण्याचे काही गुणधर्मही लक्षात आले होते. शुक्ल यजुर्वेदात विहिरीबाबत उल्लेख आहेत (२२.२५). रामायणाच्या सुंदरकांडात व युद्धकांडात विहिरीबाबतचे उल्लेख आहेत. यानंतर पुराणकालामध्येही विहिरींची उदाहरणे सापडतात. ययाति-देवयानीच्या कथेमध्ये देवयानी एका कूपात किंवा विहिरीत पडली. ययाती राजाने तिला हाताला धरून वर काढले; त्या वेळी ती पाण्याने भिजली होती. ही गोष्ट सर्वांना ठाऊकच आहे. कौरव-पांडव विटीदांडू खेळत असता त्यांची विटी विहिरीत पडली. द्रोणाचार्यांनी बाण मारून ती वर काढली. महाभारतात अर्जुनाने जमिनीत बाण मारला आणि शरपंजरी पडलेल्या भीष्माचार्यांच्या मुखात झऱ्याचे पाणी पडेल अशा व्यवस्था केली. या गोष्टी सर्वश्रुत आहेत.

हडप्पा संस्कृतीत विहिरी सापडल्याचे उल्लेख आहेत. त्या चांगल्या बांधीव विहिरी होत्या. भारतीय शेती व भूजलाचा विकास अशा तऱ्हेने फार पुरातन कालापासून झाला होता. त्यामुळे त्या काळापासून ते आजतागायत विहीर एक रोजच्या व्यवहारातील गोष्ट झाली आहे. संस्कृतांत विहिरीला 'कूप' हा शब्द आहे. आजकाल मराठी भाषेत आपण वापरतो तो 'विहीर' हा शब्द 'बीर' या अरेबिक शब्दावरून आला आहे. इस्रायलच्या हिब्रू भाषेतही विहिरीला 'बर' असा शब्द आहे.

१.१४ वराहमिहिराचे भूजलशास्त्र

विहीर करण्याचे तंत्र जसे भारतात वेदकालापासून अवगत होते, तसेच जमिनीतील पाणी म्हणजे भूजल शोधण्याचे एक पुरातन शास्त्रही भारतात होते. या शास्त्रास मनूपासून सुरुवात झाली. महर्षी मनूनी जमिनीत पाणी कोठे मिळेल यावर काही लक्षणे सांगितली. ती प्रामुख्याने वनस्पतींशी संबंधित आहेत आणि काही दगडांच्या वर्णनावरून दिली आहेत. नंतर भृगु ऋषींच्या संहितेमध्येही भूजलाची लक्षणे व औषधी उपयोग यांचा उल्लेख आहे. इसवी सनाच्या दुसऱ्या शतकात 'वराहमिहिर' हे एक मोठे ज्योतिषी होऊन

गेले. वराहमिहिर हे मगध देशातील (बिहार) शाकंभरी ब्राह्मण होते. त्यांच्या वडिलांचे नाव आदित्यदास असे होते. त्यांचा जन्म बिहारमधील काम्पिल्य येथे झाला. विक्रमादित्याच्या दरबारात जे नवरत्न पंडित होते, त्यामध्येही वराहमिहिरांचे नाव आहे. परंतु ज्योतिषी वराहमिहिर हे त्यांच्या पूर्वीच होऊन गेले असे मानतात. काही जण केरळातील आर्यभट्ट व वराहमिहिर हे समकालीन होते असे मानतात. काहींच्या मते वराहमिहिरांचा काल हा इ.स. ५०५ ते ५८७ असा होता. हे वराहमिहिर प्रगत विचारांचे होते. ''ग्रीक लोक हे भारतीयांपेक्षा काही कलांत व शास्त्रांत जास्त पारंगत असल्याने त्यांचा ऋषी किंवा ब्राह्मण यांच्याप्रमाणे आदर करावा'' असे त्यांनी त्या काळात सांगितले होते. वराहमिहिरांच्या संस्कृतमधील 'बृहत्संहिते'चे भाषांतर गोरेशास्त्री यांनी १९२३ साली केले आहे. वराहमिहिरांनी बृहत्संहितेत जमिनीतील पाण्याविषयी उदकार्गल (उदक = पाणी, अर्गला = झाडाची लहान फांदी) हे शास्त्र लिहिले. पुढे त्याला 'दकार्गल, 'दृक्गार्गल' किंवा 'दृक्गार्जल' अशीही नावे पडत गेली. या शास्त्रामध्ये निरनिराळ्या वनस्पतीवरून सुमारे साठ लक्षणे देऊन भूजल कोठे मिळेल हे सांगितले आहे. त्या वेळेपासून आजतागायत यातील प्रमुख लक्षणे खेडोपाडी सर्वांना माहीत आहेत आणि त्यास अनुसरून आजही लोक विहिरी खणतात.

त्यातील अगदी परिचयाची झाडे व वनस्पती म्हणजे जांभूळ, औदुंबर, वाळ्याची बेटे, खजुरी किंवा शिंदीचे झाड, बोर, अर्जुनसादडा इत्यादी आहेत. रुई, काटेरी शमी इत्यादी लहान वनस्पतीसुद्धा जमिनीतील पाणी दर्शवतात, असे मानतात. ही झाडे व वनस्पती पाणी दर्शवतात असा सर्व खेड्यांमधून लोकांचा विश्वास आहे. काही लक्षणांमध्ये दोन झाडे एकत्र असतील तेथे भूजलाचे अस्तित्व मानावे, असे लिहिले आहे. उदाहरणार्थ-आपटा व बोर, पळस व बोर, बोर व रोहिडा, बोर व आक्रोड, अर्जुनसादडा व बोर, अशा झाडांच्या जोड्या दिल्या आहेत. मुंग्यांच्या वारुळाला दृक्गार्जल शास्त्रात फार महत्त्व आहे. वरील बहुतेक झाडे वारूळाच्या सान्निध्यात असल्यास तेथे पाणी मिळेल, अशी लक्षणे दिली आहेत. मात्र या सर्व शास्त्रात ''सोंदण'' किंवा ''सौंदड'' (पांढरट खोडाचे बाभळीसारखे काटेरी झाड) या नावाच्या झाडाचा कोठेच उल्लेख नाही. पांढरी शमी व वारूळ हे एक चांगले लक्षण दिले आहे. इतरही काही लक्षणे आहेत. उदाहरणार्थ, नम्र व शुभ्र म्हणजे पांढऱ्या, वाकलेल्या फांद्या, उन्हाळ्यात शेतातून निघणाऱ्या वाफा, पांढुरके शेत, ओलावा, खोलगट भाग ही सर्व लक्षणे पाण्याची मानलेली आहेत. ती ओळखण्यास फारशी कठीण नाहीत. बी उगवत नाही व उगवले तर मरते असेही एक जमिनीचे लक्षण पाण्यासाठी सांगितले आहे. अशा ठिकाणी चार हातावर पाणी मिळेल असे वर्णन आहे. या सर्व लक्षणांच्या बरोबर खोदत गेले असता भूमीची अवस्था किंवा प्रकार सांगितले आहेत. तसेच खोदताना कोणकोणते प्राणी मिळतील याचेही उल्लेख आहेत. याचा अर्थ असा की, खोदकाम करताना वरील लक्षणांवरून त्या प्रकारची भूमी व ते प्राणी जर मिळाले नाहीत तर त्यातून पाणी मिळेलच असे नाही. याप्रमाणे अनेक तऱ्हेची लक्षणे या शास्त्रात दिली आहेत. सुमारे १८०० वर्षांपूर्वी जमिनीत पाणी कोठे लागेल याविषयी खोलवर अभ्यास करून पद्धतशीर मांडणी करणारे हे पहिलेच शास्त्र आहे व ते भारतातच जन्मले.

दृक्गार्जल शास्त्रात ज्याप्रमाणे वनस्पतींच्या आधाराने पाणी कोठे मिळेल हे सांगितले आहे, त्याप्रमाणे परदेशातही, अनुभवांवरून काही वनस्पती पाण्याचे निदर्शक मानल्या गेल्या. वेताची बेटे, राय, मेक्सिकन खारे गवत, शिंदीच्या जातीची झाडे या वनस्पतींच्या किंवा वृक्षांच्या शेजारी पाणी असते असे दक्षिण अमेरिकेतील लोकही मानतात. आफ्रिकेमध्ये न्यासा सरोवराच्या आसपासच्या भागात बाभूळ हे कमी पावसाच्या प्रदेशात वाढणारे व डिंकाकरिता प्रसिद्ध असणारे झाड हे पाण्याचे लक्षण मानले जाते.

टांझानियामध्ये मकुजा या उंबराच्या जातीच्या वनस्पतीला पाण्याच्या दृष्टीने महत्त्व आहे, तर दक्षिण आफ्रिकेमध्ये ठेंगणे नारळाचे झाड हे पाण्याचे लक्षण मानले जाते.

दृक्‌गार्जल शास्त्रात मारवाड प्रांतासाठी पाण्याचा स्वतंत्र विचार केला आहे. सुकरिका, रानउडीद, मूळघंटी किंवा मूळघोटी या तीन वनस्पती जर वारुळावर वाढल्या असतील तर मारवाड देशात ३५ हाताखाली पाणी सापडेल असे म्हटले आहे. तसेच जांगळ (?) देशातील पाण्याच्या खोलीपेक्षा मारवाडातील पाण्याची खोली दुप्पट सांगावी असे म्हटले आहे. महर्षी मनूनी जी लक्षणे सांगितली त्यांचाही अंतर्भाव वराहमिहिराने केला आहे.

याशिवाय पाषाणांचे प्रकार आणि झऱ्यांच्या प्रकारांचे वर्णन केलेले आहे. उदाहरणार्थ, पारव्या रंगाचा पाषाण, त्याखाली काळी माती, काजळासारख्या रंगाचा पाषाण, मेघासारखा काळा दगड असे दगडांचे वर्णन आहे. सूर्य, भस्म, गर्दभ, उंट यासारखी भूमी; मध, तूप, तांबडे वस्त्र यासारख्या शिळा; असे दुर्बोध वर्णन आहे. झऱ्यांच्या प्रकारामध्ये जी वर्णने आहेत त्यावरूनही फारसा बोध होत नाही. उदाहरणार्थ, इंद्रादिकांच्या नावांच्या आठ दिशांच्या आठ शिरा व महाशीर म्हणून एक नववी शीर झऱ्यांसाठी मानावी असे म्हटले आहे. भूमीखाली पाताळ असून तेथे वर दिलेल्या शुभकारक शिरा असतात असे वर्णन आहे. मारवाड देशामध्ये भूजलाचे झरे उंटाच्या मानेप्रमाणे वाकडे वाहतात असाही उल्लेख आहे. अशा तऱ्हेने विविध विचार वराहमिहिरांच्या संहितेत सांगितलेले आहेत.

या शास्त्रात खडक फोडण्याचे काही प्रकार दिले आहेत. ज्या खडकाला सांधे, फटी नाहीत अशा खडकावर अग्नी म्हणजे जाळ करून त्याची उष्णता वाढवावी व लगेच त्यावर पाणी टाकावे म्हणजे तो खडक थंड होऊन फुटेल असे सांगितले आहे. तसेच खडक फोडण्यासाठी वापरावयाची हत्यारे जर बोथट झाली तर त्यांना धार येण्यासाठी तेल, रुईचा चीक, केळीचे सोपट, दही, इत्यादींची क्रिया करावी असा उल्लेख केला आहे. अशा तऱ्हेने हे शास्त्र सर्वांगीण करण्याचा प्रयत्न केला आहे. आज या शास्त्राचा फारसा उपयोग होत नसला तरी शेकडो वर्षांपूर्वी भूजलाच्या विविध अंगांचा विचार भारतात झाला होता हे महत्त्वाचे आहे.

वराहमिहिराच्या दृक्‌गार्गल शास्त्राचे जास्त वर्णन येथे करण्याचे कारण म्हणजे या शास्त्रातील दिलेली लक्षणे हिंदुस्थानभर अनेकांना माहीत आहेत व त्यावर लोकांची फारच श्रद्धा आहे. त्याप्रमाणे गावोगावी विहिरी खणल्या जातात. परंतु त्यापैकी पुष्कळांस पाणी लागत नाही किंवा ते आठमाही व अपुरे लागते. याचे कारण असेही असू शकेल की या शास्त्रात वर्णन केल्याप्रमाणे फक्त नुसत्या वनस्पतींच्या लक्षणाने जागा पाहून विहिरी खोदल्या जातात. परंतु त्याच्या पुढे जे प्राणी किंवा भूमीचा प्रकार त्यात वर्णन केलेला आहे त्याप्रमाणे जर ते सापडले नाहीत तर त्या ठिकाणी पाणी मिळणार नाही असे समजून, ती विहीर खणणे बंद केले पाहिजे असे शास्त्र सांगते. पण लोक तसे करत नाहीत. उदाहरणार्थ, औदुंबर वृक्षाच्या पश्चिमेस तीन हातापलीकडे खणले तर तेथे साडेपाच हाताखाली काळा साप व त्याखाली काजळासारखा काळा पाषाण लागून साडेबारा हाताखाली गोडे पाणी लागेल असे म्हटले आहे. याप्रमाणे खोदकामास सुरुवात केल्यावर साडेपाच हाताखाली काळा साप(?) व काजळासारखा पाषाण लागला नाही तर खोदकाम थांबवले पाहिजे. वारुळावर मोठी निरगुडी वाढली असेल, तिच्या दक्षिण बाजूस अडीच हाताखाली तांबडा मासा, त्याखाली तांबडी माती, त्याखाली पांढरी माती व त्याखाली गारगोट्यासहित बारीक वाळू असल्यास सव्वाअकरा हाताखाली पुष्कळ गोडे पाणी लागेल असे म्हटले आहे. त्यामुळे नुसत्या वारूळ आणि निरगुडीवर विहीर

खणण्यास सुरुवात केल्यास व त्यानंतर पुढची लक्षणे न मिळाल्यास विहीर थांबवली पाहिजे. हे जसे खरे, तसेच या शास्त्रात सांगितलेले साप व मासा हे प्राणी प्रत्यक्षात सापडतच नाहीत हेही खरे. आणि ज्या पारिभाषिक शब्दांत या प्राण्यांची व खडकांची नावे दिली आहेत त्या शब्दांचा आज तरी अर्थ लागत नाही व त्यामुळे शास्त्राचाही उपयोग कमी होतो.

वराहमिहिराचे शास्त्र हे सुमारे दीड-दोन हजार वर्षांपूर्वी त्या काळच्या अनुभवाने सिद्ध केलेले एक नैसर्गिक शास्त्र आहे. त्या काळात आणि आजच्या काळात नैसर्गिक परिस्थितीत खूपच बदल झालेला आहे. पूर्वीची नैसर्गिक चराऊ जमीन होती ती सध्याच्या काळात बांध बांधोटी करून शेतीखाली आणली आहे. त्या काळच्या नैसर्गिक अरण्यांची आज खूपच तोड झाली आहे. पाणी जमिनीत मुरण्याची स्थिती बदलली आहे. तसेच जंगलतुटीने पाऊस पडण्याच्या क्रियेत, पद्धतीत व त्यापैकी जिरणाऱ्या पाण्याच्या प्रमाणात बदल झाला आहे.

दुसरी महत्त्वाची गोष्ट म्हणजे अशी की, मागे म्हटल्याप्रमाणे त्या काळातील पाण्याची गरज व आजच्या काळातील पाण्याची गरज यांत फारच मोठी तफावत आहे. आजकाल नुसते पाणी मिळणे या गोष्टीस महत्त्व उरलेले नाही. ते इच्छित योजनेसाठी पुरेशा प्रमाणात किफायतशीर रीतीने मिळेल की नाही हे जाणणे महत्त्वाचे झालेले आहे. पाणी मिळाले की काम संपले, इच्छापूर्ती झाली, अशी आजची स्थिती राहिली नाही. आज शेतकऱ्याला पाणी हवे आहे ते किमान अर्ध्या हेक्टरमध्ये ऊस किंवा उन्हाळी बागायत होण्यासाठी. म्हणजे दररोज किमान ३५-४० हजार लीटर पाणी हवे. सुमारे एक हजार वस्तीच्या गावास दरडोई सत्तर लीटर याप्रमाणे दररोज किमान सत्तर हजार लीटर पाणी देईल अशी विहीर हवी. एखादा रासायनिक कारखाना चालवण्यास लाख-दोन लाख लीटर पाणी सहज हवे. या गरजानुसार जर आवश्यक तेवढे पाणी मिळाले नाही तर ती विहीर निरुपयोगी ठरते व तिच्यावर केलेला खर्च वाया जातो. उंबराजवळ खणलेल्या विहिरीला नुसते पाणी लागले की नाही यास आज काही अर्थ नाही. ठरलेल्या उद्देशासाठी अपेक्षित प्रमाणात पाणी मिळेल किंवा नाही हे समजणे ही आजची गरज आहे. त्यासाठी विहीर कोठे खणावी हे समजण्याबरोबरच ती केवढी मोठी खणावी, किती खोल खणावी, तिच्यात उभे-आडवे बोअरिंग घ्यावे किंवा नाही व अशा विहिरीतून रोज किती लीटर पाणी मिळेल हे समजले तरच त्या विहिरीसाठी खर्च करणे परवडते. नुसतेच पाणी लागण्याने विहिरीवर झालेल्या खर्चाची परतफेड होत नाही. त्यामुळे या जुन्या शास्त्राप्रमाणे विहिरी खणल्यास समाधान होत नाही.

दृक्गार्जलातील मुख्य लक्षणे वनस्पतीवर आधारित आहेत. वनस्पती व वृक्ष हे उथळ भूजलाचे निदर्शक आहेत. सरासरीने झाडांच्या मुळ्या १०-१५ मीटरपेक्षा खोल जात नाहीत. अर्थात् त्यापेक्षा खोल असे जे कठीण खडकांतील पाणी आहे त्याचा व वृक्षवल्लींचा काहीही संबंध उरत नाही. खोल पाणी वनस्पतींच्या खुणांवरून ओळखता येणार नाही.

झऱ्यांची वर्णने दृक्गार्जलातील जी दिलेली आहेत ती आधुनिक शास्त्राच्या सिद्धान्ताशी जुळणारी नाहीत. कारण एखाद्या शहरामध्ये ज्याप्रमाणे म्युनिसिपालटीने पाण्याचे नळ जमिनीखाली घातलेले असतात तसे नळ किंवा शिरा किंवा झरे परमेश्वराने भूमीमध्ये घालून ठेवलेले नाहीत. त्यामुळे पूर्वादिक आठ व नववी महाशीर इत्यादी वर्णने पाण्याच्या झऱ्याला जुळत नाहीत. या सर्व गोष्टीमुळे हे शास्त्र सध्याच्या काळात विहिरीसाठी जागा शोधण्यास उपयोगी पडत नाही ही वस्तुस्थिती आहे. एखाद्या घरासाठी परड्यामध्ये पाणी हवे असल्यास व तेथे अशी लक्षणे सापडल्यास फार तर या शास्त्राचा उपयोग होईल आणि एखाद्या कुटुंबास पुरेल एवढे पाणी मिळेल. परंतु आधुनिक गरजांच्या पूर्तीसाठी या शास्त्राकडून जास्त

अपेक्षा करणे चुकीचे ठरेल.

दृक्गार्जल शास्त्रात पाण्याच्या लक्षणाबरोबर जे काही प्राण्यांचे निर्देश केलेले आहेत, त्यासंबंधी संशोधन व्हावयास हवे. दिलेल्या लक्षणामध्ये काही ठिकाणी खोल खणल्यानंतर काळा साप, पांढरी घोरपड, तांबडा मासा, कमळासारखा उंदीर, मुंगूस, कासव, काळी पाल, विंचू या तऱ्हेचे प्राणी सापडतील तेव्हा पाणी मिळेल असे उल्लेख आहेत. विहिरी खणताना जिवंत प्राणी माती-मुरुमात सापडतात; पण खडकांत फारच क्वचित् किंवा अगदी अपवादात्मक सापडल्याचे अनुभवास येते. कारण दगडांच्या सांधीफटीतून काही प्राण्यांची अंडी फारच थोड्या खोलीपर्यंत जाऊ शकतात. विहिरीच्या तळात शंख-शिंपले सापडल्याची उदाहरणे अधिक आहेत. परंतु वराहमिहिराने जी प्राण्यांची वर्णने दिली आहेत तसे प्राणी सापडल्याचे ऐकिवात नाही. तेव्ही ही प्राण्यांची वर्णने म्हणजे खडकांचे प्रकार इत्यादी दाखवण्याची काही परिभाषा आहे की काय हे तपासले पाहिजे. गाळाच्या खडकांमध्ये निरनिराळ्या प्राण्यांचे अवशेष (जीवाश्म) सापडतात. त्यावरून त्या खडकांच्या किंवा प्रस्तरांच्या जन्माचा इतिहास समजतो. प्राण्यांच्या अवशेषावरून खडकांचे वय काढून संगती लावणे या शास्त्रास 'पॅलिएन्टॉलॉजी' असे म्हणतात. दृक्गार्जलात दिलेली नावे अशा प्राणी अवशेषांची किंवा फॉसिल्सची नावे असू शकतील. ती जर तशी असतील तर वराहमिहिराच्या अभ्यासाचे क्षेत्र समजेल. कारण ज्या प्रस्तरात या प्रकारचे फॉसिल्स सापडतात त्या प्रस्तरांच्या प्रदेशासाठी हा अभ्यास झाला असे म्हणता येईल. मग महाराष्ट्राच्या काळ्या पाषाणांत त्याचा उपयोग नाही.

वराहमिहिरानंतरच्या काळात आपल्याकडे भूजलाचा शास्त्रीय अभ्यास फारसा झाला नाही. युरोपमध्ये तो होऊ लागला. मागे सांगितल्याप्रमाणे पियेर पेरो या फ्रेंच शास्त्रज्ञाने पावसाचे पडणारे पाणी आणि त्यातील नदीतून वाहून जाणारा भाग याचे मोजमाप करून जमिनीत पाणी मिळते ते पावसाचे मुरलेलेच होय हे सिद्ध केले. त्यानंतर हे शास्त्र प्रगत होत गेले. पाण्याच्या जमिनीतील वाहण्याच्या गतीबाबतचा सिद्धान्त हेन्री डार्सी या फ्रेंच शास्त्रज्ञाने १८५६ साली मांडला. हा सिद्धांत आजच्या सर्व भूजल शास्त्राचा मूळ पाया बनला आहे. या मूलभूत सिद्धांताची १५०वी जयंती २००६ साली, फ्रान्समधील बर्गंडी प्रांताची राजधानी 'दिजाँ' या डार्सीच्या गांवी, अनेक देशांतील भूजल तज्ज्ञांनी एकत्र येऊन साजरी केली. भारतामध्ये हे नवीन शास्त्र विसाव्या शतकात पुढे येऊ लागले. १९३४ च्या सुमारास स्वतः लेखक तसेच वैद्यनाथन इत्यादी शास्त्रज्ञांनी प्रयोगशाळेत जलधारक खडकांचा अभ्यास केला. १९४० सालानंतर लेखकाने तसेच इतर शास्त्रज्ञांनी या शास्त्राबाबत चांगल्या दर्जाचे प्रबंध प्रसिद्ध केले. १९५४ पासून अमेरिकेच्या मदतीने खोल कूपनलिका (ट्यूबवेल) घेऊन भूजलाचा अभ्यास सुरू झाला. अशा तऱ्हेने हिंदुस्थानात या शास्त्राची प्रगती होऊ लागली. सरकारी खाती, विश्वविद्यालये व खाजगी संस्था या सर्वांचा या प्रगतीस हातभार आहे. सामान्य लोकांचाही या आधुनिक शास्त्रावर विश्वास बसू लागला आहे. गेल्या २५-३० वर्षांत भूजल संशोधन व भूजलाचा उपसा यांचे जोडीलाच भूजलाचे पुनर्भरण व प्रदूषणापासून संरक्षण यांना महत्त्व आल्याने 'भूजलाचे सर्वांगीण व्यवस्थापन' हे शास्त्र पुढे आले आहे.

१.१५ गरम पाण्याचे झरे

भूगर्भातील सर्वच पाण्याचा उगम हा 'समुद्राचे पाणी-वाफ-पाऊस' या जलचक्रामुळे झालेला नसतो. अत्यल्प प्रमाणात काही पाणी अंतरिक्षातून किंवा उल्कापातांतूनही आलेल्या बाष्पामुळे बनलेले असते. भूगर्भातील पाण्याचा एक प्रकार उष्णोदक (गरम पाणी) म्हणून ओळखला जातो. या पाण्याचा उगम

ज्वालामुखीची क्रिया किंवा शिलारसाची क्रिया यात आहे. भूगर्भामध्ये तप्त शिलारस आहे तो स्फोट होऊन बाहेर येतो त्यास ज्वालामुखी म्हणतात. स्फोटाच्या वेळी शिलारसातील वाफ बाहेर पडते व ती वातावरणात मिसळली जाते.

शिलारसातील पाणी हे प्रचंड दाबाखाली बाष्परूपात असते. ते बाहेर पडण्याचा सतत प्रयत्न करते. त्यामध्ये गंधक वगैरे मूलद्रव्ये मिसळलेली असतात. भूपृष्ठ कवचातील खोलपर्यंत गेलेल्या फटींच्या मार्गाने हे बाष्प जमिनीच्या पृष्ठभागाजवळ येते व तेथे भूजलाबरोबर त्याचे मिश्रण होऊन झऱ्यांच्या स्वरूपाने ठराविक जागातून बाहेर येते. या रीतीने निर्माण झालेले काही गरम पाण्याचे झरे (उन्हाळी) कोकणात आहेत. महाराष्ट्राचा सर्व भूभाग शिलारसापासूनच निर्माण झाला आहे. त्यामुळे त्या क्रियेशी संबंधित असे हे गरम पाणी आहे. कोकणपट्टीत साधारणपणे दर ६० ते १०० कि.मी. अंतरावर एकेक 'उन्हाळे' दृष्टीस पडते. गरम पाण्याच्या या अनेक झऱ्यांपैकी रत्नागिरी जिल्ह्यात संगमेश्वर तालुक्यातील तुरळ व गुजरातमधील बलसाड जिल्ह्यातील उन्हई या दोन झऱ्यांतील पाणी जास्त उष्ण आहे.

काही गरम पाण्याचे झरे हे दुसऱ्या तऱ्हेनेही निर्माण झाले आहेत. जमिनीवर नद्या, तळी वगैरेतून काही पाणी प्रस्तराच्या भेगा व फटीतून खूप खोल जाते. जमिनीच्या खाली ते खोलवर शिरत असताना त्याचे तपमान हळूहळू वाढत जाते. भूपृष्ठाकडून भूगर्भाकडे तपमान सुमारे १०० मी. खोलीस एक ते दीड अंश सेल्सियस या प्रमाणात सरासरीने वाढत जाते. कोकणात काही ठिकाणी हे तपमान जास्त लवकर वाढत जाते. अशा तऱ्हेने पाणी खूप खोल गेल्यानंतर त्याचे तपमान इतके वाढते की त्याची वाफ होऊ लागते. पाणी आत जाते त्या वाटेने वाफ परत येऊ शकत नाही. कारण तिच्यावर वरून खाली जाणाऱ्या पाण्याचा दाब असतो, त्यामुळे वाफेला वर येण्यासाठी दुसरीकडे वाट असावी लागते. अशी वाट मिळाल्यास ही वाफ तिकडून गरम पाण्याच्या झऱ्याच्या रूपात बाहेर येते. हिमालयामध्ये श्री बद्रिनारायणापाशी आणि गौरीकुंडापाशी जे गरम पाण्याचे झरे आहेत ते अशा प्रकारचे आहेत. हिमालयात रूपांतरित गाळाचे खडक आहेत व पर्वत निर्माण होण्याच्या प्रक्रियेत खोलवर जाणाऱ्या फटी निर्माण झाल्या असण्याची शक्यता आहे.

जमिनीच्या पृष्ठभागावर या दोन्ही कारणाने निर्माण झालेले गरम पाण्याचे झरे जगात अनेक ठिकाणी आहेत. यातील काही झरे वाफेच्या दाबामुळे जमिनीच्या वर उंच उडतात आणि वाफ व गरम पाणी बाहेर पडते. अशा झऱ्यांना 'गेशर्स' म्हणतात. अमेरिकेमध्ये अशा तऱ्हेचे गेशर्स आहेत. तसेच ते आईसलॅण्डमध्येही आहेत. भूपृष्ठावर बर्फ असला तरी जमिनीतून वाफ व उष्णोदक बाहेर पडते. रशियात कामाश्चाटका या थंड प्रदेशात सुद्धा असे गरम झरे आहेत. जगप्रसिद्ध 'ओल्ड फेथफुल गेशर' हा झरा अमेरिकेतील वायोमिंग या राज्यात 'यलो स्टोन' या राष्ट्रीय उद्यानात आहे. हा वर्षानुवर्षे रात्रंदिवस दर ५० ते ७० मिनिटांनी न चुकता उडतो व त्याचे पाणी ६० मी. (२०० फूट) उंचीपर्यंत फेकले जाते. प्रत्येक वेळी सुमारे चार मिनिटांच्या उद्रेकात जमिनीतून सुमारे ६००० लीटर पाणी पृथ्वीच्या पोटातून या गेशरद्वारे बाहेर पडते.

गरम पाण्याचे झरे हे औषधी पाणी देणारे झरे आहेत असा जगभर समज आहे. या झऱ्यांच्या पाण्याने स्नान केल्यास अनेक रोग दूर होतात व विशेषतः त्वचारोग बरे होतात असे म्हणतात. त्यामुळे या झऱ्यांच्या बाजूस स्नानगृहे किंवा कुंडे केलेली असतात. मुंबईजवळील वज्रेश्वरी येथे गरम पाण्याचे कुंड आहे व स्नानगृहेही बांधली आहेत. अशा झऱ्यांच्या उष्णोदकात प्रामुख्याने गंधकाची संयुगे

मिसळलेली असतात. त्यांच्या अवतीभवती गंधकयुक्त वास येतो. काही ठिकाणी पिवळे गंधक दृष्टीस पडते. गंधकाच्या संयुगापासून सुटे गंधक निर्माण करण्याची क्रिया जिवाणू म्हणजे बॅक्टेरियामुळे होते. आश्चर्याची गोष्ट म्हणजे अशी की, या बॅक्टेरिया खूप खोलीपर्यंत शिरून गंधकाच्या संयुगाचे विघटन करून गंधक सुटे करतात. रशियामध्ये काही ठिकाणी पेट्रोलियम तेलाच्या विहिरीत सुमारे ७५० मीटर्स खोलीपर्यंत अशा तऱ्हेचे जिवाणू काम करताना आढळले. क्रीमिया प्रांतात नैसर्गिक झऱ्यापाशी अशा तऱ्हेचे जिवाणू आढळतात.

भूगर्भात जी भरपूर उष्णता आहे, तिचा वापर सध्याच्या ऊर्जाटंचाईच्या दिवसात करणे जरुरीचे आहे. उष्णोदकाचा किंवा वाफेचा उपयोग करून त्यापासून ऊर्जा निर्माण करण्याचे प्रयत्न अलीकडे सुरू झाले आहेत. उष्णोदक जेथून बाहेर पडते त्या ठिकाणी खूप खोल बोअरिंग करून उष्णोदक किंवा वाफ मिळवावी यासाठी खटपट चालू आहे. तसेच जमिनीपासून खूप खोलीपर्यंत बोअरिंग करून त्यात नदी - नाल्याचे गार पाणी घालावे आणि शेजारी दुसरे बोअरिंग करून त्यातून उष्णोदक मिळवावे असेही प्रयोग चालू आहेत. कोकणातील गरम पाण्याच्या झऱ्यापाशी खूप खोल बोअरिंग केल्यास उष्णोदक किंवा वाफ मिळेल असे वाटल्याने तसेही प्रयोग झाले. परंतु कोकणाच्या काळ्या दगडात सुमारे १०० मीटर्सच्या खाली बोअरिंग करणे फारच अवघड झाले. अमेरिकेतील काही गावांतील घरे हिवाळ्यात उबदार करण्यासाठी जमिनीतील वाफेचा किंवा गरम पाण्याचा उपयोग सध्या केला जातो. आपल्याकडे गुजरातमध्ये विरमगामच्या परिसरात सुमारे २०० मीटर खोल ट्यूबवेलमध्ये गरम पाणी मिळते व विठ्ठलगढ या गावी ते जमिनीच्या वर सुमारे ३-४ मीटरपर्यंत उंच उडते. या पाण्यावर नळ्या बसवून गरम पाण्याने स्नान करता यावे म्हणून स्नानगृहे बांधली आहेत.

१.१६ सहजात जल (Connate Water)

जमिनीतील पाण्याचा आणखी एक प्रकार असा आहे की, एखादी भूमी (जमीन) जेव्हा निर्माण झाली म्हणजे समुद्रातून किंवा गोड्या पाण्याच्या प्रचंड सरोवरातून वर आली त्या वेळी ते पाणी ह्या भूमीबरोबरच वर आले आणि तिच्यात अडकून राहिले. भूमी वर येताना त्याचा निचरा झाला नाही. जे प्रस्तर किंवा खडक गाळवटीपासून तयार झाले त्यामध्ये हे पाणी त्या वेळेसच अडकले गेले. एखाद्या विस्तीर्ण नैसर्गिक सरोवरात नद्यांनी दगड-गोटे, मोठी वाळू, बारीक वाळू, रेती आणि माती या तऱ्हेचा गाळ पाण्याबरोबर वाहून आणला तो त्या सरोवरात येऊन पडला. त्यामधील दगड, गोटे, माती इत्यादी पदार्थांच्या आकारमानाप्रमाणे ह्या वस्तू विभागल्या गेल्या. गोटे जड असल्याने तळाला, त्यावर वाळू, बारीक वाळू व नंतर माती असे थर बनले. अतिशय जोरदार पुरामध्ये नदीच्या पाण्याचा वेग जोरात असतो. त्या वेळी दगड, धोंडे, वाळू सरोवराच्या मध्यापर्यंत पोचू शकतात. कमी पावसाच्या वेळी नदीच्या पाण्यात मुख्यत: लहान कणांची रेती व माती गढूळ पाण्यात वाहून येते. काही काळाने ती सरोवराच्या तळात बसते. मोठ्या सरोवराला दोन-चार नद्या येऊन मिळत असल्या तर ही क्रिया मोठ्या प्रमाणावर होते. दगड, गोटे, वाळू, माती इत्यादी वस्तूंचे थर एकमेकांवर बसून खूपच जाड अशी गाळवट तयार होते व ते सरोवर भरून जाते. अशाच तऱ्हेच्या गाळामुळे जुनी धरणे सुद्धा भरून गेल्याची उदाहरणे आहेत.

हीच क्रिया समुद्रकिनाऱ्यावर आणि नद्यांच्या खाड्यांवर होत असते. कोकणामध्ये खाड्या पूर्वी

जलमार्गासाठी उपयोगी पडत. अलीकडे त्या खाड्या होरल्या जात आहेत. म्हणजे गाळाने भरत आहेत आणि त्यांचा तळ वरवर येत आहे. बाणकोट-दासगावची प्रसिद्ध खाडी दासगावाजवळ गाळाने भरून येत आहे. शिवाजी महाराजांच्या काळात राजापुराजवळ खाडीवर इंग्रजांचे बंदर होते, तो भाग आता गाळाने भरून वरती आल्यामुळे बंदरास निकामी झाला आहे. हल्ली तेथे मचवे खूप लांब खाली उभे करावे लागतात. खाड्या अलीकडच्या काळात झपाट्याने भरत आहे याचे कारण म्हणजे जंगलतोड झाली व त्यामुळे जमिनीची धूप वाढली. गाळवटीने नवे भूभाग निर्माण होण्याची ही क्रिया सतत होत राहिली आहे. भारतातील सर्व किनाऱ्यांवर गाळवटीने तयार झालेले असे विस्तीर्ण भूभाग आहेत. गुजरातेत बलसाडपासून जवळ पालनपूर जवळचा सुमारे ३०० ते ४०० कि.मी. पर्यंतचा भाग गाळवटीने तयार झाला आहे. तेथे समुद्र होता तो पश्चिमेस हटला आहे आणि ही भूमी थोडी वर उचलली गेली आहे. अहमदाबाद हे शहर समुद्रसपाटीपासून सुमारे ५० मीटर उंच आहे. सौराष्ट्राच्या किनारपट्टीची विस्तीर्ण जमीनही सुमारे ४५ मीटर म्हणजे सुमारे १५० फूट वर उचलली गेली आहे. यामुळे काही खोलीपर्यंत खाऱ्या पाण्याचा निचरा झाला. पावसाच्या गोड्या पाण्याने जमिनीतील खारे पाणी घालवले पण काही खोलीनंतर मूळचे समुद्रातील पाणी त्यात तसेच अडकलेले आहे. त्यामुळे किनारपट्टीजवळ उथळ विहिरी किंवा बोअरिंगना गोडे पाणी मिळते; पण जास्ती खोल गेल्यावर खारे बंदिस्त पाणी मिळते. त्यालाच सहजात जल म्हणतात.

नद्या समुद्रास मिळतात तेथे खाड्या तयार होतात. म्हणजे समुद्राचे खारे पाणी नदीच्या पात्रात किनाऱ्यापासून आत काही अंतरापर्यंत येते. या खाड्यांतून गाळवट भरलेली असते आणि खाडी किनाऱ्यावर गाळवटीचे भूभाग तयार होतात. अर्थात् जे गाळवटीचे थर तयार होतात त्यामध्ये त्या त्या काळचे पाणी अडकलेले किंवा बंदिस्त झालेले असते. निरनिराळ्या थरात क्षारांचे प्रमाण कमी-अधिक असते. नदीचा म्हणजे गोड्या पाण्याचा वाहण्याचा वेग जास्त होता त्या वेळी गोटे व मोठी वाळू यासारखी गाळवट आली व तो भूभाग तयार झाला. नदीच्या वाहण्याच्या वेगाने समुद्राचे खारे पाणी फारसे आले नाही. ज्या वेळी नदी संथपणे वाहू लागली तेव्हा समुद्राचे पाणी आत आले. त्या वेळी बारीक रेती, माती यांचे थर तयार झाले. त्या वेळी त्या थरामध्ये संथ असलेले खारे पाणी अडकले. त्यामुळे गोटे, मोठी वाळू यांच्या थरातील सहजात पाण्यात क्षार कमी तर रेती-मातीच्या थरातील पाण्यात क्षार जास्त असतात असे आढळते. तसेच गोटे, वाळू यांचे थर कालांतराने जमिनीत मुरलेल्या पावसाच्या गोड्या पाण्याने धुतले जाऊन त्यामधील क्षारांचे प्रमाण आणखी कमी होते. चिकणमातीच्या जाड थरांतून अशी क्षार धुण्याची क्रिया लवकर होऊ शकत नाही म्हणून त्यातील क्षार पुष्कळदा तसेच राहतात. गंगा-यमुना-सिंधू खोऱ्यांत अशा प्रकारचे क्षारयुक्त पाणी अनेक ठिकाणी आढळते.

वरील विवेचनावरून हे लक्षात येईल की, सहजात पाणी हे 'मर्यादित व बहुतांशी बंदिस्त' असे पाणी आहे. मर्यादित याचा अर्थ त्याचा जमिनीतील साठा ठराविक आहे. हे पाणी प्रवाही नसल्याने त्याच्यात बऱ्याच प्रमाणात क्षार आढळतात व त्यामुळे त्याची चव बिघडते. याउलट जे पाणी जमिनीतील प्रस्तरातून वाहत असते त्याची चव चांगली असण्याची शक्यता असते.

१.१७ भूजलाचे अंदाज व फायदे

मानवी जीवन, शेती, कारखाने व जनावरांसाठी जे पाणी हवे आहे ते कायमस्वरूपी गोडे पाणी हवे आहे. अर्थात् ते संपू नये म्हणून पावसाचे पाणी जमिनीत मुरून भूजलाचे साठे होण्याची क्रिया निसर्गाने करून ठेवली आहे. जमिनीतील प्रस्तरांच्या सच्छिद्रतेवरून काही लोकांनी जे अंदाज बांधले आहेत त्याप्रमाणे

अमेरिकेतील भूजलाचा एकूण साठा हा दरवर्षी पडणाऱ्या पावसाच्या दसपट आहे. त्यांतून जसजसे पाणी काढले जाईल तसतशी त्याची जागा पावसाच्या, नद्यांच्या, तलावांच्या पाझराने हळूहळू घेतली जाईल. हिंदुस्थानात जमिनीतील पाणी किती आहे याचेही अंदाज केलेले आहेत. हिंदुस्थानचा फार मोठा भाग कठीण खडकाने व्यापला असला तरी भूजलाचा एकूण साठा ३७० घन किलोमीटर आहे. त्याचे अस्तित्व सुमारे ३०० मीटर खोलीपर्यंत आहे. त्यापैकी आर्थिकदृष्ट्या पंपाने उपसणे परवडेल आणि उपयोग होईल असे पाणी २६५ घन किलोमीटर म्हणजे २६.५ दशलक्ष हेक्टर मीटर आहे. हिंदुस्थानमध्ये सुमारे ३५% शेतजमीन बागायतीखाली आणण्यासाठी सुमारे ३५ दशलक्ष हेक्टर मीटर पाण्याची आवश्यकता आहे आणि त्यातील १६ दशलक्ष हेक्टर मीटर पाणी तलाव- नद्यांतून व भूजलातून उपलब्ध झाले आहे असा अंदाज आहे. उरलेले १९ दशलक्ष हेक्टर मीटर पाणी जमिनीतून मिळवून ही गरज भागण्यासारखी आहे. पण अशा तऱ्हेने पाणीपुरवठा झाला तरीसुद्धा सबंध हिंदुस्थानात सरासरी फक्त ३५% जमीन बागायतीखाली येईल.

त्यामुळे सध्या भूजलाला म्हणजेच जमिनीतील पाण्याला सर्व दृष्टीने फार महत्त्व येत आहे. अनेक विकसनशील राष्ट्रांमध्ये जमिनीतील पाण्याचा वापर योग्य तऱ्हेने व्हावा, तेथील आरोग्य, शेती व राहणीमान सुधारावे म्हणून जागतिक बँक, एशियन डेव्हलपमेंट बँक, यासारख्या जागतिक संस्था त्या राष्ट्रांना आर्थिक साहाय्य करीत आहेत.

जमिनीतून मिळणाऱ्या पाण्यासाठी जे आटोकाट प्रयत्न होत आहेत, त्याची कारणेही तशीच आहेत. नद्या, नाले अडवून व मोठी धरणे बांधून हमखास पाणी मिळविता येते. जमिनीतील पाणी मिळविताना ते अपेक्षेइतके मिळेलच याची शाश्वती देता येत नाही, हे जरी खरे असले तरी नद्यांचे पाणी दुष्काळात कमीच पडते. ओढे-नाले आटतात. मोठी धरणे गाळाने भरतात. दरवर्षी धरणात येणाऱ्या गाळाचे मोजमाप केल्यास असे आढळून येते की, काही धरणे पुढील ३०-४० वर्षातच गाळाने भरतील.

जमिनीतील पाण्याचे खूपच फायदे आहेत. सर्वात महत्त्वाची गोष्ट अशी की, ज्याला जेथे हवे असेल तेथे ते कोणाच्याही मदतीशिवाय किंवा कोणावरही अवलंबून न राहता स्वतःच्या कष्टाने, खर्चाने व म ालकीने मिळण्याची शक्यता असते. स्वतःच्या घरात म्युनिसिपालटीचा नळ येईल काय याची वाट पाहत न बसता किंवा शेतात पाटाचे पाणी येईल याची आशा न करता, आपल्या स्वतःच्या जागेत लोक स्वखर्चाने बोअरिंग किंवा विहीर करू शकतात. सौराष्ट्रात राजकोट जिल्ह्यात भीमडाद या गावी एका शेतकरी कुटुंबाने केवळ स्वतःच्या कष्टाने जमिनीपासून सुमारे २२ मीटर खोलीची विहीर भेगाळलेल्या खडकात खणून पाणी मिळवले. बाईने छिन्नी धरावी, नवऱ्याने हातोडा मारावा, फुटलेला दगड मुलांनी गोळा करून मोटेत भरून वर काढावा. शेवटी पाणी लागले. विहिरीलगत डिझेल इंजिन जमिनीवर बसविले. त्याला पट्टा जोडला. सुमारे १७ मीटर खोलीवर पंप बसवला आणि गव्हाचे शेत पिकवले.

ज्या गावातून घरोघरी आडांना चांगले पाणी आहे त्या गावांतील लोक पाण्याचे नळ आणून परावलंबी होण्यास राजी नसतात. पुष्कळसे कारखानदार स्वतःच्या कारखान्यास लागणारे पाणी किंवा निदान त्याचा काही भाग तरी कारखान्याच्या आवारात विहीर, ट्यूबवेल किंवा बोअरिंग करून मिळवतात. ही प्रवृत्ती केवळ भारतातच दिसून येते असे नाही. ती सर्व जगभर दिसून येते. बोअरिंगमधून मिळणाऱ्या भूजलाचा मुख्य फायदा म्हणजे ते पिण्याचे दृष्टीने सर्वसाधारणपणे स्वच्छ व शुद्ध असते. त्याची काळजीपूर्वक निगा राखल्यास व ते अशुद्ध होण्याचा संभव असलेली कारणे वेळीच नाहीशी केल्यास ते शुद्धच राहते.

जमिनीवरील पाण्याला म्हणजे नद्या, तलाव इत्यादीच्या पाण्याला प्रक्रिया करून शुद्ध करावे लागते. त्यास खर्च येतो, तसे भूजलाच्या बाबतीत नाही.

सन १९६२च्या भारत -चीन युद्धाच्या वेळी बॉम्बहल्ला झाल्यास मुंबई शहराच्या पाणी पुरवठ्यास धोका पोचण्याची भीती होती. त्या वेळी आपत्कालीन सोय असावी म्हणून मुंबई महापालिकेने होत्या त्या जुन्या विहिरी उपसून त्याचे पाणी शुद्ध केले व बोअरिंगचीही सोय केली. उत्तर भारतात अनेक शहरांतून तसेच पंजाबची राजधानी चंदीगढ येथेही खोल ट्यूबवेल्समधून पाणी पुरवठा केला जातो. अनेक छोट्या-म ोठ्या शहरांतून नळाने होणारा पाणीपुरवठा हा कमी पडत असल्याने बऱ्याच वेळा नागरिक स्वतःच्या जागेत बोअरिंग करून पाण्याची कमतरता भरून काढतात. धरणे बांधून कालवे काढण्यास किंवा नळ घालून पाणी आणण्यास फार मोठा भांडवली खर्च करावा लागतो. शिवाय त्याची देखभाल करण्यासही सतत खर्च करावा लागतो. जमिनीतील पाण्यासाठी भांडवली खर्च एकदा केला की नंतर पाणी उपसण्यासाठी ऊर्जा व पंप दुरुस्तीवर जो थोडासा खर्च होईल तेवढा पुरतो. यामुळे निरनिराळ्या राष्ट्रांमध्ये एकूण सिंचनाखाली असलेल्या शेतीपैकी ३०% ते १००% शेती ही भूजलावर अवलंबून आहे. भारतात हे प्रमाण सुमारे ५०% आहे.

सारांश, भूजलाचा उपयोग करणे ही महत्त्वाची गरजेची गोष्ट आहे. अलीकडे जगातील विविध देशांत भूपृष्ठावरील जल (नद्या, नाले, धरणे, तलाव यांतील पाणी) व भूजल या दोघांचाही संतुलित उपयोग मानवाच्या विविध गरजा भागवण्याच्या दृष्टीने व्हावा म्हणून नियोजन केले जाते. एखाद्या पाणलोट क्षेत्रातील किंवा एखाद्या नदीच्या खोऱ्यातील एकूण जलसंपत्ती ही एका बाजूस व दुसऱ्या बाजूस त्या खोऱ्यांतील लोकवस्ती, उद्योगधंदे, शेती व पर्यावरण यांची पाण्याची गरज या दोन बाजूंचे संतुलित व एकात्मिक व्यवस्थापन म्हणजेच 'इंटिग्रेटेड वॉटर रिसोर्सेस मॅनेजमेंट' (IWRM) या विषयाला सध्या राष्ट्रीय व आंतरराष्ट्रीय स्तरावर अतिशय महत्त्व प्राप्त झाले आहे.

IRBM (इंटिग्रेटेड रिव्हर बेसिन मॅनेजमेंट) या आणखी एका विषयाला सध्या आंतरराष्ट्रीय क्षेत्रात महत्त्व आहे. एखाद्या नदीतून वाहणाऱ्या पाण्याचा व तसेच तिच्या पाणलोटक्षेत्रातील (विशेषतः दोन किंवा जास्त राष्ट्रांमधून वाहणाऱ्या नदीच्या पाणलोट क्षेत्रातील) भूजल, शेती, खनिजसंपत्ती, उद्योगधंदे, व्यापारी देवाणघेवाण, मत्स्योद्योग, वाहतूक, धरणे-बंधारे, जलविद्युत निर्मिती, पर्यटन विकास व रोजगाराची संधी या सर्वांचा सरकार व जनता यांच्या संमतीने व सहभागाने तयार केलेला विकासाचा आराखडा म्हणजे IRBM (नदीच्या खोऱ्याचे एकात्मिक व्यवस्थापन)! या विषयाची व्याप्ती मोठी आहे तशाच त्यात अडचणीही बऱ्याच आहेत. कारण एकाच नदीच्या काठावर असलेली अनेक राष्ट्रे किंवा एका राष्ट्रातील अनेक राज्ये यांचे विकासाचे कार्यक्रम वेगळ्या वेगळ्या प्रकारचे असू शकतात. शिवाय IRBM मधून होणाऱ्या एकूण फायद्यांचे वाटप कशा प्रमाणात करायचे यावरही मतभेद असतात. तरीसुद्धा डॅन्यूब, नाईल, मेकाँग अशा आंतरराष्ट्रीय मोठ्या नद्यांच्या खोऱ्यांत IRBM ची सुरुवात हळूहळू होत आहे.

भविष्यकाळात आपल्याला IRBM व IWRM दोघांचीही गरज भासणार आहे हे नक्की.

प्रकरण २ भूजलाची अंगे-उपांगे

२.१ वृष्टिचक्र किंवा वर्षाचक्र

सूर्यशक्तीने समुद्राच्या पाण्याची वाफ होते. वारे ती वाफ भूभागावर वाहून नेतात. त्या वाफेचे ढग होऊन पाऊस पडतो. त्या पावसामुळे नद्या-नाले वाहतात. तळी भरतात. विहिरींचे पाणी वाढते. नाले-नद्यांचे पाणी पुन्हा समुद्रास परत जाऊन मिळते. भूजल म्हणजे जमिनीखालचे पाणीसुद्धा खडकांमधील किंवा वाळूमधील अंतर्गत प्रवाहांतून किंवा झऱ्यांच्या रूपाने बाहेर पडून शेवटी समुद्रासच मिळते. म्हणजे जेथून आले तेथे ते परत जाते. अशा या जलचक्राची माहिती मागील प्रकरणामध्ये आलीच आहे.

जलचक्र आणि वृष्टिचक्र यांचा परस्परांशी घनिष्ट संबंध आहे. कारण पावसापासून पाण्याचा प्रवास चालू होतो. वृष्टिचक्र हे स्थल-कालाप्रमाणे बदलत असते. हिंदुस्थानात ज्या वेळी पावसाळा असतो त्या वेळी जगातील दुसऱ्या काही भूभागात उन्हाळा किंवा हिवाळा असतो आणि ज्या वेळी भारतात हिवाळा असतो त्या वेळी ऑस्ट्रेलियात, दक्षिण अमेरिकेत उन्हाळा असतो. भारतात मोसमी वाऱ्यांमुळे पडणारा 'मान्सून'चा पाऊस हा जून ते सप्टेंबर या उन्हाळी महिन्यांत अंतर्भूत होतो. अरबस्थानापासून चीनपर्यंत आशियायी राष्ट्रांना मान्सूनचा पाऊस मिळतो.

आपल्याकडे असा एक समज आहे की खूप पावसाची काही वर्षे गेल्यानंतर पाऊस हळूहळू कमी होऊन मध्यमप्रतीचा होतो. काही वर्षे तो अगदी कमी पडतो आणि मग पुन्हा खूप पाऊस पडणारी वर्षे येतात. पावसाचे हे वृष्टिचक्र किंवा वर्षाचक्र आपल्याकडील काही लोक गुरू या ग्रहाच्या ५ भ्रमणांचे पंचक म्हणजे ६० वर्षांच्या कालखंडाशी निगडित आहे असे मानतात. या ६० वर्षांत वीस-वीस वर्षांचे तीन टप्पे जास्त, मध्यम व कमी पावसाचे येतात. गेली अनेक वर्षे जास्त पावसाच्या आणि कमी पावसाच्या वर्षांच्या केलेल्या अभ्यासाने अमेरिकन आणि रशियन शास्त्रज्ञांच्या मते, सुमारे ७७, १२०, ६४०, २००० वर्षे अशा टप्प्यांनी पावसाचे वृष्टिचक्र बदलत असते. अमेरिकेतील कॅलिफोर्नियामधील जायंट सेक्विआ (Sequoia) या नावाच्या २२०० वर्षांचे आयुष्य असलेल्या वृक्षांच्या खोडांमधील वर्तुळावरून हे निष्कर्ष काढले आहेत.

वर्षाचक्रात सुमारे ११ वर्षांच्या कालखंडात जे बदल होतात, त्यांचा संबंध सूर्यबिंबावर येणाऱ्या ठिपक्यांशी (Sun Spots) आहे. मात्र या ठिपक्यांचा परिणाम सर्व भूभागावर एकसारखा होत नाही. युरोप, उत्तर अमेरिका, उत्तर आशिया इत्यादींवर या ठिपक्यांमुळे पाऊस कमी पडतो, थंडी वाढते, तर दक्षिण गोलार्धात आणि पूर्व आशियामध्ये पाऊस जास्त पडतो.

२.२ वर्षापद्धती

हिंदुस्थानमधील पाऊस हा मुख्यत्वेकरून मोसमी वाऱ्यामुळे किंवा मान्सून वाऱ्यामुळे पडतो. हे वारे अरबी समुद्रावरून म्हणजे नैऋत्येकडून येतात आणि ईशान्य दिशेकडे म्हणजे उत्तर पूर्वेकडे वाहतात. मोसमी वाऱ्यांचा खूप रुंद असा पट्टा असतो. या पट्ट्यामध्ये अरबस्तानचा दक्षिण किनाराही येतो आणि हे वारे चिनी समुद्रापर्यंत वाहतात. हिवाळ्यामध्ये हेच वारे उलट दिशेने फिरतात आणि परत येताना बंगालच्या उपसागरातील पाण्याची वाफ बरोबर आणून भारताच्या पूर्व किनाऱ्यावर पाऊस पाडतात. मान्सून पावसाचे मुख्य दिवस म्हणजे जूनपासून ऑक्टोबरपर्यंत होत.

काही पाऊस वादळामुळेही होतो. समुद्रामध्ये कमी दाबाचे पट्टे निर्माण होतात आणि त्यांच्या मध्यबिंदूपासून सुमारे ५०० किलोमीटर परिसरात पाऊस पडतो. कमी दाबाच्या मध्यबिंदूभोवती ढग फिरतात आणि हा सर्वच्या सर्व चक्री समूह ताशी १००-१५० किलोमीटरपर्यंत वेग घेऊन जमिनीवर आदळतो. हेच चक्री वादळ होय. अरबी समुद्रात निर्माण होणारी वादळे बहुधा मान्सूनच्या दिशेनेच वाहत येतात व काही थोडी थेट उत्तरेला कच्छ व कराचीकडे जातात. बंगालच्या उपसागरात निर्माण झालेली वादळे वायव्येच्या दिशेने तामिळनाडूपासून बांगलादेशपर्यंत कोठेही जमिनीवर धडकतात. जोराचा पाऊस व भीषण लाटा यामुळे काही भागांत नुकसानही होते. बंगालच्या उपसागरात एका वर्षात सुमारे ४७५ ते ४८० वादळे उत्पन्न झाल्याची उदाहरणे आहेत. यातील बरीचशी वादळे मे ते नोव्हेंबर या महिन्यात निर्माण होतात. अरबी समुद्रात याच काळात सुमारे ३० ते ३२ वादळे होतात. वादळांमुळे पावसाचे सरासरी प्रमाण भरून काढण्यास मदत होते. ज्या वर्षी मान्सूनचा जोर कमी असतो, त्या वर्षी वादळे आली तर अवर्षणाची तीव्रता वादळी पावसामुळे कमी होते.

जून ते ऑक्टोबर हे पाच महिने सोडले तर इतर महिन्यांत पाऊस तुरळक पडतो. त्यामुळे सर्व पाणवठे भरण्यास सुमारे पाच महिन्यांचाच कालावधी उपलब्ध होतो. तसेच भूजलाचा साठा जो भरला जातो तो फक्त या पाच महिन्यांतील पावसानेच. त्यामध्ये सुद्धा जुलै व ऑगस्ट हे दोन महिने सर्वात महत्त्वाचे. या चार-पाच महिन्यांत भूजलाचा साठा भरून घ्यायचा आणि ते पाणी उरलेले वर्षभर पुरवायचे. साधारणपणे हस्त नक्षत्राचा पाऊस म्हणजे ऑक्टोबर महिन्यात पाऊस चांगला झाला तर विहिरींना उन्हाळ्यात चांगले पाणी टिकते. आपल्याकडील पाण्याची समस्या ही पावसाच्या या प्रकारच्या वेळापत्रकामुळे निर्माण झाली आहे. याउलट विषुववृत्ताजवळील प्रदेशांत बाराही महिने थोडा थोडा पाऊस पडतो. यामुळे फक्त पावसावर अवलंबून राहूनसुद्धा चांगली शेती होऊ शकते.

२.३ पावसाचा अनियमितपणा

या चार-सहा महिन्यांत पडणाऱ्या पावसातही नियमबद्धता काही नाही. तो कधी एकदम खूप पडतो तर कधी कमी पडतो. काही भूभागात तो मोठ्या प्रमाणात पडतो तर मान्सूनच्या टप्प्यात असूनही काही भूभागात त्याचा वर्षाव होत नाही. प्रतिवर्षी पडणाऱ्या पावसाचे प्रमाणसुद्धा सारखे नसते आणि त्यातही खूपच बदल होतो. सर्व हिंदुस्थानात पावसाची वार्षिक सरासरी १०५० मिलिमीटर (मि.मी.) किंवा सुमारे ४२ इंच इतकी आहे. परंतु काही ठिकाणी तो प्रचंड प्रमाणात पडतो तर काही ठिकाणी त्याचे दुर्भिक्ष असते. आसाममध्ये चेरापुंजी हे गाव १३३० मीटर किंवा सुमारे ४ हजार फूट उंचीवर आहे. म्हणजे जवळपास महाबळेश्वर इतक्याच उंचीवर आहे. पण चेरापुंजी येथील पावसाचे प्रमाण वर्षास ११००० मि.मी. म्हणजे सुमारे ४४० इंच आहे, तर महाबळेश्वरला ते सुमारे २५० इंच किंवा ६२५० मि.मी. इतके आहे.

याउलट वर्षाकाठी फक्त सुमारे १५० ते २०० मि.मी. पाऊस पडणारे टापूही भारतात आहेत. कच्छमधील काही ठिकाणी, राजस्थानमधील जेसलमेरचा भाग आणि लडाख-लेह मधील सिंधूच्या खोऱ्यात सर्वात कमी पाऊस म्हणजे २०० मि.मी. किंवा ८ इंचापेक्षाही कमी असा पाऊस पडतो. महाराष्ट्रामध्ये सांगोला, गेवराई इत्यादी तालुक्यातील काही ठिकाणे अशी आहेत की, तेथेसुद्धा पावसाची सरासरी २५० मि.मी. पेक्षा जास्त नाही. गंगा-यमुना खोऱ्यातील सुद्धा काही भागात, गुजरातेतील काही भागात, महाराष्ट्र व कर्नाटक आणि तामिळनाडू यातील मध्य भागातील दक्षिणोत्तर पट्ट्यांतही पाऊस कमी पडतो.

जेथे पावसाची उणीव नाही आणि सुमारे १००० मि.मी. म्हणजे ४० इंच किंवा त्यापेक्षा जास्त पाऊस पडतो असे प्रदेश भारतामध्ये देशाच्या क्षेत्रफळाच्या फक्त ५०%च आहेत. म्हणजेच भारताच्या ५०% भागात पाऊस अपुरा आहे व हाच चिंतेचा विषय आहे. हिंदुस्थानच्या भूमीवर प्रतिवर्षी सुमारे ३७०० घनकिलोमीटर इतके पावसाचे पाणी पडते. त्यातील निम्म्यापेक्षा थोडेसे कमी म्हणजे १६७० घनकिलोमीटर पाणी नद्यांतून वाहून जाते.

२.४ अवर्षण

पाऊस जास्त पडणे किंवा कमी पडणे ही गोष्ट जशी वर वर्णन केल्याप्रमाणे निरनिराळ्या प्रदेशात वेगळी आहे, तशीच एकाच प्रदेशातही ती निरनिराळ्या वर्षात थोडीफार बदलत असते. एखाद्या वर्षी ओला दुष्काळ पडतो, जास्त पावसामुळे पिके कुजतात आणि पाऊस नकोसा होतो. पूर येऊन नुकसान होते. आणखी एखाद्या वर्षी अवर्षणाचा तडाखा बसतो. ज्या प्रदेशांना बरेच वेळा अवर्षण पडण्याचे दुखणे आहे, त्यांना त्याचा त्रास सुमारे तीन वर्षातून एक वर्ष या प्रमाणात होतो. तो सुद्धा कधी तीव्र तर कधी सौम्य असा होतो. महाराष्ट्रात सन १५२० साली फार मोठा दुष्काळ पडला. सन १६२९ ते १६३२ या काळात (छत्रपती शिवाजी महाराजांच्या जन्माच्या सुमारास) काही ठिकाणी दुष्काळाची तीव्रता इतकी होती की लोकांनी गाई, म्हशी, कुत्री यांचे निषिद्ध मांसही खाल्ले. ब्रिटिश राजवटीत बंगालच्या दुष्काळात सुमारे एक लाख माणसे मृत्युमुखी पडली. एखादे वर्षी सरासरीइतका पाऊस पडूनही तो वेळेवर पडत नाही, अगर थोड्याच दिवसांत खूप पडून जातो. त्यामुळे पिकांना त्याचा पूर्ण उपयोग होत नाही. या अशा सर्व गोष्टींमुळे दुष्काळ होतात. प्रतिवर्षी पडणाऱ्या पावसाच्या सरासरीपेक्षा जास्त किंवा कमी पाऊस किती पडू शकतो याचे अनुमान अनेक वर्षांच्या पावसाच्या नोंदीवरून काढलेले आहे. सरासरीपेक्षा कमी किंवा अधिक मापाकडे पावसाची झुकण्याची मर्यादा सर्वसाधारणपणे काढली आहे. त्यात असे दिसून येते की, पश्चिम किनाऱ्यावर त्रिवेंद्रमपासून गोव्यापर्यंत पाऊस सरासरीपेक्षा १५% कमी किंवा जास्त पडू शकतो. महाराष्ट्राच्या पश्चिम किनाऱ्याला ते प्रमाण २०% ते २५% आहे. गुजरातच्या किनाऱ्यावर ते ३०% ते ४०% आहे. हिंदुस्थानच्या पूर्व किनाऱ्यावर ते २५% ते ३०% आहे. महाराष्ट्राच्या विदर्भ, मराठवाडा आणि आंध्रमधील पश्चिमेच्या भागात हे प्रमाण ३०% आहे. भारताच्या मध्य भागात आणि उत्तरेकडे हे प्रमाण २५% ते ३०% आहे. याचा अर्थ असा की, भारतात जवळजवळ पुष्कळ ठिकाणी पाऊस जास्त झाला तर तो २५% ते ३०% जास्त होईल आणि तो कमी झाला तरी २५% ते ३०% च कमी होईल. याला अपवादात्मक अशी काही वर्षे असणे शक्य आहे. परंतु सर्वात जास्त प्रमाणात पावसाचा होणारा बदल हा राजस्थानकडे जावे तसतसा अधिक प्रमाणात होतो. जेसलमीरच्या वाळवंटात दक्षिणोत्तर पट्टा आहे त्यात व कच्छ-भूजच्या उत्तरेच्या भागात पाऊस सरासरीपेक्षा बदलण्याचे प्रमाण ८०% आहे. तेथील पावसात इतकी तफावत होऊ शकते. कच्छमधील नखत्राणा तालुक्यात सन १९६२ ते १९७३ या अकरा

वर्षांच्या कालखंडातील पाऊस पाहिल्यास त्यात खूप तफावत दिसते. सन १९६७ साली सुमारे ९०७ मि.मी. म्हणजे सुमारे ३६.४ इंच पाऊस झाला तर १९६२ च्या दुष्काळात तो फक्त ५९ मि.मी. किंवा सुमारे २.४ इंच झाला.

सबंध भारतामध्ये ७५० मि.मी. किंवा ३० इंच पावसापेक्षा कमी पाऊसमान असलेले ७७ जिल्हे आहेत. ७५० मि.मी. ते ११५० मि.मी. असे १२३ जिल्हे आहेत आणि ११५० मि.मी. पेक्षा जास्त पाऊस पडतो असे १२८ जिल्हे आहेत. या पावसाच्या सरासरीमध्ये वादळामुळे पडणाऱ्या पावसाचा सुद्धा समावेश आहे. काही वादळांचा तडाखा किती मोठा असतो याचे प्रत्यंतर १९७७ सालच्या आंध्रच्या चक्रीवादळात आलेच आहे. या वादळात जे नुकसान झाले ते मुख्यतः समुद्रांच्या लाटांमुळे होय. पण प्रचंड पावसामुळे सुद्धा खूप नुकसान झाल्याचीही उदाहरणे आहेत. सुरत जिल्ह्यामधील धरमपूर येथे वादळामुळे १००० मि.मी. म्हणजे ४० इंच पाऊस चोवीस तासात पडला, तर बिहारमध्ये पूर्णिआ येथे चोवीस तासात ९०० मि.मी. म्हणजे ३६ इंच पाऊस पडला अशा नोंदी आहेत. एक महत्त्वाची गोष्ट म्हणजे भारतासारख्या खंडप्राय देशात एका राज्यात तीव्र दुष्काळ असला तरी दुसरीकडे एखाद्या राज्यात महापूर येऊ शकतो. उदाहरणार्थ, १९८६ च्या पावसाळ्यात महाराष्ट्र-कर्नाटकांत मोठा दुष्काळ पडला तर तिकडे उत्तर प्रदेश-बिहारमध्ये पूर आले. त्यामुळे संपूर्ण देशात पावसाचे पाणी जरी सरासरी इतके पडले तरी ह्याचे प्रांतवार वाटप अत्यंत विषम होऊन काही प्रांतात कोरडा तर काहींत ओला दुष्काळ पडू शकतो. जागतिक हवामानात पुढील काही वर्षांत लक्षणीय बदल होतील आणि पावसाचे प्रमाण अजूनही लहरी व अनिश्चित होईल असा इशारा जागतिक हवामान संस्थेने दिला आहे. त्यामुळे पावसाच्या पाण्याचे व्यवस्थापन नीट झाले नाही तर ओला व कोरडा अशा दोन्ही दुष्काळांची तीव्रता वाढण्याचे संकट येणार आहे. त्याला तोंड द्यायचे असेल तर जेव्हा पाऊस चांगला पडेल तेव्हा पावसाच्या पाण्याचे नीट व्यवस्थापन करून भूजल साठ्यांत जास्तीत जास्त भर टाकणे महत्त्वाचे ठरेल.

२.५ वर्षाकाल

पावसाविषयी सविस्तर विवेचन करण्याचे कारण असे की, त्यातील पाणी जमिनीत मुरवायाचे असते. ही मुरण्याची क्रिया जमिनीच्या गुणधर्माबरोबरच पाऊस कसा व किती पडतो यावर अवलंबून असते. पावसाळा जरी चार ते सहा महिनेच असला तरी त्यातील प्रत्यक्ष पाऊस पडण्याचे दिवस कमीच असतात. पावसाळ्यात ज्या दिवसामध्ये (२४ तासात) २.५ मि.मी. किंवा एक दशांश इंच यापेक्षा जास्त पाऊस पडतो तो दिवसच पावसाचा दिवस (रेनी डे) म्हणून धरला जातो. यापेक्षा कमी, अगदी भुरुभुरू पडणाऱ्या पावसाच्या शिडकाव्याचे पाणी नदीनाल्यांकडे येत नाही. ते थोडेसे जमिनीत मुरते तसेच जमिनीच्या पृष्ठभागावरूनच वाफ होऊन जाते. धरणांतून पाणी साठण्यास त्याचा उपयोग होत नाही. त्यामुळे पावसाळ्यातील असे दिवस जमेस धरता येत नाहीत. चोवीस तासात अडीच मि.मी. किंवा त्यापेक्षा जास्त जो पाऊस पडेल त्याचा उपयोग धरणे भरण्यास होण्याची शक्यता असते.

केरळातील अलेप्पी येथे 'रेनी डे' म्हणजे पावसाचे दिवस प्रतिवर्षी १३७ पर्यंत आहेत. आंध्र प्रदेश, मध्यप्रदेश, ओरिसा येथे पावसाचे दिवस ५० ते ७५ आहेत. महाराष्ट्र व तामिळनाडूमध्ये पावसाचे दिवस ४० ते ४५ आहेत आणि राजस्थानमध्ये असे पावसाचे दिवस फक्त १० आहेत. ही पावसाळ्यातील पावसाच्या दिवसांची सरासरी जमिनीमध्ये पाणी जिरण्यास फार महत्त्वाची आहे. रावबहादूर कै. एन.एस. जोशी यांच्या मताप्रमाणे मध्य महाराष्ट्रामध्ये दुष्काळी भागात २४ तासांत सुमारे १२.५ मि.मी. पेक्षा

कमी पाऊस पडला तर त्याचा धरणात पाणी साठण्याचे दृष्टीने काही उपयोग होत नाही. या सर्व पाण्याची वाफ होऊन जाते. यामुळे मध्य महाराष्ट्राला उपयोगी पाऊस सर्व पावसाळ्यात सरासरीने १६ दिवसच पडतो. वर्षाच्या या १६ दिवसांत मध्य महाराष्ट्रातील स्थानिक छोट्या धरणांमधील पाण्याचा साठा व जमिनीमधील भूजलाचा साठा भरायचा व त्यातील पाणी पुढे वर्षभर वापरायचे! यामुळेच या प्रदेशांत पाण्याचे दुर्भिक्ष भासते.

२.६ कृत्रिम पाऊस

ज्या प्रदेशात अशा तऱ्हेने पावसाचे दिवस कमी आहेत व पाण्याचे दुर्भिक्ष आहे तेथे पाऊसच जास्त पाडला तर त्याचा उपयोग होणे स्वाभाविक आहे. आकाशातून ढग पाणी घेऊन जात आहेत आणि खाली शेतकरी त्यांच्याकडे आशेने डोळे लावून बसला आहे. वरुणदेवता संतुष्ट होईल का, याची वाट पाहत आहे असे चित्र दिसते. इंद्राला संतुष्ट करण्यासाठी पूर्वी यज्ञ करत असत. यज्ञ केला म्हणजे पाऊस पडतोच हा त्या काळचा निश्चित झालेला एक अनुभव होता. 'यज्ञात् भवति पर्जन्यः' हा एक सिद्धान्तच होता. यज्ञ करून अशा तऱ्हेने पाऊस पाडणे म्हणजे आज आपण ज्याला 'आर्टिफिशियल रेन' किंवा 'कृत्रिम पाऊस' म्हणतो तीच क्रिया होय. मात्र किती मोठा यज्ञ केला व तो केव्हा केला म्हणजे किती पाऊस पडेल इत्यादी तपशिलाची अचूक माहिती आज उपलब्ध नाही. कसेही असले तरी आकाशात पावसाचे ढग आहेत आणि त्यातून पाणी पडत नाही या गोष्टीवर उपाय म्हणून त्या ढगामध्ये पाण्याचे थेंब तयार होण्यासाठी यज्ञाच्या धुरामधील सूक्ष्म केंद्रबिंदू ढगांपर्यंत पोचवायचे व त्याभोवती ढगातील वाफेचे रूपांतर, गुरुत्वाकर्षणाने खाली पडण्याइतक्या मोठ्या थेंबात करावयाचे, हे तत्त्व यज्ञकाळी समजले होते, असा निष्कर्ष काढता येईल. आजही याच तत्त्वावर प्रयोग चालू आहेत.

१९४६ सालापासून अमेरिकेत कृत्रिम पाऊस पाडण्याचे प्रयोग होत आहेत. धुराचे कण केंद्रबिंदू बनून त्याभोवती वाफेच्या पाण्याचे थेंब तयार होतात. तसेच थेंब निरनिराळ्या पदार्थांचे कण सोडून तयार करता येतात. यासाठी विमानातून ढगांमध्ये युरिया किंवा अमोनियम नायट्रेट यांच्या बारीक कणांचा फवारा सोडतात. हिंदुस्थानामध्ये केलेल्या प्रयोगात सिमेंट व कॅल्शियम क्लोराईड आणि दळलेले मीठही वापरले गेले. केंद्रबिंदू बनण्यासाठी केलेल्या विविध पदार्थांचा उपयोग गरम ढगासाठी म्हणजे ज्या ढगांचे उष्णतामान शून्य डिग्री सेल्सियसचे वर आहे त्या ढगासाठी मुख्यतः होतो. जे ढग या तापमानाचे खाली म्हणजे 'सुपरकूल' अवस्थेत आहेत त्यांच्यामधील बर्फकणांचे पाण्याचे थेंबात रूपांतर करण्यासाठी सिल्व्हर आयोडाईड, गोठवलेला कार्बन डायऑक्साईड वायू असे पदार्थ वापरावे लागतात. चीनमध्ये हे प्रयोग फार मोठ्या प्रमाणावर होत आहेत. हे एक स्वतंत्र शास्त्र असून त्याचे खर्चाच्या मानाने नक्की फायदे अजून स्पष्ट झालेले नाहीत. जास्त पाऊस पाडण्याऐवजी हे तंत्रज्ञान हिवाळ्यात जास्त हिमवृष्टी होण्यासाठी खात्रीशीर उपाय म्हणून वापरावे असाही एक मतप्रवाह अमेरिकेत आहे. ढगांतून दुसरीकडे कुठेतरी पडणारा पाऊस हा प्रयोगाच्या ठिकाणी पाडला तर दुसरीकडे कमी पाऊस पडेल, अशी शंका आल्याने अमेरिकेत केलेल्या पाहणीत असे आढळून आले की असा परिणाम होत नाही. कारण ढगांमधील बाष्पाच्या फक्त १० ते १५%पेक्षा कमीच बाष्पाचा पाऊस नैसर्गिकरीत्या पडतो. कृत्रिम पावसाच्या तंत्राने त्यात थोडी वाढ होते इतकेच. या वाढीचे परिणाम अमेरिकेत प्रयोगक्षेत्रात वाऱ्याच्या दिशेने खालच्या बाजूस सुमारे १५० किलोमीटरपर्यंत दिसून आले आहेत. भारतामध्ये आंध्र प्रदेश राज्यात २००३ ते २००९ या कालखंडात दरवर्षी पावसाळ्यात कृत्रिम पावसाचे यशस्वी प्रयोग करण्यात आले. त्यामध्ये सुमारे ७ किलोमीटर

एवढ्या जाडीचे (उंचीचे) ढग असल्यास त्यांच्या तळातील भागात विमानातून कॅल्शियम क्लोराईडची फवारणी केल्यास चांगला पाऊस पडतो असे आढळून आले.

महाराष्ट्रातसुद्धा कमी पावसाच्या बारामतीसारख्या काही भागात हे प्रयोग झाले. त्यामुळे किती पाऊस पडला व त्याचा किती फायदा झाला हे सांगणे कठीण आहे. पहिली गोष्ट म्हणजे ढगांचे तापमान खाली आणूनसुद्धा पाऊस पडतोच असे नाही. त्याचप्रमाणे केंद्रबिंदूसाठी निरनिराळ्या पदार्थांचे कण सोडले तरी त्यांच्याभोवती ढगातील वाफ थिजून थेंबात रूपांतर होतेच असे नाही. त्यातूनही जर पाण्याचे थेंब तयार झाले व जमले, तरीसुद्धा वाऱ्याची एखादी लाट येते आणि त्या थेंबाची पुन्हा वाफ होते किंवा ते पाणी पाडणारे ढग वाऱ्याने दुसरीकडे नेले जातात आणि तिकडेच पाऊस पडतो. म्हणजे पुणे किंवा नगर जिल्ह्यात दुष्काळी, निर्जल प्रदेशासाठी प्रयोग करावा आणि त्याच्या परिणामाने पाऊस मात्र पाटाने भिजणाऱ्या कालव्याखालच्या जमिनीवर पडावा असे होण्याची शक्यता असते. प्रयोगाचा खर्च त्यामुळे फुकट जातो. सर्वसाधारण अनुभव असा आहे की, सपाट अशा निर्जल प्रदेशावर हे प्रयोग यशस्वी होत नाहीत. ते बहुतांशाने डोंगराळ भागातच यशस्वी होतात. अशा अनुभवांवरून हे प्रयोग करण्याचे सोडून द्यावेत असे मात्र नाही. कृत्रिम तऱ्हेने पाऊस पाडण्याचे प्रयोग काही अंशी यशस्वी झाले आहेत. त्या क्रियेवर नियंत्रण करण्याचे काम व्हावयाचे आहे. कृत्रिम पावसाची क्रिया सपाट पसरलेल्या ढगांपेक्षा डोंगराच्या आकाराचे जे ढग असतात त्या क्युम्युलस (Cumulus) ढगांवर जास्त यशस्वी होते. कृत्रिम पावसाची क्रिया यशस्वी व खर्चाच्या दृष्टीने परवडणारी झाली तर तिला फार महत्त्व येईल, कारण रूक्ष प्रदेशात पाण्यासाठी हपापलेल्या जमिनीला अशा तऱ्हेने पाणी मिळेल व भूजलाचे पुनर्भरण करणेही शक्य होईल. यासाठी सध्या काही राष्ट्रांत इलेक्ट्रॉनिक पद्धतीने हवेचे 'आयोनायझेशन' करून कमी खर्चात कृत्रिम पाऊस पाडण्याबाबत संशोधन चालू आहे.

२.७ वनसंपदा व भूजल

जमिनीतील पाण्याशी म्हणजेच भूजलाशी जंगलाचे अथवा वनसंपदेचे निकटचे नाते आहे. जंगलांमुळे जमिनीतील पाण्यावर परिणाम इष्ट होतो की अनिष्ट यांवर दोन भिन्न मतप्रवाह आहेत. एक मत असे की, वनसंपदा ही जमिनीत पाण्याचा साठा होण्यास पोषक आहे, तर दुसरा मतप्रवाह असा की वनसंपदा ही जमिनीतील पाण्याचे मोठ्या प्रमाणावर शोषण व बाष्पीभवन करण्यास जबाबदार आहे. काही असले तरी सर्वसामान्य अनुभवाची एक गोष्ट स्पष्ट आहे की वनसंपदा नाहीशी करून मुलूख उजाड केल्यास ओढे, नाले, झरे लवकर आटतात व उन्हाळ्यात पिण्याच्या पाण्याची टंचाई भासते. डोंगरावरची झाडेझुडपे किंवा जमिनीवरची खुरटी रोपे ही जळणासाठी तोडल्याने मुलुखाचा निर्जलपणा, विशेषतः कमी पावसाच्या भागात फारच जाणवतो. झाडी सतत तोडत गेल्याने देश उजाड होतो व त्याचे रूपांतर कालांतराने वाळवंटी, ओसाड प्रदेशात होते. काही ऐतिहासिक पुराव्यांनी ही गोष्ट लक्षात येते.

आपल्याकडे मध्य महाराष्ट्रात (उदाहरणार्थ नगर जिल्ह्यात) जो दुष्काळी भाग निर्माण झाला आहे तो ऐतिहासिक काळापासून, विशेषतः इंग्रजांचे राज्य आल्यापासून, झालेल्या अनिर्बंध वृक्षतोडीमुळे ओसाड बनला असल्याचा संभव आहे. उघड्या डोंगरदऱ्या आणि ओसाड माळराने यांच्यामुळे सूर्यप्रकाशाने सर्वच भाग तापून निघतो. त्या भागावर जरी ढग आले तरीसुद्धा तापलेल्या भूमीच्या गरमपणामुळे त्या ढगातील वाफेचे पाणी न बनता ती वाफच राहते. त्या ठिकाणी पाऊस न पाडता ढग निघून जातात व दुसरीकडे पाऊस पाडतात. वनश्रीचा नाश होतो आणि प्रदेशाचा ओसाडपणा वाढत जातो. याचे जोडीस

वारा आणि वाळू यांची साथ मिळाल्यास त्या प्रदेशाचे रूपांतर वाळवंटात होते. दीर्घकाळ घडलेल्या या क्रियेने मोहेंजोदारो, बॉबीलोन, हडाप्पा आणि लोथल या संस्कृती गिळंकृत केल्या. या व अशा कारणामुळे जगातील एकूण १/३ भाग आज वाळवंट किंवा ओसाड बनला आहे. आजही राजस्थानमध्ये ही क्रिया चालूच आहे. घग्गर आणि सरस्वती या दोन नद्यांच्या काठच्या लोकांनी पूर्वीच्या काळात प्रचंड प्रमाणावर झाडे तोडली. त्यामुळे वाऱ्याच्या योगाने रणातील वाळू पुढेपुढे सरकत आली आणि आजचे वाळवंट तयार झाले. हे वाळवंट जसे राजस्थानातून आणखी पुढे पुढे सरकत आहे, तसेच कच्छच्या रणातून ते पूर्वेस सरकत आहे. ही क्रिया रोखण्यासाठी आटापिटा करावा लागत आहे. झुडुपांची लागवड करून व डांबरासारख्या द्रवाने वाळू घट्ट करून वाळवंटाचे अतिक्रमण मोठ्या कष्टाने थांबवावे लागत आहे. अशा तऱ्हेने जंगलतुटीचे परिणाम आपल्याकडे जसे नजरेस पडतात तसे ते इराण-इराकमध्येही आहेत. तेथेही हा प्रदेश वालुकामय होण्याचे कारण - झाडी तुटली आणि वाळूने अतिक्रमण केले हेच सांगतात. सुदैवाने महाराष्ट्राच्या पठारावर ज्वालामुखीच्या कठीण पाषाणामुळे वाळू कमी आहे. परंतु झाडीतुटीमुळे प्रदेश वैराण मात्र होत आहे.

सर्वसाधारणपणे असा समज आहे की, झाडांमुळे पाऊस ढगातून आकर्षिला जातो. जेथे झाडी असेल त्या भागावर तुरळक ढगही पाऊस पाडून जातात. कोकण किंवा घाटमाथ्यासारख्या गर्द झाडीच्या भागात एखाद्या लहान पट्ट्यात जंगलतोड झाली तर त्या पट्ट्यात कमी पाऊस पडेल असे नाही. परंतु आधीच कमी जंगल असलेल्या प्रदेशात जंगलतोड झाल्यास ही गोष्ट जाणवू शकेल. सर्वसाधारणपणे शेतकऱ्यांचा अनुभव असा आहे की, मध्य महाराष्ट्राच्या कमी पावसाच्या भागात जेथे पाटाच्या पाण्याखाली फळबागा किंवा उसाची शेती आहे त्या टापूत मान्सूनचे ढग पाऊस पाडतात व भोवतालच्या कोरडवाहू प्रदेशावरून ते तसेच निघून जातात किंवा थोडासाच शिडकावा करतात. वादळी पावसाच्या बाबतीतसुद्धा हीच क्रिया आढळते.

झाडांचे महत्त्व आफ्रिकेत गेलेल्या इंग्रज शेतकऱ्यांना पटले व त्यांनी झाडी लावण्याची प्रथा सुरू केली. न्यासालँडमधील डोंगरांवर तसेच आफ्रिकेत इतर अनेक ठिकाणी डोंगरांवर झाडी लावण्याचे प्रयत्न झाले. आपल्याकडे डोंगरउतारावर खड्डे खणून झाडे लावावीत यासाठी पुणे जिल्ह्यातील सुप्रसिद्ध सामाजिक कार्यकर्ते व इंजिनिअर कै. श्री. एस.आर. भागवत व श्री. नानासाहेब नागपूरकर यांनी खूप प्रयत्न केले. तसेच कै. यादव शंकर वावीकर यांनीही खूप प्रचार केला. डोंगरउतारावर आडव्या सरी पाडून किंवा चर खणून झाडे लावली म्हणजे पाऊसही जास्त पडेल व पाणीही जास्त मुरेल असे त्यांचे सांगणे होते. शासकीय वनविभागाने खेड तालुक्यात असे काही यशस्वी प्रयत्न केले आहेत. बोर्थविक या शास्त्रज्ञाच्या मते झाडीमुळे नुसता पाऊस जास्त पडतो असे नव्हे तर जमिनीत पाणी मुरण्यास व वर्षभर पुरण्यास मदत होते. महाराष्ट्रात अनेक कार्यक्षम सरपंचांनी तसेच सेवाभावी संस्थांनी स्थानिक गावकऱ्यांच्या मदतीने निरनिराळ्या गावांतून पाणलोट क्षेत्र विकासाचे कार्यक्रम हाती घेतले आहेत. त्या सर्वांमध्ये वनीकरण हा महत्त्वाचा भाग आहे. या बाबतीत पारनेर तालुक्यांतील (जिल्हा-नगर) दुष्काळी भागांत राळेगणसिद्धी व हिवरेबाजार या गावांचा तसेच पुणे जिल्ह्यातील गावडेवाडी या गावाचा आदर्श डोळ्यासमोर ठेवण्यासारखा आहे. उत्तरांचल, आंध्र प्रदेश, कर्नाटक, गुजरात, मध्य प्रदेश अशा इतर राज्यांतूनही अनेक सेवाभावी संस्था या क्षेत्रात काम करत आहेत. जेथे सेवाभावी संस्था नसतील तेथे प्रगतिशील, निःस्वार्थी सरपंच व ग्रामपंचायतींचे सभासद यांनाही ग्रामस्थांच्या सहभागाने पाणलोट क्षेत्र विकासात लक्षणीय कामगिरी करता येते.

झाडीमुळे पाऊस जास्त पडतो व झाडी तोडली तर तो कमी होतो याची खात्रीशीर आकडेवारी मात्र आढळत नाही. दक्षिण आफ्रिकेमध्ये याच्या अभ्यासासाठी एक कमिशन नेमले होते. त्यांनी आपल्या अहवालात असे म्हटले आहे की झाडी तुटल्यामुळे पडणाऱ्या पावसाच्या प्रमाणात लक्षणीय घट झालेली आढळत नाही. भारतामध्ये गेल्या १०० वर्षांच्या पर्जन्यमानाचे सरासरी प्रमाण काढल्यास हीच गोष्ट आढळून येते. इंग्रजी राज्य असताना हिंदुस्थानातील वनसंपदा फार मोठ्या प्रमाणावर तोडली गेली. परंतु देशातील पावसाच्या सरासरीत मात्र फरक पडलेला नाही. पाऊस पडण्याच्या पद्धतीत मात्र फरक पडलेला दिसतो. म्हणजे सध्या पाऊस पूर्वीइतकाच पडला तरी तो थोड्याच दिवसांत धो धो पडून वाहून जातो, जमिनीत मुरत नाही उलट जमिनीची धूप करतो. पुरामुळे नुकसान करतो व बांधलेल्या धरणांच्या जलाशयांत हजारो टन गाळ आणून जलाशयांतील पाणी साठण्याची जागा कमी करतो. म्हणून जंगलाच्या वाढीपासून खरा फायदा हा की भले पाऊस जास्त न पडो, पण जो पडेल तो जास्त उपयोगी होईल अशा पद्धतीने पडतो.

वाहत्या पाण्याची गती झाडीमुळे कमी होते. झाडांच्या मुळ्या, खोडे, जमिनीवरील पालापाचोळा यामुळे पावसाच्या पाण्यास जमिनीत मुरायला मदत होते. जमिनीतील भूजलाचा साठा त्यामुळे समृद्ध बनतो. डोंगरउताराच्या भागात या गोष्टींचा फायदा जास्त प्रमाणात मिळतो. जंगले नसली तर, डोंगरमाथ्यावरून पाणी एकदम घसरत वेगाने खाली येते. त्यास अडथळा नसल्याने ते जाता जाता डोंगरउतरणीवरील माती वाहून नेते आणि खडक उघडे पडतात. खालच्या ओढ्यानाल्यांना एकदम पूर येतात. धरणे गाळाने भरून जातात. याउलट जंगले असतील त्या ठिकाणी जमिनीवरच्या पाण्याची गती मंदावल्याने ओढ्या-नाल्यांना पाणी, पावसाळा संपल्यानंतरही जास्त काळ टिकून राहते. जास्त पाणी जमिनीत मुरते. तेही दीर्घकाळ टिकते आणि डोंगरउतारावरील माती वाहून जात नाही. जंगले वाढवल्यामुळे इमारतीचे तसेच जळाऊ लाकूड, फळे, चारा, औषधे इ. उत्पन्न मिळतेच पण एकूण पर्यावरणाचे संरक्षणही होते.

जंगलांच्यामुळे होणारा आणखी फायदा म्हणजे पाऊस पडल्या पडल्या वैराण मुलखात त्याची जी भराभर वाफ होते तिचे प्रमाण झाडीमुळे व झाडांच्या सावलीमुळे खूपच कमी होते. हवेमध्ये आर्द्रता असल्याने बाष्पीभवनाची क्रिया फार होत नाही. ही गोष्ट सपाट माळरानाच्या प्रदेशात फार महत्त्वाची आहे. महाराष्ट्र, कर्नाटकातील पूर्वेकडील भाग व आंध्र प्रदेशातील पश्चिमेकडील भाग या कमी पावसाच्या भागात पाऊस पडताक्षणीच त्याची वाफ होऊन जाते व त्याचे पाणी जमिनीतही मुरत नाही तसेच वाहूनही जात नाही. दररोज जेव्हा सुमारे १२.५० मि.मी.पेक्षा (अर्ध्या इंचापेक्षा) कमी पाऊस पडतो, तेव्हा अशा सर्व दिवसांचा पाऊस जवळजवळ वाफ होऊन जातो. यासाठी अशा प्रदेशात शेतजमिनींचे बांध, त्याशिवाय जेवढी उघडी माळराने व डोंगर, टेकड्या असतील त्या सर्वांवर झाडी लावून हवेतील रूक्षपणा कमी करणे आवश्यक आहे. झाडीमुळे वाऱ्याच्या वेगासही अडथळा निर्माण होतो आणि वारा संथपणे वाहतो. सोसाट्याच्या वाऱ्यामुळे पावसाच्या पडलेल्या पाण्याची लवकर वाफ होते. लवकर वाफ होण्याची ही क्रिया कमी झाली तर पावसाचे पाणी जमिनीत जास्त मुरते. आणखी एक मोठा फायदा म्हणजे डोंगराळ तसेच सपाट जमिनीतही झाडांच्या मुळ्यांमुळे जमिनीतील सच्छिद्रता वाढते, कुजलेल्या मुळ्यांच्या पोकळ्या निर्माण होतात आणि जमिनीची पाणी धारण करण्याची व मुरवण्याची क्षमता वाढते.

याउलट जंगलाचे काही तोटेही आहेत. पहिला मुख्य तोटा असा की जमिनीत मुरलेले पाणी झाडे बाष्पोच्छ्वासाकरिता वापरतात (Transpiration). झाडांची मुळे खोलवर जातात आणि खूप

पसरतात. त्यामुळे भोवतालच्या जमिनीत सुमारे ८-१० मीटर खोलीपर्यंतचे मुरलेले पाणीसुद्धा काही झाडे वापरू शकतात आणि जमिनीतील जलाशय कमी करतात. यांमध्ये नॉर्वेमधील स्प्रूस, ऑस्ट्रेलियातील युकॅलिप्टस आणि रुईच्या जातीच्या वनस्पती त्यांच्या वाढीसाठी जास्त पाणी शोषून घेतात. फ्रान्सच्या नैर्ऋत्य भागात १९ व्या शतकाच्या सुरुवातीस पाईन जातीच्या झाडांचे जंगल तोडले. त्या ठिकाणी जंगल तुटीनंतर विहिरीतील पाण्याची पातळी खूप उंचावर आली. जोपर्यंत जंगल होते तोपर्यंत झाडे जमिनीतील पाणी स्वत:साठी वापरत होती. परंतु त्याची तूट झाल्यावर पावसापासून आणि बर्फ वितळून पाझरत येणाऱ्या पाण्यामुळे त्या क्षेत्रातील जमिनीतील पाण्याची पातळी वाढली आणि त्या ठिकाणी पाणी जमिनीवर येऊन दलदल माजली. पश्चिम ऑस्ट्रेलियात कमी पावसाच्या प्रदेशात असाच अनुभव आला आहे. इस्त्रायलमध्ये तर दलदलीच्या प्रदेशात युकॅलिप्टसची लागवड करून भूजलाची पातळी खाली नेली व जमीन शेतीसाठी वापरात आणली. आपल्याकडे कोकणामध्ये काही ठिकाणी डोंगरमाथ्यावरील नैसर्गिक झरे वर्षभर वाहतात. डोंगरावरील झाडी वाढवली म्हणजे त्यांचे पाणी वाढते व झरा जोरात वाहू लागतो. फारच दाट जंगल वाढले तर जमिनीत मुरणाऱ्या पाण्यातील जास्त हिस्सा वनस्पतींसाठी खर्च होईल हे खरे, पण पडणाऱ्या पावसापैकी जास्त पाऊस जमिनीत मुरू शकेल.

वरील विवेचनावरून एक गोष्ट लक्षात येईल की वनसंपत्तीचा जमिनीतील पाण्यावर होणारा परिणाम हा त्या-त्या प्रदेशांतील पाऊसमान, झाडांच्या जाती तसेच भूजलाची पातळी व खडकांचे गुणधर्म या गोष्टींवर अवलंबून असतो. म्हणून खोलवर मुळे पसरवणारी झाडे, मध्यम खोलीवर मुळे असलेली झाडे-झुडुपे व अत्यंत उथळ मुळे असणारी झुडुपे व गवत या सर्वांचा विचार वेगळा वेगळा करायला हवा व वनीकरणाचे धोरण त्याप्रमाणे आखायला हवे. जास्त पावसाच्या भागांत खोलवर मुळे जाणारी झाडे लावून जंगल वाढवण्यास हरकत नाही. पण कमी पावसाच्या दुष्काळी भागातील वनीकरण हे अत्यंत कमी पाणी लागणारी काटक झाडे-झुडुपे व गवत यांचे मदतीनेच व्हायला हवे. उगीच सर्व ठिकाणी युकॅलिप्टससारख्या जास्त पाणी लागणाऱ्या झाडांची सरसकट लागवड करणे योग्य नाही. झाडांपासून आणखी एक तोटा म्हणजे कीटक, पक्षी यासारखे जे पिकांचे शत्रू आहेत त्यांना आसरा मिळतो. पण याबाबत मतभेद असू शकतात. सारांश, जंगलापासून जे तोटे आहेत ते कमी करून योग्य प्रकारची झाडे व गवत वाढवून फायदा करून घेता येईल अशा योजना आखल्या पाहिजेत. चीनमध्ये सध्या सपाट जमिनीवर गव्हाच्या शेतांच्या बांधावर 'पावलोनिया'ची झाडे वाढवण्याचे प्रयोग यशस्वी झाले आहेत. कार्बन डायऑक्साईड, पाणी व सूर्यप्रकाश यांचा उपयोग करून झाडे वाढतात. अशा तऱ्हेने आजकाल जंगलाचे वाढीस सौरशक्ती साठवण्याचे दृष्टीने तसेंच वातावरणातील कार्बन डायऑक्साईड या वायूचे प्रमाण कमी करून पृथ्वीच्या तापमानातील वाढ रोखण्यासाठी फार महत्त्व आले आहे. म्हणून महाराष्ट्रांच्या उघड्या-बोडक्या डोंगर व टेकड्यांवर मृद् व जलसंधारणाची कामे करून योग्य प्रकारची, कमी पाणी लागणारी झाडे प्रयत्नपूर्वक वाढवली पाहिजेत. तसेच ओसाड माळांवर झुडुपे व गवत वाढवले पाहिजे. यामुळे पशुपालनही वाढेल व इंधनासाठी गोबरगॅस वापरता येईल. पिण्याच्या पाण्याची टंचाई दूर होईल व बागायती क्षेत्रही वाढेल. पाणलोट क्षेत्र विकास ही अशा तऱ्हेने बहुगुणी कामधेनू आहे.

२.८ वाहून जाणारे पाणी (पृष्ठवाह पाणी)

पाऊस पडल्यानंतर त्याचा बराच भाग जमिनीच्या पृष्ठभागावरून वाहू लागतो (पृष्ठवाह पाणी) आणि तो नद्यानाल्यांतून निघून जातो. पावसाचा काही भाग जमिनीत जिरतो. जमिनीतील भूजलाचे साठे भरण्यासाठी

पडणाऱ्या पावसाचा जास्तीत जास्त भाग जमिनीत मुरेल तेवढे चांगले. यासाठी वाहून जाणाऱ्या आणि मुरणाऱ्या पावसाच्या पाण्याच्या प्रमाणास महत्त्व आहे. पाऊस पडल्याबरोबर व नंतरही काही काळ ही पाणी वाहण्याची क्रिया चालू असते. पाणी वाहून जाण्यास मदत करणाऱ्या व त्यास प्रतिरोध करणाऱ्या अनेक गोष्टी आहेत.

१) जमिनीचा उतार ज्या मानाने असेल त्या मानाने त्यावर पडणारे पाणी वाहून जाते ही गोष्ट सहज समजण्यासारखी आहे. वाहून जाणाऱ्या पाण्याचे प्रमाण व वेग हे जमिनीच्या उताराशी सम प्रमाणात असतात. वेगाने वाहणाऱ्या पृष्ठवाह पाण्यामुळे जमिनीची धूप होते.

२) पाऊस पडण्याची क्रिया कशी होते ही गोष्ट महत्त्वाची आहे. अगदी थोड्या काळात खूप पाऊस पडला तर त्याचे पुष्कळसे पाणी वाहूनच जाईल. याउलट पाऊस सावकाश पडला किंवा ज्यास भीज पाऊस म्हणतात असा पाऊस पडला तर जमिनीत जास्त पाणी मुरेल.

३) वरील दोन्ही गोष्टींबरोबरच ज्या जमिनीवर पाऊस पडावयाचा ती कशी आहे, यालाही फार महत्त्व आहे. रेताड जमिनीवर पाऊस पडला तर त्यातील पुष्कळसा भाग जमिनीमध्ये भराभरा जिरू शकेल. सपाट जमीन असली तर पुष्कळसे पाणी जमिनीत मुरेल. काही सपाट भूभागात पाऊस चांगल्यापैकी असूनसुद्धा नद्या, नाले कमी असतात याचे कारण पाणी जमिनीत मुरण्याचे प्रमाण जास्त आहे हे होय. गुजराथ व पंजाब या भागात असे काही टापू सापडतात. शेतीच्या दृष्टीने काळी जमीन असणे चांगले; पण पावसाचे पाणी जमिनीत मुरण्यास ती चांगली नाही. ती नांगरून ठेवली असेल तर जास्त बरे. पण एखादेच शेत नांगरून फायदा होत नाही. चोपण जमिनीवर पाऊस पडल्यावर ती फुगते आणि पाणी खाली जिरू देत नाही. तेथे पाणी जमिनीवरून वाहून जाण्याच्या क्रियेस त्यामुळे मदत होते. ओसाड वाळवंटातील काही जमिनी थोड्याशा क्षारयुक्त असतात. अशा जमिनींचा पृष्ठभाग कडक झालेला असतो. त्यामुळे त्यांत पाणी मुरण्याऐवजी जास्त वाहून जाते.

४) झाडी-झुडुपे व जंगलामुळे पाणी वाहून जाण्याची क्रिया मंदावते आणि जमिनीत पाणी जिरण्याच्या क्रियेस मदत होते. झाडझाडोऱ्याचा जो पालापाचोळा जंगलातून पडतो त्यात सुरुवातीस पुष्कळ पाणी जिरते. तो ओला झाल्यावर मात्र त्यातून पाणी खाली जाण्याची क्रिया खालच्या जमिनीवर अवलंबून असते. जेथे पावसाच्या थेंबांचा मारा उघड्या जमिनीच्या पृष्ठभागास बसतो तेथे जमीन घट्ट बनून पाणी मुरण्याची क्रिया मंदावते. जमिनीवर झाडोरा किंवा गवत असल्यास पावसाचा मारा जमिनीस बसत नाही व पाणी जास्त मुरते.

५) पावसाळ्यामध्ये पावसाचे दिवस जास्त असणे ही गोष्टही महत्त्वाची आहे. पावसाचे दिवस 'रेनी डे' जितके जास्त तितके चांगले. तसेच एकूण पावसाळ्याचा ऋतू हा जितक्या महिन्यावर विभागला जाईल तितके ते फायदेशीर आहे. पावसाच्या सरी रात्री पडल्यास बाष्पीभवन कमी होते व पाणी जमिनीत जिरण्यास मदत होते.

धरणे बांधताना धरणात पावसाचे किती पाणी वाहून येईल याचे हिशेब महत्त्वाचे असतात. सरासरीने पडलेल्या पावसापैकी ६.२५ सेंटिमीटर (सें.मी.) एवढा भाग सुमारे ४० हेक्टर पाणलोट क्षेत्रातून वाहून आला तर छोट्या तलावात २५० हेक्टर सें.मी. म्हणजे २.५० हेक्टर मीटर पाणी साचते. पावसाच्या पाण्याचा बराचसा भाग वाहून गेला तर भूजलाच्या दृष्टीने ते हितावह नाही. हिंदुस्थानात सरासरीने जो ३७००घनकिलोमीटर पाऊस पडतो त्यातील १६७० ते १८७० घनकिलोमीटर पाऊस नद्यांवाटे वाहून

जातो. म्हणजे सरासरीने हिंदुस्थानातील पाऊस वाहून जाण्याचे प्रमाण सुमारे ४५% पडते. अमेरिकेमध्ये हे प्रमाण सुमारे ३७% च्या घरात जाते. इंग्लंडमध्ये हे प्रमाण २५% धरतात. हिंदुस्थानामध्ये वेगवेगळ्या प्रांतांत पावसाचे पाणी किती प्रमाणात वाहून जाते याचे डॉ. खोसला यांनी नकाशे तयार केलेले आहेत. धरण-बंधारे यांच्या मोठ्या योजना करण्यासाठी त्यांचा उपयोग होतो. धरणाच्या पाठीमागील पाणलोटाचे क्षेत्रांत पडणारा पाऊस व त्यातील पृष्ठवाह म्हणजेच भूपृष्ठभागावरून वाहून येणाऱ्या पावसाच्या पाण्याचे प्रमाण कळले म्हणजे तलावाची क्षमता काढण्यास मदत होते. त्यासाठी काही सूत्रे तयार केली आहेत. डॉ. खोसला यांचे सूत्र बरेच इंजिनिअर लोक वापरतात. पावसाच्या वाहून जाणाऱ्या पाण्याचे प्रमाण अशा रीतीने येथवर वर्णन केलेल्या अनेक गोष्टींवर अवलंबून आहे. त्यात बदल होऊ शकतात. कारण निसर्ग हा नियमितपणे कधीही वागत नाही. काही भूभागात वाहून जाणाऱ्या पाण्याचे प्रमाण अतिशयच बदलत असते. आफ्रिकेतील व्हिगग्रुंड हे धरण १९१९ साली २०० मिलिमीटर पावसाने भरले तर २ वर्षानंतर १९२१ साली १००० मिलिमीटर पाऊस पडूनही ते पूर्ण भरले नाही. पाऊस पडण्याच्या व त्याचे पाणी जमिनीवरून वाहण्याच्या पद्धतीतील अनियमितपणा हा असा आहे. तरीपण योजना करावयाच्या म्हणजे सरासरी धरूनच कराव्या लागतात.

एखाद्या पाणलोट क्षेत्रात किती नव्या विहिरी काढता येतील याचा अंदाज करावयाचा असेल तर त्या क्षेत्रात सरासरी वार्षिक पाऊस किती पडतो, त्यातील पाणी किती वाहून जाते, वाफ आणि वनस्पतीबाष्प यामध्ये किती पाणी खर्च होते, हे सर्व कळले पाहिजे. यावरून पाणी जमिनीत किती जिरते ते ठरवता येते व त्यातून सध्या वापरात असलेल्या विहिरींतून होणारा उपसा वजा करून नवीन विहिरींना किती पाणी उपलब्ध होईल याचा अंदाज बांधता येतो. एखाद्या पाणलोट क्षेत्रात नवीन विहिरी खणत असतानाच पावसाचे पाणी वाहून जाण्याची क्रिया कमी कशी करता येईल आणि जमिनीत जास्त पाणी कसे मुरवता येईल यासाठी पाणलोट क्षेत्र विकास योजना केल्या जातात. अशा योजनांमुळे नवीन व जुन्या सर्वच विहिरींची क्षमता वाढते.

२.९ पावसाच्या पाण्याचे बाष्पीभवन

पावसाचा थेंब ढगापासून जमिनीपर्यंत येत असताना थोड्या प्रमाणात बाष्पीभवन होऊन थेंबाचा आकार किंचित् कमी होतो. जमिनीवर पाऊस पडला की त्याच्या पाण्याची वाफ होण्याची क्रिया लगेच तीन प्रकारांनी सुरू होते.

१) पाऊस पडून गेल्यानंतर ओल्या झालेल्या जमिनीस वाफसा येतो, तो जमिनीवर पडलेल्या व आत जिरलेल्या काही पाण्याची वाफ झाल्यामुळे येतो.

२) झाडे, झुडुपे व वनस्पतींमार्फत, त्यांची मुळे जिथपर्यंत खोल पोहोचलेली असतात त्या खोलीपर्यंत, मुरलेल्या पाण्याच्या काही भागाचे शोषण व बाष्पीभवन चालू होते.

३) जमिनीवरून वाहणाऱ्या व तलावात साठा झालेल्या पाण्याचेही बाष्पीभवन सुरू असते.

हवेतील उष्णता व शुष्कता (कोरडेपणा) आणि वारा यामुळे ओल्या मातीमधील पाण्याची वाफ होते. या कारणांचे प्रमाण जसे जास्त-कमी असेल त्या प्रमाणात वाफ जास्त-कमी होते. वनस्पतींमार्फत बाष्पीभवनाची क्रिया मातीच्या पृष्ठभागापासून खाली वनस्पती व झाडे यांच्या मुळ्या जेथपर्यंत खोल जातात तेथपर्यंतच होते. पाणी जमिनीत मुरत मुरत या खोलीच्या खाली (म्हणजे Root Zone च्या खाली) गेले म्हणजे ते वनस्पतींमुळे होणाऱ्या बाष्पीभवनाच्या क्रियेच्या तडाख्यातून सुटते. यास तडाखा म्हणण्याचे

कारण असे की महाराष्ट्राच्या दुष्काळी भागात पावसाच्या पाण्याचा मोठा हिस्सा या क्रियांमुळे परत हवेत जातो. हवेचे तापमान कितीही जास्त झाले व सूर्याच्या उष्णतेमुळे जमिनीचा पृष्ठभाग कितीही तापला तरी त्याची उष्णता जमिनीच्या खाली खोलवर परिणाम करू शकत नाही. ऋतुमानाप्रमाणे उन्हाळ्यात जमीन तापते व हिवाळ्यात थंड होते हा तापमानातील वार्षिक फरक थोड्या खोलीपर्यंतच होतो. प्रस्तुत लेखकाने गुजरात राज्यात बडोदा येथे तापमापींच्या आधारे जमिनीतील तापमानांचे निरीक्षण केले. त्यात असे दिसून आले की जमिनीपासून १५० मिलिमीटर किंवा ६ इंच खोलीवर ठेवलेला थर्मोमीटर (तापमापी) हा उष्णता आणि थंडी याचे परिणाम थोडे सौम्य करून पण स्पष्टपणे दाखवत होता. सुमारे १ मीटर खोलीवर ठेवलेला तापमापी हे फरक फारच सौम्य तऱ्हेने दाखवत होता तर २ मीटर खोलीवर ठेवलेला तापमापी मात्र वर्षभरातील तापमानात काहीच फरक दाखवत नव्हता. पाऊसमानाप्रमाणे या खोलींत थोडा फार फरक होवू शकतो. माती आणि खडक यांत फरक असा आहे की, मातीची विशिष्ट उष्णता मोठी आहे. शिवाय माती ही कमी उष्णता वाहक आहे. त्यामुळे उष्णता जास्त खोलीपर्यंत पोहोचत नाही. या कारणामुळे मुरणारे पाणी जमिनीत मोठ्या वृक्षांच्या मुळांच्या खाली गेले म्हणजे त्याची वाफ होऊ शकत नाही.

बाष्पीभवनाची क्रिया ही तलाव, डोंगरातील खोदलेली टाकी व अन्य तऱ्हेने साठवलेल्या पाण्याचे पाणवठे यांच्यावरही होत असते. बाष्पीभवनामुळे डबकी किंवा डोह उन्हाळ्यात आटून जातात. टाकी कोरडी होतात. तलावातूनही पाण्याची वाफ होत असते. सर्वसाधारणपणे मोठ्या तलावातून दरवर्षी पाण्याची वाफ होऊन २१०० मिलिमीटर किंवा ७ फूट उंचीचा पाण्याचा जलस्तंभ तलावातून नाहीसा होतो म्हणजे हवेत विरून जातो. याचा अर्थ असा की तलावाच्या सर्वात वरचा ७ फुटांचा स्तंभ वाफ होऊन जातो. ऑस्ट्रेलिया व आफ्रिकेमध्येही केलेल्या प्रयोगात पाण्याची वाफ होण्याचे प्रमाण हेच आहे असे आढळले. तलावातील पाण्याचा वापर आणि वर्षभरात पाण्याची वाफ होण्याची क्रिया ही जोडीनेच होत असल्यामुळे तलावातील पाणी जसजसे खाली जाते तसतसा बाष्पीभवनासाठी पाण्याचा उघडा पडलेला पृष्ठभागही कमी कमी होत जातो. लहान व उथळ तलावामध्ये वाफ होऊन जाण्याचा भाग जास्त असतो. उष्णतेबरोबरच जोराचे वारे वाहात असतील तर वाफ जास्त होते. यासाठी विजापूर, धारवाड जिल्ह्यातील खेड्यांतून पिण्याच्या पाण्याच्या तलावाभोवती केलेले बांध फार उंच असतात. त्यामुळे वारा अडून वाफ कमी होते आणि वाऱ्याबरोबर येणारा कचरा बांधापाशी अडतो. सबंध हिंदुस्थानात पडणाऱ्या सुमारे ३७०० घनकिलोमीटर या पावसाच्या पाण्यापैकी सुमारे १४३० घनकिलोमीटर एवढ्या पाण्याची म्हणजे सुमारे ३८% पाण्याची वाफ होऊन जाते.

तलावातील पाण्याची वाफ होऊ नये म्हणून अलीकडे निरनिराळी 'बाष्पीभवन रोधक' द्रव्ये पाण्याच्या पृष्ठभागावर पसरतात. रासायनिक पदार्थांपैकी 'सिटील अल्कोहोल' किंवा 'स्टिअरिल अल्कोहोल' ही फॅटी अल्कोहोल्स पाण्यात टाकतात. ते सर्व पाण्यावर पसरून एक बाष्परोधक आच्छादन निर्माण होते. पाण्याच्या पृष्ठभागावर मेण पसरवण्याचीही एक पद्धत आहे. अमेरिकेत ॲरिझोना राज्यात एका लहानशा तलावात मेण पसरल्यावर ते ४ वर्षे तरंगत राहिले. हलके, तरंगणारे पॉलिस्टिरिनचे (थर्मोकोलचे) तक्तेही वापरण्याचे प्रयोग चालू आहेत. पाण्याच्या पृष्ठभागाचे आच्छादन होऊन पाणी जास्त काल टिकावे हा यामागील हेतू आहे. परंतु पिण्याचे पाणी पुरवणाऱ्या तलावांच्या बाबतीत अशी आवरणे वापरल्याने पिण्याचे पाणी किती शुद्ध राहील ते पाहिले पाहिजे. कमलदल म्हणजे कमळाची पाने तसेच हायसिंथ, शेवाळे इत्यादी वनस्पती पाण्यावर तरंगतात. त्यामुळे पृष्ठभागावरून वाफ होण्याची क्रिया पुष्कळ कमी होते. परंतु या वनस्पतीही स्वत: बाष्पीभवन करतातच. काश्मीरमध्ये दाल सरोवरामध्ये तरंगणाऱ्या

वनस्पती वाढवून त्यावर मातीचे वाफे तयार करून पिके काढतात. यामुळे पाण्याच्या पृष्ठभागावरून वाफ हवेत जाण्याचे प्रमाण जरी कमी झाले तरी त्या पिकांना लागणारे पाणी खर्च होते. पण त्यातून थोडी शेती होते व आर्थिक फायदा होतो. आपल्याकडे पाझर तलावांचे बाबतीत पाण्याची वाफ कमी प्रमाणात व्हावी म्हणून पाण्यावर 'बाष्पीभवन रोधक द्रव्याचे' तवंग निर्माण करण्याचे प्रयोग चालू आहेत.

२.१० मुरणारे पाणी

पावसाच्या पडलेल्या पाण्यापैकी वाहून गेलेले पाणी, वाफ होऊन गेलेले पाणी, पिके-झाड-झाडोऱ्यानी घेतलेले पाणी हे सर्व वगळता जे पाणी मुळांच्याही खाली मुरून भूजलाच्या साठ्यात पोचेल ते महत्त्वाचे होय. भूजलाच्या साठ्याच्या वरच्या पृष्ठभागास 'जलपृष्ठ' (वॉटरटेबल) म्हणतात. झाड-झाडोऱ्याच्या मुळांच्या खाली झिरपून आलेले पावसाचे पाणी खालच्या मुरुमातील किंवा भेगाळलेल्या खडकांतील जलपृष्ठास मिळते. यामुळे पावसाळ्यात जलपृष्ठाची पातळी वाढून ते वरती येते. प्रतिवर्षी जमिनीतील जलाशयातून म्हणजेच भूजलाच्या साठ्यातून जेवढे पाणी उपसले जाईल, कमीत कमी तेवढे पाणी तरी, पावसाच्या पाण्यातून पाझरून जलाशयाला पोचले पाहिजे. असे जर झाले नाही तर येणाऱ्या पाण्यापेक्षा उपसले जाणारे पाणी जास्त झाल्याने भूजलाची पातळी दरवर्षी खाली खाली जाते व हळूहळू विहिरी आटत जातात. यासाठी पावसाचे किती पाणी जमिनीत मुरते यास महत्त्व आहे. पाणी मुरण्याची किंवा ते जमिनीत पाझरत खोल जाण्याची क्रिया अनेक गोष्टींवर अवलंबून असते.

गुरुत्वाकर्षणाच्या दिशेने पाणी जमिनीत खाली मुरताना कमीत कमी अडथळ्याची वाट शोधते. जमिनीत जिरून खाली मुरण्यामध्ये अडथळा असतो. त्याच्याशी झुंज देत खाली मुरण्याऐवजी पाणी पृष्ठभागावरून वाहणे पसंत करते. त्यामुळे वाहणे आणि मुरणे यांचा परस्परांशी विरोधी संबंध आहे. पावसाचे प्रमाण, जमिनीचा चढउतार, झाडी, वनस्पती यांची वाढ व जमिनीचा पोत, यावर अवलंबून असणाऱ्या या क्रियेमध्ये निरनिराळ्या भागांत निरनिराळे प्रमाण दिसून येते. अमेरिकेतील सॅन फरनँडो खोऱ्यामध्ये काही ठिकाणी पाणी मुरवण्याचे प्रयोग करताना असे आढळून आले की, पाझर- तलावातील पाणी सुरुवातीला जमिनीमध्ये दर दिवसाला ७.५ मीटर या गतीने जिरले. नैसर्गिक स्थितीमध्ये हा दर रोज सुमारे ३ मीटरपर्यंत असतो. चिकणमातीमध्ये पाणी फारच कमी वेगाने मुरते. ज्या जमिनीत चुनखड जास्त आहे त्यामध्ये पाणी जास्त वेगाने मुरते. पृष्ठभागाच्या स्तरातून पाणी खाली मुरत जाण्याचा वेग पृष्ठभागाच्या पाझर क्षमतेवर म्हणजेच पार्यतेवर (Permeability) अवलंबून आहे. ग्रॅनाईट दगडापासून निर्माण होणाऱ्या मुरुमातून व वाळू-रेतीतून पाणी खाली मुरण्याचा वेग खूप असतो. हिंदुस्थानच्या दक्षिण भागात ग्रॅनाईटने व्यापलेला प्रदेश पुष्कळ आहे. ग्रॅनाईटच्या मुरुमातून दररोज सुमारे ३.२५ मीटर्स या गतीने पाणी खाली जिरते. महाराष्ट्राच्या काळ्या दगडाच्या प्रदेशात हा दर दररोज सुमारे पाऊण मीटर इतका थोडा आहे. दख्खनच्या दगडाचा जो मुरूम तयार होतो त्याची अंगभूत सच्छिद्रता कमी असते. त्याच्या कणात पोकळी कमी राहते. काळ्याभोर जमिनीमध्ये पाणी खाली मुरण्याची क्रिया फारच कमी वेगाची म्हणजे दररोज ०.०२ मीटर एवढीच आहे. वरच्या स्तरांतून कमी पार्यतेमुळे पाणी कमी वेगाने मुरले तर खालच्या स्तरांची पार्यता जास्त असूनही उपयोग नसतो. याउलट वरच्या स्तरात चांगल्या पार्यतेमुळे वेगाने मुरलेले पाणी खालच्या स्तराची पार्यता कमी असेल तर मध्येच अटकाव होऊन खाली जाण्याऐवजी आडव्या दिशेने वाहू लागते. वरून मुरलेले पाणी हे जमिनीतील भूजलाच्या पातळीपर्यंत पोहोचण्याची क्रिया ही अशी गुंतागुंतीची आहे.

संपूर्ण भारताचा विचार केला तर देशात एकूण पडणाऱ्या ३७०० घनकिलोमीटर पावसाच्या पाण्यापैकी सुमारे ११% म्हणजे सुमारे ४०० घनकिलोमीटर एवढे पाणी सरासरीने जमिनीत मुरून भूजलाच्या साठ्यात भर घालते. भारताच्या या सरासरीमध्ये प्रांताप्रांतात, जिल्ह्याजिल्ह्यांत व गावा-गावांतही फरक पडतो. महाराष्ट्रामध्ये कोकण व मावळातील भूभागात तेथील जमिनीच्या चढउतारामुळे व जमिनीच्या पृष्ठापासून काळा खडक जवळ असल्यामुळे जरी ४००० मि.मी. म्हणजे १६० इंच पाऊस पडला तरी त्यापैकी जास्तीत जास्त ३% इतकेच पाणी जमिनीत मुरते. मात्र काळ्या खडकाऐवजी जांभा खडक (लॅटेराईट) असल्यास पाणी मुरण्याचे प्रमाण वाढते. याउलट मध्य महाराष्ट्र व मध्य कर्नाटकातील काही भागात तेथील स्थानिक परिस्थितीप्रमाणे ६०० मि.मी. पावसापैकी १०% ते २५% पाणी जमिनीत जाते. उत्तर प्रदेशातील काही जिल्ह्यांत हे प्रमाण सुमारे ३१% आहे. तर हरियाणा व पंजाबमध्ये अनुक्रमे १७% व १८% आहे. इंग्लंडमध्ये प्रतिवर्षी सुमारे ७५० मि.मी. पाऊस पडतो. त्या ठिकाणी २५% पाणी जमिनीत मुरते. अमेरिकेमध्ये एकूण पडणाऱ्या पावसापैकी नैसर्गिक क्रियेने मुरणाऱ्या पाण्याचे प्रमाण स्थानिक परिस्थितीप्रमाणे २% पासून ते १८% पर्यंत आहे. थंड प्रदेशात हिवाळ्यात पडलेले बर्फ (हिम) उन्हाळ्यात हळूहळू वितळू लागले की ते पाणीसुद्धा जमिनीत मुरते.

२.११ मुरणाऱ्या पाण्याचे मापन

पाणी मुरण्याच्या क्रियेचा अभ्यास दोन-तीन रीतीने करतात. जमिनीमध्ये पाणी मुरण्याची क्षमता ज्या ठिकाणी मोजावयाची आहे, त्या ठिकाणी प्रातिनिधिक स्वरूपाचा एक भाग निवडतात. तेथे एक मोठा खड्डा खणतात. तो ठराविक मापाचा चौकोनी किंवा गोल अशा आकाराचा असतो. त्यातून निरनिराळ्या खोलीवरून काढलेली माती वेगवेगळी ठेवतात. असा खड्डा किती खोल घ्यावयाचा ही गोष्ट जमिनीच्या प्रकारावर अवलंबून असते. ज्या मातीची पाझरक्षमता मोजावयाची असेल ती माती संपेपर्यंत असा खड्डा खणतात. दोन थरांची पाझर क्षमता मोजावयाची असेल तर पहिल्या थराच्या तळापर्यंत वेगळा खड्डा आणि दुसऱ्या थराच्या तळापर्यंत वेगळा खड्डा खणतात. खड्डा खणून झाल्यावर त्याचा तळ व त्याच्या सर्व बाजू काँक्रीटने लिंपून टाकतात. असे केले म्हणजे खड्ड्याच्या बाहेरचे पाणी त्यात येत नाही व त्यातील पाणी बाहेर जात नाही. या खड्ड्याच्या तळातून एक नळी बाहेर काढतात आणि या खड्ड्यालगतच बाहेर खणलेल्या व या खड्ड्यापेक्षा खोल अशा दुसऱ्या खड्ड्यांत ती आणतात. या दुसऱ्या खड्ड्यालाही चहुबाजूंनी व तळामध्ये काँक्रिटिंग केलेले असते, तसेच वरून झाकण असते. त्यामुळे त्यात पहिल्या खड्ड्यातील नळीतून येणाऱ्या पाण्याशिवाय बाहेरून कोठलेही पाणी येत नाही.

हे सर्व झाले म्हणजे मूळचा खड्डा पुन्हा भरावयाचा असतो. ज्या खोलीवरून जो मातीचा थर काढलेला असतो त्या खोलीवर त्या थराची माती तितक्याच जाडीची होईल अशा तऱ्हेने भरतात म्हणजे भरलेल्या खड्ड्यात प्रत्येक मातीच्या थराचा पोत मातीच्या नैसर्गिक पोताप्रमाणे होतो. याप्रमाणे सर्व खड्डा जमिनीपर्यंत भरला जातो. पाऊस पडू लागला म्हणजे तो जसा सर्व क्षेत्रावर पडतो तसाच या खड्ड्याच्या पृष्ठभागावर पडतो. त्या पृष्ठभागाचे क्षेत्रफळ माहीत असते. त्यावर पावसाचे पाणी किती पडले याची नोंद खड्ड्याच्या शेजारी पाऊस मोजण्याचे यंत्र ठेवून करता येते. खड्ड्याच्या क्षेत्रफळावर पडलेल्या पावसाचा काही भाग पाझरत जातो आणि खड्ड्याच्या तळातील काँक्रीटच्या अस्तरावरील नळीतून येऊन शेजारच्या दुसऱ्या खड्ड्यात साचतो. तेथे ते पाणी मोजता येते. एकूण पाऊस व मुरलेले पाणी हे प्रत्यक्ष कळू शकते. या खड्ड्यावर गवत किंवा काही वनस्पती लावली असल्यास पावसाच्या पाण्यापैकी वनस्पतीने वाढीसाठी

किती पाणी वापरले हेही समजते. अशा खड्ड्याला लायसीमीटर (Lysimeter) किंवा 'झिरपणमापी' म्हणतात. अशा तऱ्हेने केलेल्या मोजमापात एक दोष आहे. तो असा की खणून बाहेर काढलेली माती त्या खड्ड्यात जशी होती तशी भरण्याचा प्रयत्न केला तरी तिचा पोत नैसर्गिक होईलच असे नाही. नैसर्गिक स्थितीत तिची सच्छिद्रता जी आणि ज्या प्रकारची असेल ती व तशी या भरलेल्या मातीस येईल असे नाही. यामुळे पाणी किती पाझरते याचे मोजमाप मिळते पण ते नैसर्गिक जमिनींच्या गुणधर्मापेक्षा थोडे वेगळे असू शकते. 'लायसीमीटर' तयार करणे हे खर्चाचे काम आहे. जेथे नळीमधून नैसर्गिकरीत्या पाणी दुसऱ्या खड्ड्यात पडत नाही तेथे ते शोषून काढण्यासाठी पंप बसवावा लागतो. अशा लायसीमीटरला 'सक्शन लायसीमीटर' असे म्हणतात.

यापेक्षा पाणी नैसर्गिक स्थितीत जमिनीत किती मुरले हे समजण्यासाठी विशिष्ट पद्धतीने तयार केलेल्या बोअरिंगमधील भूजलाची पातळी मोजणे हा एक चांगला मार्ग आहे. नदीनाल्यापासून व इतर विहिरी- बोअरिंगपासून दूर अशा सपाट जमिनीमधील या बोअरिंगच्या पाण्याच्या पातळीचे मोजमाप पावसाळ्याचे चार महिन्यांत करतात. या काळात या बोअरिंगमधून पाण्याचा उपसा करायचा नसतो. पावसाळ्याचे १२० दिवसांत दर तीन दिवसांनी पाण्याची पातळी मोजली तर अशा सुमारे ४० परीक्षणांचे कोष्टक खालील प्रमाणे बनवता येते.

यामधील फक्त वाढीच्या आकड्यांची बेरीज केली की पावसाच्या मुरलेल्या पाण्याचा अंदाज येतो. दर तीन दिवसांनी पाण्याची पातळी मोजण्याऐवजी दररोज किंवा दिवसातून दोन वेळा मोजली तर वरील

दिनांक	**बोअरिंगच्या केसिंग पाईपच्या वरच्या टोकापासून खाली पाण्याचे पातळीपर्यंत मोजलेली खोली (मीटर्समध्ये)**	**पातळीमधील वाढ-घट (मीटर्समध्ये) खोली कमी होणे (+वाढ) खोली जास्त होणे (-घट)**
१० जून	८.३०	}.................. +०.०५
१३ जून	८.२५	}.................. -०.०२
१६ जून	८.२७	}.................. -०.०५
१९ जून	८.३२	}.................. +०.००
२२ जून	८.३२	}.................. +१.१२
२५ जून	७.२०	}.................. +०.२०
२८ जून	७.००	}.................. -०.१०
१ जुलै	७.१०	

कोष्टक बरेच मोठे होईल; पण मुरलेल्या पाण्याचे मापन मात्र जास्त अचूक होईल. संपूर्ण पावसाळ्यात अशी बेरीज समजा २.० मीटर भरली व जलपृष्ठाजवळील प्रस्तरांची सच्छिद्रता ५% असेल तर ०.१० मीटर म्हणजे १०० मिलिमीटर पाऊस मुरला असे समजता येईल. पर्जन्यमापक यंत्रात पावसाळ्यात ६००

मिलिमीटर एकूण पाऊस झाला अशी नोंद असल्यास पावसाच्या पाण्यापैकी सहावा हिस्सा म्हणजे सुमारे १६% पाणी जमिनीत मुरले असा निष्कर्ष काढता येईल.

जर अशा बोअरिंगवर 'ऑटोमॅटिक वोटर लेव्हल रेकॉर्डर' बसवला व पावसाळ्यात प्रत्येक दिवशी चोवीस तासांत बोअरिंगमधील भूजलाची पातळी जितक्या वेळा, जितकी मिलिमीटर उंचावली असेल त्या सर्वांची बेरीज केली म्हणजे त्या चोवीस तासांत झालेले पुनर्भरण म्हणजेच मुरलेल्या पाण्याचे मोजमाप होईल. अशी बेरीज पावसाळ्याच्या ३-४ महिन्यांत दररोज केली तर एकूण पावसाळ्यात किती मिलिमीटर पाणी जमिनीत मुरले त्याचे जास्त अचूक मोजमाप करता येईल. समजा ही बेरीज २५०० मिलिमीटर भरली व जलपृष्ठावरील खडकांची सच्छिद्रता ५% असेल तर पावसाच्या पाण्यापैकी (२५००×०.५) = १२५ मिलिमीटर पाऊस जमिनीत मुरला असे समजेल. पावसाळ्यात जर ७५० मिलिमीटर पाऊस झाला असेल तर १२५ मिलिमीटर म्हणजेच १६.६% पाऊस जमिनीत मुरला असे अनुमान निघेल.

जर अशा बोअरिंगमधील भूजलाची पातळी उन्हाळ्याच्या शेवटी म्हणजे पावसाळ्याच्या सुरुवातीला मोजली व नंतर एकदम पावसाळ्याच्या शेवटी मोजली तर दोन्हीमधला फरक हासुद्धा अगदी ढोबळमानाने पावसाच्या मुरलेल्या टक्केवारीचा अंदाज देऊ शकेल. प्रत्यक्षात पाणी मुरण्याचे प्रमाण यापेक्षा नक्कीच जास्त असणार पण ते मोजण्याची पद्धत वर उल्लेखल्याप्रमाणे जास्त गुंतागुंतीची आहे.

पावसाचे पाणी जमिनीत किती मुरते हे मोजण्यासाठी अलीकडे ट्रिशियम (3H) यासारख्या रेडिओॲक्टिव्ह म्हणजे किरणोत्सर्गी पदार्थांचा वापरही केला जात आहे. पावसाळ्याचे आधी जमिनीत छोटा खड्डा करून त्यात हा किरणोत्सर्गी पदार्थ ठेवतात. पावसाळ्यात तो मुरणाऱ्या पावसाबरोबर खाली जातो. तो किती खोलवर गेला याचे मोजमाप करून पावसाचे पाणी किती मुरले त्याचे अनुमान बांधतात.

उत्तर प्रदेशच्या काही भागात एकूण पडणाऱ्या पावसाच्या पाण्यापैकी ३१% पाणी जमिनीत मुरते. पंजाबात १८% मुरते आणि हरियानामध्ये १७% मुरते असे आढळून आले आहे. दक्षिण भारताच्या खडकाळ प्रदेशात एखाद्या पाणलोट क्षेत्रावर पडणाऱ्या पावसापैकी सुमारे ३-१२% पाऊस जमिनीत मुरतो. पाणलोट क्षेत्र विकासानंतर हे प्रमाण २० ते २५% पर्यंत वाढू शकते.

दक्षिण भारतात महाराष्ट्रामधील काळा पाषाण (बेसाल्ट) व म्हैसूर-बंगलोर-हैदराबादकडील ग्रेनाईट यातील सपाट प्रदेशांत पावसाळ्यामध्ये जमिनीत मुरून भूजलापर्यंत पोहोचणाऱ्या पाण्याचे प्रमाण पावसाच्या १०% धरण्याची प्रथा आहे. डोंगराळ भागात हे प्रमाण ३% किंवा त्याहीपेक्षा कमी असते.

भूजलाचे वय			
स्थळाचे नाव	**(राज्य, प्रदेश)**	**पाण्याची नमुन्याची खोली**	**वय वर्षे**
अमृतसर	पंजाब	९० मीटर	२७३०
डिसा	जि. पालनपूर (गुजरात)	१५ मीटर	ताजे पाणी
कलोल	गुजरात	१८५ मीटर	३४८०
मुलुंड	मुंबई	३३ मीटर	ताजे पाणी
निवेली (नायवेली)	तमिळनाडू	१३१ मीटर	५४०

एखाद्या तालुक्यासाठी किंवा पाणलोटक्षेत्रासाठी भूजलाचा हिशोब खालीलप्रमाणे करता येतो :

एकूण क्षेत्रफळ २००,००० हेक्टस

डोंगराळ भागाचे क्षेत्रफळ ८०,००० हेक्टस

सपाट जमिनीचे क्षेत्रफळ १२०,००० हेक्टस

पाऊस ८०० मिलिमीटस किंवा ०.८ मीटस

डोंगराळ भागात मुरणारे पावसाचे पाणी ८०,०००×०.८×०.०३=१,९२० हेक्टर मीटस

सपाटीच्या भागात मुरणारे पावसाचे पाणी १२०,०००×०.८×०.१०=११,५२० हेक्टर मीटस

पावसाळ्यात एकूण मुरणारे पाणी म्हणजेच पावसामुळे भूजलात पडणारी भर = ११,५२० हेक्टर मीटस

सदरील पाणलोटक्षेत्रात सध्या असणाऱ्या विहिरी-बोअरिंगमधून वर्षभरात होणारा पाण्याचा उपसा हा पावसाळ्यात मुरलेल्या पाण्यापेक्षा जास्त असला तर भूजलाची पातळी दरवर्षी खाली खाली जाते. अशा पाणलोटक्षेत्रात कृत्रिम पद्धतीने पावसाचे पाणी मुरवून भूजलाकडे होणारी भर ही वाढवावी लागते.

एक गोष्ट मात्र लक्षात ठेवायला हवी, की पावसाच्या मुरणाऱ्या पाण्याला साठवून ठेवण्याची क्षमता हवी. समजा एखाद्या पाणलोटक्षेत्रात पावसाळ्यात ८०० मिलिमीटर पाऊस पडला व त्यापैकी सुमारे ८० मिलिमीटर जमिनीत मुरला तर तेथील जमीन व खालचा भेगाळलेला खडक यांच्यात तेवढे पाणी साठवण्याची क्षमता हवी. तशी क्षमता नसेल तर पाऊस कमी मुरतो आणि मुरलेला पाऊस बाहेर पडून उताराच्या दिशेने वाहू लागतो. त्या दिशेला भरपूर सच्छिद्रता असलेली जमीन आढळली तर पुन्हा मुरतो.

घाटमाथ्यावर लोणावळ्यासारख्या ठिकाणी जमिनीतील कठीण खडकांमुळे पाऊस भरपूर पडला तरी अर्धा टक्कासुद्धा डोंगराळ भागात मुरत नाही. तो सखलवटींमध्ये भातशेतीकडे येतो व तेथे मुरतो.

२.१२ भूजलाचे वय

पावसाच्या मुरणाऱ्या पाण्यात कार्बनडायऑक्साईड CO_2 हा वायू विरघळलेला असतो. त्यातील कार्बन (१२) या मूलद्रव्यात अत्यंत अल्प प्रमाणात कार्बन (१४) हे रेडिओॲक्टिव्ह (किरणोत्सर्गी) मूलद्रव्य असते. भूजलामधील कार्बन (१४) चे मोजमाप करून पाण्याचे वय किती आहे हे काढता येते.

भूजलाचे वय समजण्याचा फायदा म्हणजे ज्या ठिकाणी पाणी मुरते तेथून ते दूरवर विहिरीपर्यंत पोचण्यात किती वेळ लागतो हे समजते. त्यामुळे तलाव, पाझर तलाव, डोंगरउतारावरील ताली इत्यादींमुळे होणारे फायदे निश्चित रूपाने समजतात. दोन बोअरिंगमधील पाण्याचे प्रवाह एकाच वयाच्या पाण्याचे आहेत की त्यांचा उगम वेगवेगळ्या स्थानात असल्यामुळे ते वयाने लहानमोठे आहेत ते समजू शकते. दुष्काळामध्ये पाणी उपसताना किती जुने पाणी उपसले जात आहे व तेथपर्यंत पोचण्यास पाण्यास किती अवधी लागला हे कळले तर सुकाळात पडणाऱ्या पावसाच्या पाण्याचे जमिनीत पुनर्भरण करण्याची योजना चांगल्या प्रकारे करता येईल. हिंदुस्थानात केलेल्या काही प्रयोगांमध्ये भूजलाचे वय त्याच्या खोलीप्रमाने बदलताना आढळते. ही वये भूजलातील कार्बन (१४) या मूलद्रव्याचे मोजमाप करून काढली आहेत.

यावरून असे दिसून येते की, सर्वसाधारणपणे कमी खोलीवरचे पाणी हे या वर्षभरातील पावसाचे

मुरलेले ताजे पाणी आहे. तर गुजराथ किंवा पंजाबमधून जे पाणी खूप खोलीवरून प्रयोगासाठी काढले आहे, त्याचे वय सुमारे तीन-साडेतीन हजार वर्षे आहे. बांगालादेशमध्ये काही ठिकाणी ते पाच हजार वर्षांपर्यंत जुने आहे. इस्त्रायल, लिबिया, इजिप्त, ऑस्ट्रेलिया व अरबस्तान यासारख्या सध्याच्या वाळवंटी प्रदेशात सुमारे ३०-४० हजार वर्षांपूर्वी पुष्कळ पाऊस पडत असे. या पावसाचे पाणी तेथील वाळूच्या खडकात खोलवर मुरले आणि त्याचा प्रवास सुरू झाला. आजही या वाळवंटी प्रदेशात ३०० ते ८०० मीटर खोल ट्यूबवेल्स केल्यानंतर हे गोडे पाणी मिळू शकते. या पाण्याचे वय ३०,००० वर्षांपेक्षा जास्त असते. मात्र सध्या ह्या प्रदेशात पाऊस फार कमी असल्याने भूजलाच्या साठ्यात दरवर्षी नवीन भर काहीच पडत नाही. त्यामुळे जुन्या काळात जो साठा झालेला आहे, तो ट्यूबवेल्स करून उपसल्यानंतर काही वर्षात संपूनही जाईल. एखाद्या खाणीमधील खनिजांचा साठा काही वर्षात संपून जावा, तशीच ही क्रिया असल्याने तिला 'ग्राऊंड वॉटर मायनिंग' म्हणजे 'भूजलाचे खनिजाप्रमाणे उत्पादन' अशी संज्ञा आहे.

२.१३ कालव्यातून मुरणारे पाणी

कॉंक्रिटचे लिंपण न केलेल्या किंवा फरशीचे अस्तर न बसवलेल्या कालव्यातून पाणी जास्त प्रमाणात पाझरते. त्यापैकी मातींत खोदलेला जो भाग असतो त्यातून कमी पाणी पाझरते, पण मुरूमातून किंवा भेगाळलेल्या खडकातून खोदकाम करून जो भाग जातो त्यात जास्त पाणी मुरते. सर्वसाधारणपणे कालव्यातून वाहणाऱ्या पाण्यापैकी सुमारे २५% पाणी कालव्याच्या ओल्या पृष्ठभागातून झिरपते. हे प्रमाण

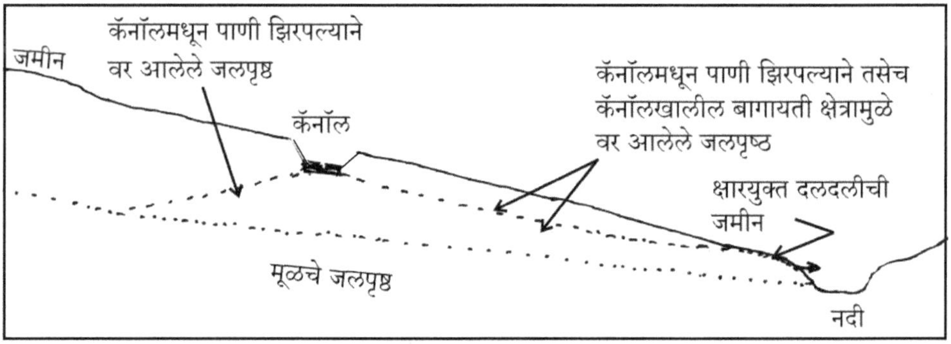

आकृती २.१३.१

१५० किलोमीटर्स अगर त्यापेक्षा जास्त लांबीच्या कालव्यात सुमारे ५०% पर्यंत आहे असे काहींचे मत आहे. काहींच्या मते हे प्रमाण ४०% आहे. कालव्यातून किती पाणी पाझरते याचे प्रत्यंतर पंजाबमध्ये पाहावयास मिळते. तेथे जमिनीतून ट्यूबवेल्समधून पाणी काढण्यास सुरुवात केल्यानंतर जमिनीतील पाण्याची म्हणजेच भूजलाची पातळी सुमारे २८ मीटरने खोल गेली होती. कालवे सुरू झाल्यानंतर ती पुन्हा वाढली. भाक्रा-नानगलचे धरण होऊन त्यातून कालव्याच्या पाण्याने जमिनी भिजू लागल्यावर बियास नदीच्या दुआबामध्ये पाण्याची म्हणजेच भूजलाची पातळी १९४१ ते १९५९ या काळात सुमारे ३.५ मीटरने वाढली. अर्थात हा परिणाम कालव्यांतून मुरणारे पाणी तसेच कालव्याखाली भिजणाऱ्या बागाईत शेतीतून मुरणारे पाणी या दोघांमुळे झालेला आहे.

पश्चिम महाराष्ट्रामध्ये नीरा नदीचे कालवे सुरू होण्याच्या आधी इंदापूर-बारामतीचा भाग अतिशय

रूक्ष होता. एखाद्या सरकारी नोकराची वाईट वर्तणुकीमुळे बदली करावयाची झाल्यास ती माळशिरस, अकलूज, बारामती या भागात करत. पाण्याच्या दुर्भिक्षामुळे जे हाल होत ते त्यास शिक्षा म्हणून गणली जाई. आज त्याच भागात कालव्याचे पाणी शेतीतून खेळू लागल्यामुळे भूजलाची पातळी इतकी उंचावली आहे की ओढ्यांकाठी झरे पाझरून ओढे वाहत आहेत. नदीनाल्यांकाठी काही जमिनी क्षारयुक्त होऊन निरुपयोगी झाल्या आहेत. वास्तविक हा कालव्यातील पाण्याचा अपव्ययच होय. यासाठी कालव्याचे पाणी कालव्यापासून नदीपर्यंतच्या सर्व उतरत्या जमिनीस न देता त्यात बचत करावी. कालव्याकडून नदीकडे जमीन उतरत जाते. त्यामुळे भूजलही त्याच दिशेने वाहते आणि शेवटी भूजलाच्या जलपृष्ठाची पातळी नाल्याचे पात्रापेक्षा वर आली की झरे बाहेर पडून नाल्यातून पाणी वाहते. कालव्यापासून ते नदीपर्यंतच्या सर्व पट्ट्यात अशा तऱ्हेने कालव्याचे पाणी विपुल प्रमाणात पाझरून वाया जाते. हे वाया जाऊ नये म्हणून कालवा ते नदी एवढी रुंदी असलेल्या पट्ट्यातील सर्वच जमिनी पाटाच्या पाण्याने न भिजवता त्यातील सुमारे ३०-४० टक्केच जमिनी पाटाच्या पाण्याने भिजवाव्या. उरलेल्या नदीकडेच्या खालच्या भागाकडील जमिनी विहिरी खणून, भूजल फार क्षारयुक्त नसल्यास, त्यावर भिजवाव्या. अशा तऱ्हेने पाटाच्या पाण्याचा अपव्यय न होता त्याचा सर्वच्या सर्व उपयोग होईल व नदीकाठच्या जमिनीही क्षारयुक्त होणार नाहीत. कालवा ते नदी यामधील रुंदीच्या पट्ट्यात किती भागात कालव्याचे पाणी द्यावे व किती भागात त्याच्या पाझरावर विहिरी खणाव्या याचे प्रमाण प्रत्येक क्षेत्रात निरनिराळे असू शकेल.

कालव्याच्या पाण्याच्या पाझराचा थोडासा फायदा कालव्याच्या वरील अंगाच्या जमिनींनाही होतो. कालव्याच्या तळाखाली पाझरांमुळे भूजलाची पातळी खूपच वर आलेली असते. नदीच्या खोऱ्यामध्ये कालव्याचे स्थान हे नदीपासून वरच्या (चढाच्या) बाजूस काही अंतरावर असते. कालव्यापासून वरच्या बाजूस जमीन डोंगरापर्यंत किंवा माळापर्यंत चढत जाते. हिंदुस्थानातील द्वीपकल्पाच्या सर्व खडकाळ भागात ही अशी परिस्थिती आहे. डोंगर पायथ्यापासून किंवा माळाकडून उताराच्या दिशेने नैसर्गिक पाझराचे पाणी जमिनीखालून नदीकडे जात असते. खुद्द कालव्याच्याखाली कालव्याचे पाणी पाझरून जमिनीत पाण्याचा तुंबारा झाल्यावर डोंगरमाळाकडील हे नैसर्गिक पाझर कालव्या खालच्या जमिनीत, तेथील भूजलाची पातळी उंच असल्याने अडवले जातात. यामुळे कालव्याच्या वरच्या भागामध्येही कालव्यापासून काही अंतरापर्यंत जमिनीतील भूजलाची पातळी वाढते व विहिरींना जास्त पाणी मिळते. कालव्यापासून वर किती अंतरापर्यंत असे पाणी मिळेल हे स्थानिक परिस्थितीवर अवलंबून राहील. कालव्याचा फायदा जसा खालच्या भागातील विहिरींना मिळतो, तसा तो अशा कारणांमुळे कालव्याच्या वरच्या भागाच्या विहिरींनाही थोडाबहुत मिळतो. (आकृती २.१३.१)

२.१४ कृत्रिम रितीने पाणी मुरवण्याची क्रिया

पावसाच्या पाण्याचा काही भाग जमिनीवरून वाहून जातो, वाहून जाणाऱ्या पाण्यापैकी जितका भाग काही उपाय योजून जमिनीत जास्त मुरवता येईल तितका भूजलाचा साठा वाढून विहिरींना फायदा होतो. वास्तविक ही कल्पना लोकांच्या लक्षात पूर्वीपासूनच आलेली आहे. ही क्रिया जास्त व्हावी म्हणून झाड-झाडोरा वाढवणे, जंगलतोड कमी करणे यासारखे फायदेशीर उपाय आहेत. तसेच नदीच्या किनाऱ्यालगतच्या क्षेत्रातील विहिरीतून/बोअरिंगमधून उन्हाळ्यात जास्त पाणी उपसून भूजलाची पातळी खाली नेऊन पावसाळ्यात नव्याने येणाऱ्या भूजलासाठी जागा निर्माण करणे यासारखे उपायही आहेत.

अशा काही उपायांपैकी जमिनीच्या मशागतीशी निगडित व शेतीपद्धतीशी जवळचे असे काही उपाय

आहेत. पिकासाठी शेत नांगरताना किंवा सरी पाडताना त्या उताराच्या दिशेच्या काटकोनात आडव्या पाडाव्या. पाऊस पडण्याच्या आधी शेत असे नांगरून ठेवावे. डोंगराच्या उतारावर व पायथ्याशी आडवे चर खणावे व वनीकरणही करावे. त्याने फायदा होतो. अशा उपायांनी आणि कोरडवाहू शेतीच्या पद्धतीने पावसाच्या वाहून जाणाऱ्या पाण्यापैकी काही भाग जमिनीत मुरवता येतो. त्याचा फायदा शेतीला तर होतोच पण विहिरींनाही होतो. शेताला बांध घालण्याने जमिनीची धूप थांबते. हा शेतीसाठी होणारा मोठा फायदा आहे. पण त्याच्याबरोबरच जमिनीतील पाण्याचे बाबतीतही त्याचा फार मोठा फायदा आहे. बांधबांधोटी केल्यामुळे पावसाच्या वाहून जाणाऱ्या पाण्यास अडथळा निर्माण होतो व पाणी मुरण्याची क्रिया जास्त प्रमाणात होते. वाहून जाणारे पाणी बांधाच्या मागे साठते. त्या ठिकाणी नांगरट करून ठेवणे फायद्याचे असते. बांधबांधोटीमुळे जमिनीतील पाण्याचे साठे वाढल्याची खूपच उदाहरणे आहेत. दहिवडी तालुक्यातील म्हसवड गावाचे जवळ हिंगणी या गावाला पिण्याच्या पाण्यासाठी टाटा ट्रस्ट मार्फत एक विहीर खणली. सुरुवातीला या विहिरीस पाणी फारच थोडे लागले. त्यानंतर या गावच्या सर्व जमिनीवर कंटूर बंडिंग पद्धतीने बांध घालण्यात आले. त्याचा परिणाम ताबडतोब दुसऱ्या वर्षापासून दिसून आला आणि या विहिरीला मुबलक पाणी मिळू लागले. अशी बरीच उदाहरणे हिंदुस्थानच्या खडकाळ भागात आढळतात.

शेतांना जेवढे बांध जास्त तेवढे जमिनीत जास्त पाणी मुरते व विहिरींना जास्त पाणी मिळते. या पद्धतीत काही दोषही आहेत. पावसाचे वाहणारे सर्वच पाणी जर बांधामागे अडवले गेले तर त्याने तोटेही होतात. बांधामागे अडलेल्या पाण्यापैकी काही भागाची वाफ होऊन पाणी परत हवेत जाते आणि स्थानिक परिस्थितीप्रमाणे काहीच जमिनींत मुरते. वाहते पाणी शेतांच्या बांधातून अडवले गेल्यामुळे नदीनाल्यांना पाणी कमी मिळते. त्यामुळे त्यांच्या पाण्यावरच अवलंबून असलेल्या धरणांना किंवा उपसा जलसिंचन योजनांना पाणी कमी मिळते. अहमदनगर शहरासाठी पूर्वी ज्या तलावातून पाणी दिले जात होते त्या तलावाच्या पाणलोट क्षेत्रात शेतांना बांध घातले गेले. पाणी अडले, शेती सुधारली; पण तलावात पाणी खूपच कमी येऊ लागले आणि शहराला पाणी कमी पडू लागले. अशा तऱ्हेने कमी पावसाच्या प्रदेशात निरनिराळ्या कारणांसाठी पाणी मिळवण्याच्या प्रयत्नांची ओढाताण होते तेव्हा एका प्रयत्नाचा दुसऱ्यावर विपरीत परिणाम होतो. या विषयावरून एकीकडे धरणे बांधणारे इंजिनिअर्स व दुसरीकडे पाणलोट क्षेत्र विकास व वनीकरण करणाऱ्या संस्था यांच्यामध्ये विवाद होऊ शकतात. तेथे समन्वय साधून संपूर्ण पाणलोट क्षेत्राचा विचार करून योजना केल्या पाहिजेत.

शेतातून वाहणाऱ्या ओढ्याला ताली घालणे हा शेती सुधारणा पद्धतीतील दुसरा सर्वसामान्य प्रकार आहे. यामुळे जमिनीची धूप थांबते. खोलगट भागात गाळ साचतो. जमीन वर येते. पीक सुधारते. अशा तऱ्हेने तालीचा फायदा होतो. त्यामुळे जमिनीतील पाण्यावरही चांगला परिणाम होतो. ताली भरल्या की जमिनीतील पाण्याची पातळी वर येते आणि विहिरींना पाणी मिळते, म्हणजे ज्या ठिकाणी विहिरींना नैसर्गिक परिस्थितीमध्ये खूपच कमी पाणी मिळाले असते तेथे चांगले पाणी मिळते. महाराष्ट्रात साधारणपणे असा अनुभव आहे की एक पुरुष उंचीच्या एकाखाली एक अशा पाच-सात ताली असल्या व त्यामागे जमीन भरलेली असली तर शेवटच्या तालीजवळ विहिरीला पिण्यापुरते कायम पाणी मिळू शकते. मध्य प्रदेशातील सागर शहराचे आसमंतात काळ्या पाषाणाच्या टापूतील ओढ्यांना ताली घातल्यावर काय फायदे होतात यावर काही प्रयोग झाले. त्यात असे अनुभवास आले की तालीमुळे पाण्याची पातळी त्या

सर्व क्षेत्रांत सुमारे १ मीटरने वाढली. ज्या विहिरी एक हेक्टर गव्हाला पुरेल इतके पाणी देत होत्या त्या विहिरी चार-चार हेक्टर गव्हाला पुरेल इतके पाणी देऊ लागल्या. म्हणजे सुमारे चौपट पाणी हिवाळ्यात जास्त मिळू लागले.

ताली घालण्याची ही प्रथा हिंदुस्थानच्या कमी पावसाच्या खडकाळ भागात पूर्वीपासून आहे. तशीच ती आफ्रिकेतही आहे. केनिया-युगांडा व दक्षिण आफ्रिकेमध्ये काही ठिकाणी काँक्रिटच्या ताली आहेत. त्यामध्ये गाळवट येते व ताली भरू लागल्या की त्यांची उंची वाढवत जातात. काही ठिकाणी आपल्याकडे घालतात त्याप्रमाणे दगडाच्या ताली घालतात आणि तालीमागची जमीन लगेच वाळूने भरून टाकतात. वरील सर्व पद्धती या दुहेरी फायद्याच्या पद्धती आहेत. शेताची धूप थांबणे, त्यात गाळवटीची माती येऊन साचणे, इत्यादी प्रकारचे शेतीचे फायदेही आहेत आणि जमिनीत पाणी जास्त मुरण्याची क्रिया होणे हाही फायदा यात आहे. फार पूर्वीपासून नाशिक जिल्ह्याच्या विशेषतः कळवण व सटाणे या दोन तालुक्यांतून मोठे नाले किंवा लहान नद्या यांच्या पात्रात पावसाळा संपल्यावर जे पाणी वाहून जाते त्याचा उपयोग करून घेण्यासाठी तात्पुरते बंधारे घालण्याची पद्धत रूढ होती. या बंधाऱ्यापासून पाट काढून जमिनीस पाणी देत असत व पाणी घेण्याचे शेतकऱ्यांचे हक्कही रूढ झालेले होते. यास फड सिंचन म्हणत. या योजनेमुळे पिकांना पाणी मिळून वाहणाऱ्या पाण्याचा वापर होतोच. परंतु त्याचबरोबर जमिनीमध्ये पाणी मुरण्याच्या क्रियेस खूप मदत होऊन जमिनीतील पाण्याची पातळीही वर येते. ही पद्धत आजही रूढ आहे व तिच्या अनुषंगानेच वसंत बंधारे, नाला बंडिंग व पाझर तलाव या योजना अलीकडच्या काळात सरकारने हाती घेतल्या आहेत.

२.१५ पाझर तलाव

हिंदुस्थानच्या द्वीपकल्पातील खडकाळ भागात, कमी पावसाच्या प्रदेशात, जमिनीतील पाणी वाढवण्यासाठी म्हणजेच भूजलाच्या पुनर्भरणासाठी एक खास उपाय म्हणून पाझर तलावांची योजना सुरू झाली. ही योजना वास्तविक सर्व भारतात व भारताबाहेरही लोकप्रिय व्हावयास हवी. सुमारे १० ते ५० चौ. कि. मीटर पाणलोट क्षेत्रांतील पाणी वाहून नेणाऱ्या नाल्यांवर मातीचे मोठे बांध घालून त्यांचे पाणी अडवायचे व त्या साचलेल्या पाण्यापैकी बरेचसे पाणी जमिनीत मुरवायचे अशी यामागची कल्पना आहे (आकृती २.१५.१). असे पाणी जमिनीत मुरले म्हणजे विहिरींना खूपच फायदा होतो. पाझर तलाव करताना त्यापासून पुढे जास्तीत जास्त फायदा मिळावा यासाठी खालील गोष्टींची आवश्यकता असते.

१) पाझर तलावाच्या पाणलोटाच्या क्षेत्रात पुरेसा पाऊस असावा. किंबहुना बांधासाठी जी जागा निवडायची तिच्यामागे पडणाऱ्या पावसाच्या मानाने पाणलोटाचे पुरेसे क्षेत्र असावे म्हणजे तलाव भरण्याइतके पाणी जमा होईल.

२) ज्या ठिकाणी बांध घालावयाचा त्या ठिकाणच्या खालच्या अंगास विहिरी खणता येतील असे क्षेत्र असावे. सध्या काही बांध असे तयार झाले आहेत की त्यांच्याखाली लांबपर्यंतच्या अंतरावर कोठेही विहिरी नाहीत किंवा विहिरी खणून फायदा होईल अशा चांगल्या जमिनी नाहीत किंवा विहिरी खणणे फार खर्चाचे होईल अशा प्रकारच्या जमिनी आहेत. त्यामुळे पाझर तलावाचे उद्दिष्ट जवळच्या क्षेत्रासाठी साध्य होत नाही.

३) तिसरी महत्त्वाची गोष्ट म्हणजे जेथे बांध घालावयाचा तेथे त्याच्या वरच्या बाजूस तसेच खालच्या बाजूस १५०-२०० मीटरपर्यंत ओढ्याचे पात्रात वाळू, गाळवट, माण व मुरूम यासारखे प्रस्तर

असावेत.

वरील तीनही आवश्यकतांची पूर्तता झाल्यावर जे बांध तयार होतात त्याखालून पुष्कळ पाणी पाझरते आणि खालच्या विहिरींना खूपच फायदा होतो. ही गोष्ट अनुभवाने सिद्ध झालेली आहे. प्रश्न इतकाच येतो की जेथे बांध घातले जातात, त्या सर्वच ठिकाणी अशी परिस्थिती नसते. काही ठिकाणी बांधाच्या खाली खडक लवकरच लागतो. त्यामुळे विहिरींना जरी थोडा फायदा झाला, तरी पाझरलेले पाणी खडकाच्या पाठीवरून नाल्यात येते व त्यातून वाहू लागते. बांधाच्या मागे साठलेल्या पाण्यापैकी जास्तीत जास्त पाणी जमिनीत मुरावे हे उद्दिष्ट सफल होत नाही. अशा ठिकाणी पाझर तलावाचे खालच्या बाजूस १०० ते १५० मीटर अंतरावर नाल्यातील वाहते पाणी अडवण्यासाठी १॥ ते २ मीटर उंचीचे दगडी बांध घालावे लागतात. जरूर पडल्यास एकानंतर एक असे दोन-तीन बांधसुद्धा घालणे फायद्याचे असते.

पाझर तलावाचे बांध मातीच्या भरावाने केलेले असतात. जास्त झालेले पाणी वाहून जाण्यासाठी भरावाच्या एका बाजूस वेगळी वाट म्हणजे 'सांडवा' काढलेला असतो. बांधाच्या दोन्ही बाजूला उंचवटे किंवा लहान टेकड्या असतात. उंचवट्यांच्या किंवा टेकड्यांच्या भागात त्या जमिनीच्या पृष्ठभागाखालचा कठीण खडकही त्याच दिशेने वर चढत असतो. त्यामुळे तलावात साचलेले पाणी बांधांच्या बाजूकडून पाझरून जात नाही. पाणी पाझरण्याची क्रिया फक्त बांधाच्या पायाखालून होत असते. खुद्द बांधामधून पाणी अत्यंत कमी प्रमाणात पाझरावे यासाठी त्याचा गाभा काळ्या व अपार्य अशा चिकणमातीचा केलेला असतो. तसे केले नाही तर बांधातून पाणी वेगाने झिरपून बांध फुटून जाईल. बांधाचा पाया हा नाल्याच्या मूळ पात्राच्या खाली गेलेला असतो. पायाच्या खाली मुरूमासाखा जो सच्छिद्र प्रस्तर असेल त्यातून हे पाणी पाझरते (आकृती २.१५.२).

नाल्याच्या मूळ पात्राखाली जर काळा पाषाण लवकर असेल तर बांधाचा पाया आणि हा काळा पाषाण यामधील सच्छिद्र प्रस्तराची जाडी कमी राहील. त्यामुळे त्यातून पाणी बाहेर पडण्यास वाट लहान मिळेल. बांधाखालील प्रस्तर जर पिठ्या मुरूम किंवा चिकण मातीसारखा असेल तर त्यातून थोडेसेच पाणी पाझरून बाहेर पडेल. जर तो रवाळ मुरूम किंवा वाळूसारखा असेल तर जास्त पाणी बाहेर

आकृती २.१५.१
पाझर तलावाचा प्लॅन

आकृती २.१५.२
पाझर तलावाची छेदाकृती. काळ्या मातीचा अपार्य गाभा असलेला बांध (अर्दन बंड). पाझरांची दिशा बाणांनी दर्शवलेली आहे.

पडेल आणि जर जाड वाळू किंवा गोटे असतील तर खूप पाणी बाहेर पडेल. पाणी जास्त प्रमाणात बाहेर पडण्यासाठी आणखी एका गोष्टीची आवश्यकता आहे, ती म्हणजे बांधापाठीमागे तयार झालेल्या पाझर तलावाचा तळ सच्छिद्र असावा. तो तसा नसला तर त्यातून खाली पाणी मुरणार नाही किंवा कमी मुरेल आणि बाष्पीभवन जास्त होईल. म्हणून तलावाचा तळ कृत्रिम तऱ्हेने सच्छिद्र केला पाहिजे. उन्हाळ्यात तलाव जेव्हा आटलेला असेल तेव्हा नांगरट करावी किंवा त्यातील गाळ-चिकणमाती काढून टाकून सच्छिद्र प्रस्तरापर्यंत खोल खड्डे खणावेत. या सर्वांबरोबरच तलावात पाणी किती उंचीपर्यंत साठते याही गोष्टीला महत्त्व आहे. पाण्याची उंची जेवढी जास्त तेवढा पाण्याचा दाब जास्त आणि त्यामुळे पाणी पाझरण्याचा वेगही जास्त असतो.

सारांश, तलावातून पाणी पाझरण्यास आवश्यक अशा प्रमुख तीन गोष्टी म्हणजे : (१) तलावातील पाण्याची उंची, (२) तलावाच्या तळातील व बांधाच्या पायाखालील प्रस्तरांची पार्यता किंवा पाणी झिरपण्याची क्षमता, व (३) बांधाच्या पायाखालील सच्छिद्र प्रस्तरांची जाडी, या होत. याशिवाय तलावात साचणाऱ्या पाण्याचा गढूळपणा व तापमान याही गोष्टी पाझराच्या गतीवर परिणाम करतात. परंतु भारताच्या द्वीपकल्पाचा खडकाळ भाग उष्ण कटिबंधात असल्याने पाण्याच्या तापमानाचा विचार करण्याची आवश्यकता नाही.

पावसाळ्यात पाणी साचल्याबरोबर जमिनीत पाणी मुरण्याची क्रिया पाझर तलावात सुरू होते. जमिनीतील पाणी पाझरण्याची क्रिया ही सुरुवातीस जास्त वेगाने होते आणि जमीन जसजशी पाण्याने भरत जाईल तसतशी ही क्रिया मंदावते. बांधाखालून पाणी पाझरले म्हणजे ते खोऱ्यातील भूजलात भर घालू लागते. महाराष्ट्राच्या कमी पावसाच्या खडकाळ भागात पाझर तलावाचा उपयोग सरासरीने बांधापासून ओढ्याकाठाने १.५-२ कि.मी. लांब व ०.५ कि.मी. रुंद अशा क्षेत्रफळास होतो. या भागात जुन्या विहिरींना जास्त पाणी मिळते आणि नव्या विहिरी खणता येतात. महाराष्ट्रातील काही तलावांचा अभ्यास केल्यानंतर असे आढळून आले की, त्या तलावाच्या खालच्या जमिनीतील विहिरींमध्ये पाण्याची पातळी पूर्वीपेक्षा म्हणजे तलाव होण्याच्या आधीच्या नैसर्गिक पाण्याच्या पातळीपेक्षा सुमारे २४ फूट म्हणजे ७ मीटर पर्यंत वर आली. तलावाचा फायदा यामुळे स्पष्ट होतो. हा फायदा पाऊसमानावर अवलंबून आहे हे उघड आहे. दुष्काळाच्या वर्षी पाऊस खूप कमी झाला तर तलावात पाणी कमी येईल व फायदा कमी होईल. तरीसुद्धा इतर विहिरींपेक्षा पाझर तलावाच्या खालच्या अंगाकडील जमिनीतील विहिरींना जास्त पाणी मिळेल.

पाझर तलावामध्ये जे पाणी साचते त्यातील सर्वच भाग खाली पाझरून जात नाही. त्यातील काही पाणी वाफ होऊन निघून जाते. पाझर तलाव हे मुख्यतः कमी पावसाच्या प्रदेशात केलेले असतात. तेथील हवा रूक्ष असते म्हणून तलावाच्या पाण्याची वाफही जास्त होते. एका पाझर तलावावर केलेल्या अभ्यासात असे आढळून आले आहे की पावसाळ्यात तलावाकडे येणाऱ्या एकूण पाण्यापैकी ६% पाणी सांडव्यावरून वाहून गेले व ९४% पाणी तलावात साठले व तो पूर्णपणे भरला. एकूण पाण्यापैकी ३७% पाण्याची वाफ झाली आणि ४०% पाणी जमिनीत मुरले. १७% पाणी पावसाळ्याच्या तोंडी तलावात शिल्लक राहिले. ३७% पाण्याची वाफ होणे म्हणजे पाण्याचा फार मोठा अपव्यय आहे. ही वाफ होण्याचे प्रमाण जर कमी करता आले तर जास्त पाणी पाझरून जाईल किंवा तलावात पावसाळ्याच्या तोंडापर्यंत शिल्लक राहील आणि ते पंपाच्या साह्याने उपसून शेतीला वापरता येईल. यासाठी बाष्पीभवन कमी

करण्याचे जे उपाय आहेत, ते योजले पाहिजेत. (पाहा : विषय क्रमांक २.९)

पाझर तलावांची क्षमता एका गोष्टीमुळे कमी-कमी होते. प्रतिवर्षी पावसाळ्यात जे पाणी वाहून येते त्याबरोबर गाळही वाहून येत असतो. गाळ वाहून येण्याची क्रिया ही किती पाऊस पडतो या प्रमाणावर, तो कसा पडतो या क्रियेवर आणि तलावाच्या पाणलोटाच्या क्षेत्रात झाडीचे प्रमाण, जमिनीचा प्रकार इत्यादी गोष्टींवर अवलंबून असते. नद्या-नाल्यांचे पाणी पावसाळ्यात नेहमीच गढूळ असते. गढूळपणामुळे तलावात येणाऱ्या गाळाचे परिणाम गंभीर असतात. याचे महाराष्ट्रातील ताजे उदाहरण म्हणजे सोलापूरला पाणी देणारा एकरूक तलाव हा होय. इंग्रजांच्या राज्यात सुमारे १५० वर्षांपूर्वी लहानशा सोलापूर गावाला नळाचे पाणी देण्यासाठी आणि आसमंतातील शेतीसाठी एका नाल्यावर मातीचा बंधारा घालून हा तलाव बांधण्यात आला. शंभर वर्षांच्या अवधीत या तलावात सुमारे ८ मीटर गाळ आला आणि तलावाची क्षमता खूपच कमी झाली. १९७७ साली बंधाऱ्याला भेगा पडल्या आणि तो निकामी बनला. पुणे जिल्ह्यातील सुपे या गावानजीक बऱ्याच वर्षापूर्वी बांधलेल्या तलावाची हीच गत झाली. जी मोठ्या तलावांची गोष्ट तीच पाझर तलावांची आहे. पुणे जिल्ह्यातील शिरूर तालुक्यात राऊतवाडी या गावी १९७४च्या सुमारास काळ्या मातीच्या शेतजमिनीतून वाहणाऱ्या नाल्यावर बांध घालून पाझर तलाव करण्यात आला. त्यानंतरच्या दोन-तीन वर्षात त्या भागात एकदम जोरदार पाऊस झाला आणि त्यामुळे काळ्या मातीचा गाळ तलावात आला. त्याच्या थराची जाडी सुमारे एक मीटर होती. पाझर तलावामध्ये अशा तऱ्हेने गाळवट येऊन बसल्यास तिचा दुहेरी त्रास होतो. एकतर गाळवटीने तलाव भरल्यामुळे त्याची पाणी साठवण्याची क्षमता कमी होते. तलावात पाणीच कमी साठते व तळात गाळ बसल्यामुळे तळाची पाझरक्षमताही खूपच कमी होते. तळाच्या जमिनीतील प्रस्तरांच्या कणांच्या पोकळीत गाळाचे बारीक कण जाऊन बसल्याने सच्छिद्रता व पाझर शक्ती दोन्हीही कमी होतात. यामुळे पाझर तलावाचा उपयोग अपेक्षेपेक्षा कमी होऊ लागतो.

यासाठी पाझर तलाव बांधले म्हणजे प्रकल्पाची पूर्तता झाली असे होत नाही. जसे मोठे धरण बांधण्यावर खर्च केला म्हणजे पिढ्यान्‌पिढ्या दुसरे काहीही न करता त्याचा फायदा घेता येईल ही अपेक्षा चुकीची ठरते. तसे पाझर तलाव केल्यानंतर त्यातील गाळाचे संकट दूर करण्यासाठी उपाय योजणे आवश्यक आहे. खरे म्हणजे प्रतिवर्षी वाहून आलेला गाळ उन्हाळ्यात तलाव आटल्यानंतर उकरून काढून तेथून बाहेर हलवला पाहिजे व हा गाळ बांधाचे खालच्या अंगाच्या शेतजमिनींवर खत म्हणून पसरला पाहिजे. त्यानंतर तलावाची जमीन नांगरून मोकळी व सच्छिद्र केली पाहिजे.

तलावाचे क्षेत्रांत कठीण दगड असल्याने पाणी खाली मुरत नसेल तर तलावाच्या तळात त्याच्या क्षेत्रफळाच्या मानाने १०-१५ ठिकाणी सुमारे ३० मीटर खोलीची बोअरिंग घेऊन त्यांत बारीक वाळू व डायनामाईट भरून ब्लास्टिंग केल्यास कठीण दगडांतील जोड, सांधे, फटी मोठ्या होऊन खालच्या एखाद्या सच्छिद्र प्रस्तरापर्यंत तलावांतील पाणी पोहोचते व त्या प्रस्तरातून पाणी पाझरण्याची क्रिया सुरू होऊ शकते. दुसऱ्या पद्धतीत बोअरिंगमध्ये ब्लास्टिंग करण्याऐवजी बोअरिंगच्या तोंडावर २-३ मीटर उंचीचा सच्छिद्र पाईप बसवतात व पाईपभोवती २ मीटर व्यासाचे व ३ मीटर उंचीचे दगडी बांधकाम करून त्यांत वाळू भरतात. वाळूमधून पाणी गाळले जाऊन कठीण खडकांतील सांधे, फटी, गेरूचे थर यांमध्ये मुरते. ही पद्धत जास्त खर्चाची आहे.

२.१६ जमिनींत पाण्याचे पुनर्भरण करण्याच्या इतर पद्धती

जमिनीवर पाणी पसरवणे (Water Spreading) ही परदेशात पुष्कळ ठिकाणी योजलेली एक पद्धत आहे. नदीचे किंवा कालव्याचे पाणी सपाट अशा निवडक मोठ्या क्षेत्रावर पसरले जाते. पुराखाली एखादी जमीन बुडावी त्याप्रमाणे ती जमीन बुडवली जाते. परंतु जमिनीला जर उतार जास्त असला व त्यावरून पाणी वाहून जाण्यासारखी परिस्थिती असली किंवा जमिनीच्या पृष्ठभागावर काळ्या मातीसारखी पाझरशक्ती कमी असलेली माती असली तर मोठ्या क्षेत्रफळावर खोल खड्डे किंवा चर खणतात. कमी पाझरशक्ती असलेला वरचा थर काढून टाकून त्या खालचा जास्त पाझरशक्ती असलेला प्रस्तर खोदला जाईल इतकी खड्ड्यांची खोली ठेवतात. हे खड्डे किंवा चर पाण्याने भरतात. यातून पाणी जमिनीत पाझरते आणि विहिरींच्या क्षेत्रात पोचून विहिरींना पाणी मिळते. सन १८९८ च्या सुमारास युरोपांत स्वीडनमधील गोट्सबर्ग येथे या तऱ्हेने प्रथम प्रयत्न करून जमिनीवर पाणी पसरवले गेले. त्यानंतरच्या काळात हे प्रयोग तिकडे सर्रास होऊ लागले. नेदरलँडमधील ॲमस्टरडॅम या शहराला पाणी पुरवणाऱ्या ट्यूबवेल्सच्या क्षेत्रातील वाळूच्या उंचवट्यांमध्ये ऱ्हाईन नदीच्या कालव्याचे पाणी आणून पाझरवण्याचा प्रकल्प झाला. सुरुवातीस जमिनीत पाणी मुरवण्याची गती दर तासास १.६ सेंटिमीटर होती; पण जमिनीतील हवा बाहेर पडल्यानंतर ती २.५ सेंटिमीटर म्हणजे दर तासास सुमारे एक इंच इतकी झाली. अमेरिकेमध्ये अशा तऱ्हेने पाणी जिरवून ट्यूबवेल्सचे पाणी वाढवण्याचे खूप प्रयत्न झाले. टेक्सास या संस्थानामधील ॲमेरियो या शहराजवळील बोअरिंगचे पाणी वाढवण्यासाठी केलेले प्रयत्न उल्लेखनीय आहेत. आपल्याकडे कोकणातील भातशेतीमध्ये ज्या पद्धतीने पाणी खेळवले जाते त्याच्याशी या प्रयत्नांचे साधर्म्य आहे. येथील प्रयोगात असे आढळून आले की सुमारे १०० मीटर लांब, २० मीटर रुंद व सव्वा मीटर खोल अशा खड्ड्यांत पाणी खेळवल्यास ते खाली पाझरत जाऊन सुमारे १५ मीटर खोलीवरच्या जलधारक प्रस्तरांत यशस्वीपणे पुनर्भरण करते. अमेरिकेत ओहायो या संस्थानात एका नदीच्या गाळवटीच्या खोऱ्यात, व्हेनीस गावाच्या परिसरातील प्रयोगात असे आढळून आले की ट्यूबवेल्समधून भूजलाचा उपसा मोठ्या प्रमाणात केल्यावर नदीचे पाणी खाली मुरून पाण्याचे पाझर गाळवटीच्या प्रस्तरातून २ मैल (३.२ किलोमीटर) अंतरावर असलेल्या या ट्यूबवेल्सपर्यंत पोहोचले. अर्थात या क्रियेत स्थानिक परिस्थितीप्रमाणे मर्यादा असतात.

हिंदुस्थानात राजस्थानमध्ये अतिशय सपाट जमिनीवर पावसाळ्यामध्ये नैसर्गिक तऱ्हेनेच नदीचे पाणी पसरते, मुरते आणि वाहणारी नदीच गुप्त होते. काही अंतरावर खालच्या बाजूस हे पाणी पुन्हा उपळते व नदी वाहू लागते. त्यामुळे खालच्या जमिनीवर पाणी पसरते आणि पुन्हा नदी गुप्त होते. कमी पावसाच्या प्रदेशात पाणी पुरवठ्याच्या योजनांसाठी नद्यांच्या गुप्त झालेल्या प्रवाहांना सुद्धा महत्त्व आहे. कारण यामुळे भूजलामध्ये भर पडते.

जमिनीवर पाणी पसरल्यामुळे जे पाणी जमिनीत मुरते त्याचे प्रमाण निरनिराळ्या ठिकाणी निरनिराळे असते. मागे उल्लेखल्याप्रमाणे ज्या प्रस्तरातून हे पाणी पाझरावयाचे त्या प्रस्तरांची पाझरक्षमता, पाणी पसरविण्याचे क्षेत्रफळ व जमिनीवरील पाण्याच्या स्तंभाची उंची या गोष्टीवर ही क्रिया अवलंबून आहे. नैसर्गिक पाण्याच्या पाझरण्याच्या गतीपेक्षा कृत्रिम तऱ्हेने पाझरवलेल्या पाण्याची गती थोडी जस्त असते. कारण कृत्रिम तऱ्हेने पाणी पाझरवताना सरी पाडणे, खड्डे खणणे यासारख्या उपायाने पाझरास योग्य असा प्रस्तर पाण्याच्या तळाशी आणला जातो. अमेरिकेमध्ये ॲरिझोना राज्याच्या रूक्ष भागातील सांताक्रूझ नदीच्या काठी ही गती ३० ते १०५ सेंटिमीटर प्रतिदिनी आढळली. कॅलिफोर्निया राज्यात दररोज ४०

ते ६५ सेंटिमीटर अशी गती निरनिराळ्या भागात आढळली तर न्यूजर्सी राज्यामधील ईस्ट ऑरेंज येथे ही गती १२ सेंटिमीटर इतकीच आढळली. मॅसॅच्युसेट राज्यात न्यूटाऊनला ही गती प्रतिदिनी १३० सेंटिमीटर आढळली.

सर्व प्रयोगामध्ये असे आढळले की, मुरणाऱ्या पाण्याची गती काही कालानंतर कमी होते. याचे कारण असे की जमिनीत पाझर सुरू झाले म्हणजे काही कालानंतर ज्यातून पाणी पाझरते त्या प्रस्तरांच्या कणांच्या ठेवणीमध्ये फरक पडतो. तसेच पाण्याबरोबर शेवाळ्यासारखे सूक्ष्म जीव आत जातात आणि कणातील जागा व्यापतात. त्यामुळे ज्याच्यातून पाणी पाझरावयाचे त्या प्रस्तराची पाझरक्षमता (पार्यता) कमी होते. अमेरिकेतील शेती संशोधन मंडळाने कॅलिफोर्नियात जंतुविरहित केलेली जमीन व जंतुविरहित शुद्ध पाणी यांच्यावर प्रयोगशाळेत प्रयोग केले व त्यात असे आढळून आले की या दोन्ही गोष्टी जंतुविरहित असल्या तर पाणी पाझरण्याची गती कमी होत नाही. पाण्याची गती कमी होण्याचे आणखी एक कारण म्हणजे पाण्यातील गाळाचे सूक्ष्म कण हे होय. पाणी कितीही निवळले तरी त्यात थोडासा गाळ राहतो आणि ते पाणी जमिनीत शिरले म्हणजे प्रस्तराच्या कणाकणातील सूक्ष्म पोकळी म्हणजे एक प्रकारची चाळणीच असल्यामुळे हे गाळाचे कण त्यात अडकतात. ज्या प्रस्तरातून पाणी पाझरते त्याची सच्छिद्रता व पाझरक्षमता त्यामुळे कमी होते. यावर उपाय म्हणून जमिनीवर पाणी फिरवले व ते जिरले म्हणजे काही काळ थांबून ती जमीन कोरडी होऊ देतात. नंतर जमिनीचा पृष्ठभाग खणून व नांगरून काढून सच्छिद्र करतात. अशा उपायांनी पाझरक्षमता पुन्हा पूर्ववत् होते.

जमिनीत कृत्रिम तऱ्हेने पाण्याचे पुनर्भरण ट्यूबवेल, बोअरिंग किंवा विहिरीतून करण्याचीही पद्धत आहे. काही ठिकाणी पाणी जमिनीत जिरवण्यासाठी मुद्दाम ट्यूबवेल किंवा बोअरिंग करतात आणि त्यातून पंपाच्या साहाय्याने दाब देऊन पाणी जमिनीत जिरवतात. काही ठिकाणी जमिनीतून पाणी मिळवण्यासाठी तयार केलेली ट्यूबवेलच पुन्हा जमिनीत पाणी जिरवण्यासाठी वापरतात. इस्त्रायलमध्ये पावसाळ्यातील नदीचे पाणी स्वच्छ निवळल्यानंतर खोल ट्यूबवेलमधून ते जमिनीत जिरवतात. पावसाळ्यात जमिनीत पाणी साठवायचे आणि उन्हाळ्यात ते जमिनीतून काढून घ्यावयाचे अशी ही योजना असते. ट्यूबवेलमधून पाणी जमिनीत सोडताना मात्र पाण्याविषयी जास्त काळजी घ्यावी लागते. कारण पाणी उलट्या दिशेने आत शिरताना त्यात कोणत्याही प्रकारचा गढूळपणा किंवा मातीचे कण नसावेत. मातीचे कण असले तर ते ट्यूबवेलमधील सच्छिद्र नळीच्या चाळणीत अडकून बसतात आणि त्यामुळे पाण्याची वाट लहान होते. यासाठी ट्यूबवेलद्वारे जमिनीत जे पाणी घालावयाचे ते पूर्णपणे निवळून स्वच्छ केलेले असले पाहिजे. त्याबरोबरच ते जंतुविरहित सुद्धा असले पाहिजे. नाहीतर जमिनीतील शुद्ध भूजल अशुद्ध होण्याचा संभव असतो. वरून पुनर्भरणासाठी वापरायच्या पाण्यात जमिनीतील पाण्यामध्ये असलेल्या क्षारांच्या प्रमाणापेक्षा जर जास्त क्षार असतील तर त्यामुळे वाईट परिणाम होतो. सारांश, पुनर्भरणासाठी जे पाणी जमिनीत घालायचे ते फार काळजीपूर्वक तपासून त्यावर क्रिया करून जमिनीत सोडावे लागते. या सर्व कामास खर्च येतो. परंतु जमिनीत पाणी साठवण्याचाच हा एक प्रकल्प असतो व त्याचा खर्च हा साठवलेले पाणी उन्हाळ्यात उपसून त्या पाण्याचा योग्य उपयोग केला तर भरून येऊशकतो.

दक्षिण ऑस्ट्रेलियात ॲडलेड येथे याबाबतचे मोठे संशोधन केंद्र आहे. या केंद्रातर्फे केलेल्या दोन मूलभूत शिफारशी अशा : (१) पुनर्भरणासाठी वापरल्या जाणाऱ्या पाण्यात गाळाचे कण नसावेत. कारण अशा कणांनी जमिनीखालच्या प्रस्तरांची सच्छिद्रता व पार्यता कमी होते. (२) पुनर्भरणासाठी वापरल्या

जाणाऱ्या पाण्याची चव व शुद्धता ही जमिनीखालील प्रस्तरांमधील भूजलाच्या चव व शुद्धतेइतकीच चांगली किंवा त्याहीपेक्षा जास्त चांगली असायला हवी. ज्या भूमीच्या प्रस्तरामध्ये खूपच सच्छिद्रता आहे, फरशीसारखे चुन्याचे प्रस्तर आहेत व त्यात खूप मोठ्या भेगा-पोकळ्या आहेत, अशा ठिकाणी जमिनींत पाण्याचे पुनर्भरण करून पाण्याचा खूप मोठा साठा करता येतो. वाळू व गोटे यांचे प्रस्तर हे सुद्धा जमिनीत पाण्याचा साठा करण्यास फार उपयुक्त होत. खोलवर असलेल्या एखाद्या प्रस्तरात निरुपयोगी असे खारे पाणी असेल तर त्यांत बोअरिंग करून शहरांतील सांडपाणीसुद्धा साठवता येते. उन्हाळ्यात जेव्हा शेतीला जास्त पाण्याची जरूर असते तेव्हा हे पाणी उपसून वापरता येते. ऑस्ट्रेलियात असे प्रकल्प यशस्वी झाले आहेत.

पाझर तलाव हे महाराष्ट्रात व दक्षिण भारतात गेली सुमारे ४० वर्षे भूजलाच्या पुनर्भरणाचे काम करत आहेत. त्याशिवाय आपल्याकडे 'रेन वॉटर हार्वेस्टिंग' म्हणजेच 'पर्जन्य संचय' या नावाखाली शहरांतून सुद्धा भूजलाचे पुनर्भरण नव्याने सुरू झाले आहे. यात गच्ची किंवा घराच्या छप्परावर पडणारे पावसाचे पाणी वाळू भरलेल्या पिंपातून गाळून घेऊन ते नळाने विहिरीत किंवा बोअरिंगमध्ये सोडले जाते. अनेक लहान-मोठ्या शहरांतील नागरिकांनी व स्वयंसेवी संस्थांनी यामध्ये पुढाकार घेतला आहे. मात्र ज्या बोअरिंगला ड्रिलिंग करतेवेळी अजिबात पाणी मिळालेले नसते त्या बोअरिंगचा अनेकदा कठीण खडकातील सांधे, फटी, जोड यांच्याशी संपर्क झालेला नसतो. त्यामुळे अशा बोअरिंगचा उपयोग पावसाळ्यात भूजलाच्या पुनर्भरणासाठी करता येत नाही. गच्चीवरील पावसाचे पाणी गोळा करून व गाळून नळामार्फत अशा बोअरिंगमध्ये सोडले तर थोड्याच वेळात ते बोअरिंग पूर्ण भरले जाऊन पाणी बाहेर ओसंडून वाहू लागते. ज्या बोअरिंगला एके काळी छान पाणी होते; पण सध्या दुष्काळामुळे किंवा शेजारीपाजारी अनेक बोअरिंग झाल्यामुळे सर्वांचेच पाणी कमी झाले आहे, अशा ठिकाणी पावसाळ्यात पुनर्भरणाचे प्रयोग यशस्वी होतात. ज्या बोअरिंगला ड्रिलिंग करताना सच्छिद्र खडक, सांधे, जोड मिळूनही ते प्रस्तर कोरडे असल्याने पाणी लागलेले नसते अशा बोअरिंगमध्येही पुनर्भरण करून फायदा होतो.

ज्या विहिरी मऊ सच्छिद्र प्रस्तरात खणलेल्या असतात व ज्यांना खाली तळामध्ये दगड लागलेला असतो, त्या विहिरींना मिळणारे पाणी हे त्या सच्छिद्र, मऊ प्रस्तरातील असते. अशा विहिरीमध्ये वरून पाणी ओतले म्हणजे त्या सच्छिद्र प्रस्तरांतील पाण्याचा साठा वाढून भूजलाची पातळी वर येते. सध्या कमी पावसाच्या प्रदेशांतही विहिरींची संख्या वाढत आहे. त्यामुळे सर्वच विहिरींचे पाणी कमी होत आहे. अशा ठिकाणी पावसाचे पाणी, नद्यानाल्यांतून पंपाने आणून शेततळ्यात साठवून, निवळल्यानंतर विहिरीत सोडल्यास ते जमिनीत जिरेल आणि विहिरींना फायदा होईल. विहिरीचे तळात केलेल्या बोअरिंगना किंवा जमिनीवरून केलेल्या बोअरिंगनासुद्धा या योजनेचा फायदा होईल. सौराष्ट्रात स्व. पांडुरंगशास्त्री (दादा) आठवले यांच्या 'स्वाध्याय परिवार' या संस्थेने राजकोट व इतर जिल्ह्यांतील अनेक गावांतून विहिरींमध्ये पाण्याचे पुनर्भरण करण्याची योजना यशस्वीपणे पार पाडली आहे व त्यामुळे उन्हाळ्यातील पिण्याच्या पाण्याची टंचाई दूर केली आहे. राजस्थान, तमिळनाडू, कर्नाटक, आंध्रप्रदेश, महाराष्ट्र इत्यादी राज्यांमधूनही स्वयंसेवी संस्था व सरकारी योजना यांच्या समन्वयातून भूजलाच्या पुनर्भरणाचे प्रयत्न चालू आहेत.

२.१७ भूजलाचे फायदे व 'जलसाक्षर' समाज

भूजलाचा साठा समृद्ध करण्यात बरेच फायदे आहेत. ते असे :

- पाणी जिरवून जमिनीत भूजलाचा साठा वाढवला तर बाष्पीभवनापासून पाण्याचा बचाव

होतो.

- जमिनीच्या खाली पाण्याचा साठा करण्यात खर्च होतो. पण हेच पाणी जमिनीवर साठवावयाचे म्हटले तर त्यासही खर्च करावा लागतो, शिवाय शेतीची जागाही पाण्याने अडवली जाते.
- जमिनीवरील साठ्यातून सूर्याच्या उष्णतेने व वाऱ्यामुळे बाष्पीभवन जास्त होते. तसेच उघड्यावर साठवलेल्या पाण्याचे प्रदूषणही लवकर होऊ शकते.
- युद्धकाळात मोठ्या धरणांना व त्यांच्या मागील प्रचंड जलाशयांना शत्रूपासून धोका संभवतो. जमिनीतील भूजलाच्या साठ्याला असा धोका नसतो.
- भूजल हे प्रवाही असल्याने सच्छिद्र प्रस्तरांतून दूरवर वाहू शकते. त्यामुळे भूजलाचे पुनर्भरण केलेल्या ठिकाणापासून दूरवरच्या विहिरींना सुद्धा भूजलाचा साठा वाढवल्याचा फायदा होत असतो.
- सांडपाण्याचा उपयोग शेतीसाठी केला गेला तर त्यामुळेही जमिनीतील पाझर वाढवण्यास मदत होते व भूजलाच्या जलपृष्ठाशी पोहोचेपर्यंत सांडपाणीही काही प्रमाणात शुद्ध होते.
- वादळी पावसामध्ये जोरात पाऊस पडल्यानंतर जे पूर येतात त्यांचे पाणी जर जमिनीत मुरवले गेले तर पूर प्रतिबंधक उपायही होऊ शकतो आणि भूजलाचा साठाही वाढतो.
- भूजलाचा उपसा जास्त झाल्यामुळे गाळाच्या प्रदेशातील जमीन खचू लागली तर कृत्रिम तऱ्हेने ट्यूबवेल्समधून जमिनीत पाणी जिरवतात. त्यामुळे खचण्याची क्रिया मंदावते किंवा थांबते.
- समुद्राचे खारे पाणी किनाऱ्यालगतच्या प्रस्तरांमधून काही ठिकाणी आत येऊ लागते. किनाऱ्यालगतच्या भागातील भूजलाचा उपसा वाढल्याने ही क्रिया होते व समुद्रकाठच्या विहिरींचे पाणी खारे होऊ लागते. अशा भागात तलावातून किंवा विहिरीतून जर पावसाचे गोडे पाणी जिरवले गेले तर समुद्राचे खारे पाझर थांबतात आणि विहिरींच्या पाण्याची चव सुधारते.

पावसाच्या मिळेल तितक्या पाण्याचा साठा जमिनीत करण्याचे महत्त्व हे असे आहे. भूजलाचे असे महत्त्व असले तरी त्यामुळे धरणांचे किंवा जमिनीवरील पाण्याचे महत्त्व कमी होत नाही. भारतासारख्या जास्त लोकसंख्येच्या व दोन तृतीयांश भूभागाखाली कठीण प्रस्तर असलेल्या देशात शेती, उद्योग व मोठ्या शहरांचा पाणीपुरवठा यांसाठी धरणे बांधून मोठे जलाशय निर्माण करणे हेही महत्त्वाचे काम आहे. पुण्या-मुंबईसारख्या मोठ्या शहरांचा पाणी पुरवठा फक्त भूजलापासून करणे अशक्य आहे. त्यासाठी मोठे जलाशयच हवेत. धरणे बांधून असे मोठे जलाशय निर्माण करणारे हे प्रकल्प अनेकदा पिण्याचे पाणी, शेतीसाठी पाणी, वीजनिर्मिती, पूरनियंत्रण, जलवाहतूक, मत्स्योद्योग, पर्यटन विकास व पर्यावरण समृद्धी असे बहुउद्देशीय असतात. मोठी धरणे बांधण्यासाठी उत्तम प्रतीच्या जागा आता भारतात फारशा शिल्लक उरल्या नाहीत. त्यामुळे दुय्यम प्रतीच्या जागांवर सध्या धरणे बांधली जात आहेत; पण त्याचबरोबर जुन्या धरणातील पाण्याचा जास्तीत जास्त उपयोग करण्याकडेही लक्ष दिले गेले पाहिजे. अनेकदा असे दिसून येते की धरणाचा प्रकल्प मंजूर करून घेताना जे फायदे दाखवले जातात ते सर्व फायदे धरण बांधून तयार झाल्यावर मिळत नाहीत. त्यापेक्षा बरेच कमी फायदे मिळतात. पाणलोट क्षेत्राकडे दुर्लक्ष झाल्यामुळे जलाशयांमध्ये पावसाळ्यात गाळ वाहून येतो. तसेच कालव्याखाली भिजणाऱ्या जमिनींच्या काही भागात क्षारफुटी होऊन ते भाग शेतीसाठी निकामी होतात. या त्रुटी काढून

टाकायला पाहिजेत.

दोन किंवा जास्त राष्ट्रांतून वाहणारी नदी ही त्या नदीच्या खोऱ्यातील वाहत्या पाण्याच्या तसेच खोऱ्यातील भूजलाच्या वाटपावरून त्या राष्ट्रांत वाद निर्माण करू शकते; पण आंतरराष्ट्रीय संस्थांच्या मध्यस्थीने अशा प्रसंगी भांडणे करण्याऐवजी सामाजिक प्रबोधन व राजकीय सहकार्य यांच्या मार्फत प्रश्न सोडवण्याचे प्रयत्न केले जातात. नाईल (आफ्रिका), मेकाँग (आशिया) व डॅन्यूब (युरोप) या बहुराष्ट्रीय नद्यांशी संबंधित राष्ट्रांनी अशा प्रयत्नांची सुरुवात केली आहे.

भविष्यकाळात मोठी धरणे, लहान धरणे, नाला बंधारे, जमिनीखालील बंधारे, पाझर तलाव, शेततळी, बांधबंदिस्ती, पाणलोट क्षेत्रांचे वनीकरण, विहिरी व बोअरिंगमधील पाण्याचे प्रदूषणापासून संरक्षण, भूजलाचे पुनर्भरण, सांडपाणी शुद्ध करून त्याचा पुनर्वापर, खाऱ्या पाण्यापासून गोडे पाणी मिळवणे, कमी पाणी वापरून जास्त ऊर्जा देणारी पिके घेणे, तसेच किंचित् क्षारयुक्त पाणी वापरून सुद्धा येणाऱ्या पिकांच्या जाती विकसित करणे अशा अनेक आघाड्यांवर योजना व कृतींमधून, सरकार व जनतेच्या सहभागाने भारतात पाण्याचे व्यवस्थापन करावयाचे आहे. केवळ भारतातच नव्हे तर जगातील सर्वच राष्ट्रांत, विशेषतः विकसनशील राष्ट्रांत, अशी गरज आहे. 'वर्ल्ड वॉटर कौन्सिल' या संस्थेचे ऑफिस फ्रान्समध्ये मार्सेल्स या शहरात आहे. दर तीन वर्षांनी ही संस्था 'वर्ल्ड वॉटर फोरम' या नावाने देशोदेशींच्या जलतज्ज्ञांचे, सरकारी अधिकाऱ्यांचे व राजकीय पुढाऱ्यांचे एकत्र संमेलन भरवते. पाण्याचे योग्य व्यवस्थापन करून विकसनशील राष्ट्रांतील धान्योत्पादन वाढवणे, पिण्याचे पाणी व स्वच्छतागृहांची सोय करणे, जनतेचे आरोग्य सुधारणे, पाण्याच्या व्यवस्थापनात जनतेचा - विशेषतः महिलांचा - सहभाग वाढवणे, हवामानात बदल झाल्यास पाणीटंचाईला तोंड देण्याची पूर्वतयारी करणे, राष्ट्रीय विकास योजनांमध्ये जलसंपत्तीला योग्य प्राधान्य देणे व गरिबी दूर करणे, अशा मुख्य ध्येयांच्या दिशेने प्रगती व्हावी हा या संमेलनांचा उद्देश असतो. मार्च, २००९मध्ये तुर्कस्थानात इस्तंबूल येथे भरलेल्या संमेलनास ११० राष्ट्रांतून सुमारे ३१,००० अभ्यागत जमले होते, तर मार्च, २०१२मध्ये मार्सेल्स, फ्रान्स येथे भरलेल्या संमेलनास सुमारे ३५,००० अभ्यागत जमले होते. यावरून पाण्याशी संबंधित अशा सर्व विषयांना आंतरराष्ट्रीय क्षेत्रातसुद्धा किती महत्त्व प्राप्त झाले आहे याची कल्पना येईल. जलसंपत्तीच्या महत्त्वाची व भविष्यकाळात येणाऱ्या पाणीटंचाईची जाणीव समाजाच्या सर्व थरांत झाली म्हणजे 'जलसाक्षर समाज' निर्माण होऊन वरील संमेलनांच्या उद्देशांकडे वाटचाल करता येते.

प्रकरण ३

प्रस्तरांचे गुणधर्म, भूजलाचा संचय व प्रवाह

३.१ मुक्त व बंदिस्त भूजल

पावसाचे पाणी विस्तीर्ण क्षेत्रावर पडू लागले म्हणजे त्या क्षेत्रातील पृष्ठभागावरील माती प्रथम ओली होते. काळी चिकणमाती असेल तर ती ओली झाल्याबरोबर फुगते व पाणी खाली वाहण्यास विरोध करते. काळी चिकणमाती नसली व जमीन हलक्या किंवा रेताड मातीची असली तरीसुद्धा काही वेळा ज्या वेगाने पाऊस पडतो त्याच वेगाने पाणी जमिनीत जिरू शकत नाही. पाण्याचा काही थोडा भाग मातीतून जिरून खालच्या प्रस्तरात भूगर्भाकडे पाझरू लागतो व बाकीचा भाग भूपृष्ठावरून वाहून जातो. मातीच्या खाली असलेल्या मातकट, मुरमाड भागाला 'सब-सॉईल' म्हणतात. त्यातून पाणी खाली पाझरू लागते. कोरड्या भूभागावर पाऊस पडण्यास सुरुवात झाली म्हणजे त्याचे पाणी ज्या वेळी पाझरू लागते, त्या वेळी त्या भूभागातील हवा बाहेर पडते. पाणी पाझरू लागले म्हणजे गुरुत्वाकर्षणाने ते उभ्या दिशेने खाली खाली जाऊ लागते. ही खाली जाण्याची वाट जर सोपी नसेल तर ते आडवे पसरते. परंतु पाझरण्याची मुख्य दिशा भूगर्भाकडे उभीच असते. हे पाणी पाझरतपाझरत अडथळा येईपर्यंत खोल खोल जात असते. ज्या ठिकाणी एकसंध खडक किंवा चिकणमातीसारखा जलरोधक असा प्रस्तर पाणी पाझरण्याची वाट बंद करतो, त्या ठिकाणी ते पाणी खाली जाऊ शकत नाही.

महाराष्ट्रात कठीण खडकाच्या पृष्ठभागावर अशा मुरलेल्या पाण्याचा संचय किंवा साठा होऊ लागतो. मात्र काही पाणी या कठीण खडकाच्या पोटात खोलवरसुद्धा मुरू शकते. कारण महाराष्ट्रातील काळा पाषाण (बेसाल्ट) हा लाव्हारसाचे थर एकावर एक असे साचून बनलेला आहे. या थरांतील उभ्या आडव्या फटी, सांधे, जोड व कुठेकुठे दोन थरांमधील असणारे गेरू (लाल मुरूम) यातही पाण्याचा साठा खोलवर होऊ शकतो. महाराष्ट्रात सुमारे १०० ते १२० मीटर खोलीपर्यंत काळ्या कठीण खडकाच्या पोटातील फटी, जोड, सांधे व गेरू यातून पाणी मिळू शकते. त्याखाली पाणी मिळण्याची शक्यता कमी होत जाते. आंध्र-कर्नाटक-तमिळनाडूमधील ग्रॅनाईट खडकातही पाणी मिळण्याची शक्यता १५० मीटरचे खाली कमी होते. राजस्थानामध्ये पाली जिल्ह्यात जलपृष्ठ खोल गेल्याने आजकाल विदारित खडकामध्ये विहिरी ४० ते ६० मीटर खोल खणून त्यात तळामध्ये ६० मीटरपर्यंत खोल बोअरिंग करून शेतीसाठी पाणी मिळवतात. ज्या प्रदेशात वाळुसरा व रेताड गाळवट खूप जाड आहे अशा भूभागात पाणी खूप खोलीपर्यंत मुरते व त्याचा संचय त्या खोलीपासून होऊ लागतो. गंगा नदीच्या खोऱ्यात अनेक ठिकाणी वाळू व माती यांचे थर १००० मीटरपेक्षाही जास्त जाडीचे आहेत. त्यांत भूजलाचा साठा मोठा असला तरी भूजलाचे मुख्य प्रवाह हे वरच्या ३००-४०० मीटर जाडीमधूनच वाहतात.

जमिनीतील पाण्याच्या या साठ्याच्या सगळ्यात वरच्या पृष्ठभागास 'वॉटर टेबल' किंवा 'जलपृष्ठ' म्हणतात. विहीर खणण्यास सुरुवात केल्यानंतर प्रथम जे पाणी विहिरीत ओलाव्याच्या स्वरूपात लागते त्यास देवपाणी म्हणतात. ते प्रस्तराच्या केशनलिकेतील पाणी असते. त्याखाली जे पाणी लागते व विहीर खणताना उपसून काढावे लागते, ते खरे भूजल असते. तेथून जलपृष्ठास सुरुवात होते आणि त्या खाली जलधारक सच्छिद्र प्रस्तरांत भूजलाचा खरा साठा सुरू होतो. कठीण खडकाच्या पृष्ठभागावर हा भूजल संचय झालेला असतो. जलपृष्ठ व हा खडकाचा पृष्ठभाग यामधील उभे अंतर म्हणजे भूजलसंचयाची जाडी होय. ही जाडी जेवढी जास्त तेवढा पाण्याचा साठा जास्त. या भूजलास मुक्त भूजल असे म्हणतात. मुक्त भूजलाच्या वरच्या पृष्ठभागावर म्हणजेच जलपृष्ठावर हवेच्या वातावरणाइतका दाब (One Atmospheric Pressure) असतो. कठीण खडकामधील सांधे, फटी, जोड व गेरूसारख्या सच्छिद्र प्रस्तरातील भूजल हे त्यामानाने बंदिस्त असले तरी त्याचा व खडकावरील मुक्त भूजलाचा संपर्क सांधे, फटी, जोड यामार्फत राहू शकतो. त्यामुळे खडकाळ प्रदेशातील बंदिस्त भूजलास अर्ध-बंदिस्त (सेमी-कन्फाइंड) भूजल म्हणण्याचा प्रघात आहे (आकृती ३.१.१). याउलट गाळाच्या जमिनीच्या प्रदेशात (उदा. पंजाब, उत्तर प्रदेश इ.) चिकणमातीचा एखादा जाड थर मुक्त व बंदिस्त भूजलांची पूर्णपणे विभागणी करतो. हा जाड थर दूरवर कोठेतरी निमुळता होऊन संपतो तेथे भूजलाची वरील विभागणीही संपते. (आकृती ३.१.२). उदाहरणार्थ, आकृती ३.१.२ मधील जलरोधक प्रस्तर (१) हा उजव्या बाजूकडे काही अंतरावर संपला तर तेथून पुढच्या भागात जलरोधक प्रस्तर (२) च्या वरती फक्त मुक्त भूजलच राहील.

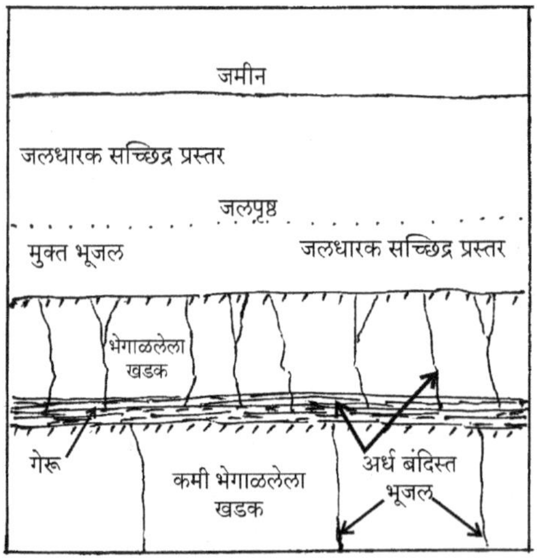

आकृती ३.१.१
गेरूमधील व खडकाच्या भेगा-फटीमधील भूजल हे त्यावरील मुक्त भूजलाच्या संपर्कात असल्याने त्याला अर्धबंदिस्त भूजल असे म्हणतात.

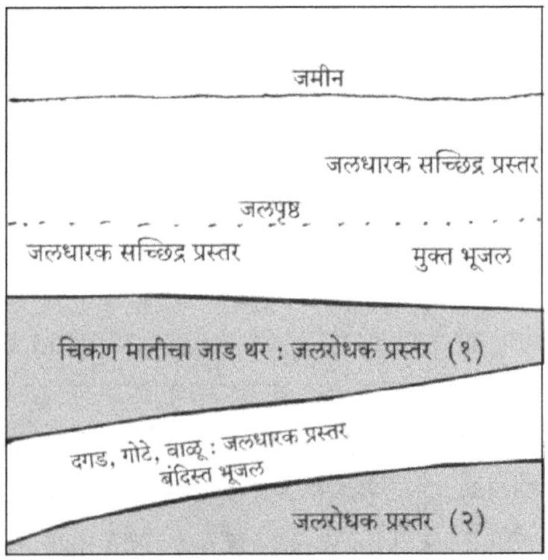

आकृती ३.१.२
चिकणमातीचा जाड थर (१) हा उजव्या बाजूस निमुळता होऊन संपला तर तेथून पुढे मुक्त भूजल व बंदिस्त भूजल अशी विभागणीही संपते.

ज्या सच्छिद्र प्रस्तरात जलाशय तयार होतो, त्या प्रस्तराच्या गुणधर्मावरून भूजलाचा साठा व त्याची एका ठिकाणाहून दुसरीकडे वाहण्याची क्षमता ठरते. यासाठी जमिनीखालच्या प्रस्तरांच्या प्रकारांचा अभ्यास करणे आवश्यक आहे.

३.२ प्रस्तरांचे (खडकांचे) प्रकार

देशोदेशीच्या प्रस्तरांमध्ये खूप फरक असतो. एकाच देशामध्येसुद्धा प्रांताप्रांतात, जिल्ह्याजिल्ह्यात स्थानिक परिस्थितीनुरूप खडक बदलतात. त्यामुळे जिऑलॉजी म्हणजे भूशास्त्राचा अभ्यास करावा लागतो. त्यांतसुद्धा फील्ड जिऑलॉजी (Field Geology) म्हणजे पाणलोट क्षेत्रातील भूरचनेचा आणि प्रस्तरांचा अभ्यास चांगला असावा लागतो. भूजलाचाच खास अभ्यास करण्यासाठी जिऑलॉजीमध्ये एक उपविभाग आहे. त्याला हायड्रोजिऑलॉजी असे म्हणतात. स्थूलमानाने पृथ्वीवरील कोणतेही क्षेत्र तीन प्रकारच्या प्रस्तरांपैकी कोणत्या तरी प्रस्तर पद्धतीने व्यापलेले असते. या तीन प्रस्तर पद्धती म्हणजे : १) गाळाचे प्रस्तर, २) अग्निजन्य प्रस्तर आणि ३) रूपांतरित प्रस्तर हे होत.

यापैकी गाळाचे प्रस्तर हे गंगा-यमुना-सिंधू या नद्यांच्या खोऱ्यात असून गोटे, वाळू (जाड व बारीक) व चिकणमाती यांचे थर एकमेकांवर साचून बनलेले असतात. यात भूजलाचा साठा खूप खोलवर म्हणजे हजार मीटर खोलीपर्यंतसुद्धा मिळू शकतो. वाळूचे दगड (सॅण्डस्टोन) किंवा चुनखडीचे दगड (लाईमस्टोन) हेही या प्रकारात मोडतात. गाळाच्या प्रदेशात उथळ भूजलासाठी विहिरी खणल्या जातात व त्यांना आधारासाठी विटांचे बांधकाम केले जाते. खोलवरच्या भूजलासाठी केलेल्या बोअरिंगना 'ट्यूबवेल' म्हणतात. कारण अशा बोअरिंगना ४००-५०० मीटर खोलीपर्यंत सुद्धा दगड न मिळाल्यामुळे ती ढासळू नयेत म्हणून संपूर्ण खोलीपर्यंत केसिंग पाईप घालणे जरुरीचे असते. जेथे जेथे वाळूचे पडदे किंवा प्रस्तर असतील तेथे सच्छिद्र (जाळीदार) पाईप टाकावा लागतो. त्यातून ट्यूबवेल मध्ये पाणी आत येते. अशी खोल ट्यूबवेल करणे खर्चाचे काम असते.

अग्निजन्य प्रस्तरामध्ये ग्रॅनाईट, बेसॉल्ट इ. जातीचे प्रस्तर हे प्रामुख्याने असतात. जमिनीच्या पोटातील तप्त शिलारसापासून हे खडक तयार होतात. महाराष्ट्रात, मध्यप्रदेशाच्या माळवा भागात व सौराष्ट्रामध्ये बेसॉल्ट म्हणजेच 'डेक्कन ट्रॅप' या जातीच्या काळ्या पाषाणानेच बहुतेक भूभाग व्यापला आहे. ग्रॅनाईट व त्यापासून झालेल्या नीस या रूपांतरित खडकाने तमिळनाडू, कर्नाटक, आंध्र, बुंदेलखंड (झांशी) इत्यादी प्रांतांतील बराच मोठा भूभाग व्यापला आहे. या सर्व तऱ्हेच्या खडकात पाणी मुरण्यास व त्याचा संचय होण्यास जागा कमी असते. अशा खडकांना जलरोधक (aquifuge) प्रस्तर असे म्हणतात. जगात पुष्कळ ठिकाणी या जातीचे जे दगड आहेत ते थंड होऊन तयार होताना आकुंचनामुळे तसेच थंड झाल्यावर भूपृष्ठांमध्ये खाली-वर पुष्कळ हालचाली झाल्यास हे खडक ताणले जाऊन तुटतात व त्यांना खोलपर्यंत भेगा व फटी पडतात. त्यात भूजलाचा साठा होऊ शकतो.

अग्निजन्य किंवा गाळाच्या प्रस्तरांवर उष्णता, प्रचंड दाब व रासायनिक क्रिया यांचा परिणाम होऊन रूपांतरित खडक होतात. यापैकी शिस्ट, क्वार्टझाईट व मार्बल हे सर्वांना परिचित दगड गाळाच्या प्रस्तरांपासून झालेले रूपांतरित प्रस्तर आहेत. अग्निजन्य खडकांपासून रूपांतरित झालेल्या प्रस्तरांचे पाणी साठवण्याचे गुणधर्म साधारणपणे त्या त्या अग्निजन्य खडकांसारखेच असतात. मात्र काही वेळा त्यांच्यामधील भेगा-फटी यांचे प्रमाण वाढलेले आढळते.

हिंदुस्थानच्या द्वीपकल्पातील बराच मोठा भाग अशा अग्निजन्य व रूपांतरित प्रस्तरांनी व्यापलेला आहे. त्यामुळे द्वीपकल्पाच्या फार मोठ्या क्षेत्रफळाच्या जमिनीखाली कठीण खडकाचा थर कमी-जास्त खोलीवर असतोच. या प्रदेशात जो भूजलाचा साठा होतो तो मुख्यत: या कठीण खडकाच्या पाठीवर होतो. हे कठीण खडक तयार झाल्यानंतर हवामानातील बदल, आकुंचन-प्रसरण, पाऊस, रासायनिक क्रिया व वाढणाऱ्या वनस्पतींची मुळे यांच्या लाखो वर्षांच्या परिणामांमुळे त्यांचे विदारण (विघटन किंवा वेदरिंग) होऊन त्यांच्यावर माती, चुनखड, जांभ्या दगड व मुरूम यांचे सच्छिद्र आवरण तयार होते. हे आवरण बेसाल्टच्या म्हणजे काळ्या पाषाणाच्या प्रदेशात काही ठिकाणी २० ते ३० मीटरपर्यंत तर ग्रॅनाईटच्या प्रदेशात काही ठिकाणी ५० ते ६० मीटरपर्यंत सुद्धा जाड झाले आहे. पण अशी उदाहरणे थोडी. बहुतेक ठिकाणी जमिनीपासून २-४ मीटर खोल जाईपर्यंत मुरूम नाहीतर कठीण खडक लागतोच. विदारण (वेदरिंग) होऊन मुरूम तयार झाल्यानंतर या मुरुमामध्ये जी पोकळी असते ती भूजलाच्या साठ्यांसाठी उपयोगी पडते. मुरुमाच्या खाली असलेला कठीण खडक हा काही थोडाशा खोलीपर्यंत भेगाळलेला असतो. या भेगा-फटीतून पाण्याचा साठा होण्यास जागा असते. खोल जावे तसतसे या भेगा कमी होतात. कठीण बेसॉल्टमध्ये भेगाळण्याची क्रिया जमिनीपासून जास्तीत जास्त सुमारे १०० ते १२० मीटर खोलीपर्यंत झालेली आहे तर ग्रॅनाईटमध्ये प्रस्तरामध्ये ही क्रिया जास्तीत जास्त सुमारे १२०-१५० मीटर खोलीपर्यंत झालेली आहे. त्यामुळे यापेक्षा जास्त खोलवर जाऊन पाण्यासाठी प्रयत्न करणे हे यशस्वी ठरण्याची शक्यता कमी असते.

३.३ काळा पाषाण (काळा खडक, बेसॉल्ट किंवा डेक्कन ट्रॅप)

सुमारे ६५ दशलक्ष वर्षांपूर्वी पश्चिम व मध्य भारतातील जमिनीला मोठमोठ्या भेगा पडून त्यातून तप्त शिलारस (लाव्हा) बाहेर पडला. क्वचित ठिकाणी ज्वालामुखीसारखा उद्रेक होऊन शिलारस आला व अशा प्रकारे विस्तीर्ण टापूत काळा पाषाण म्हणजेच बेसॉल्ट किंवा डेक्कन ट्रॅप तयार झाला. त्याआधी पृथ्वीवर सुमारे ३५० दशलक्ष वर्षे अनिर्बंध राज्य करणाऱ्या सर्व प्रकारच्या डिनोसॉर्सचा मृत्यूही ६५ दशलक्ष वर्षांपूर्वीच झाला. त्यामुळे या दोन घटनांचा कार्यकारण संबंध लावता येतो. कारण मोठ्या प्रमाणावरील लाव्हाच्या उद्रेकामुळे लक्षावधी वर्षे वातावरण धूसर बनले व सूर्यप्रकाश न मिळाल्याने वनस्पती नष्ट झाल्या. त्यामुळे शाकाहारी डिनोसॉर्स नष्ट झाले. त्यानंतर मांसाहारी डिनोसॉर्सही नष्ट झाले. अशी विनाशाची साखळी झाली. कदाचित या काळात पृथ्वीवर आकाशातून मोठा शिलाखंड मेक्सिकोच्या भागात आदळल्याने त्या ठिकाणाच्या विरुद्ध बाजूच्या पृथ्वीच्या कवचाला सुद्धा प्रचंड तडे गेले असावेत अशीही शक्यता आहे. अर्थात या घटना घडल्या तेव्हा भारत व मेक्सिको हे दोन्ही देश विषुववृत्ताच्या दक्षिणेस होते. त्यानंतर अमेरिका उत्तरेस सरकली व भारतही उत्तरेकडे तिबेटच्या दिशेने सरकला.

काळ्या पाषाणाच्या एका थराची जाडी सुमारे २० फुटांपासून ते ८० फुटांपर्यंत (६ ते २५ मीटर) आहे. हे शिलारसाचे (लाव्हाचे) थर जमिनीवर आल्याबरोबर थंड होऊ लागले. या क्रियेमुळे ते आकुंचन पावले आणि त्यात थोड्या भेगा पडल्या व त्यानंतरच्या काळात भूगर्भातून वाफेबरोबर आलेल्या खनिजांनी त्या भरल्या गेल्या. त्यास 'गारेचे सप' म्हणतात. जमिनीतून नव्याने वर आलेला पातळ शिलारस, खालच्या थिजलेल्या थरावरून वाहू लागला. त्या वेळी दोनही थरांना ओढ बसली. त्यामुळेही काही ठिकाणी भेगा निर्माण झाल्या. काही ठिकाणी खालचा थर फार थंड होण्याच्या आतच त्याच्यावर दुसरा थर आला, त्यामुळे दोन थरांतील सांधा एकसंध झाला व वेल्डिंग केल्याप्रमाणे हे सांधे बुजले गेले.

त्यामुळे महाराष्ट्राच्या बेसॉल्टच्या बाबतीत षटकोनी उभे सांधे, दोन थरांतील जोड व मोकळे सप म्हणजे भेगा या सर्वांचे प्रमाण एकूण बेसॉल्टच्या विस्ताराशी तुलना केल्यास थोडे आहे.

एकदा एकसंध काळा पाषाण (बेसॉल्ट) लागला की त्यात सांधे-फटी क्वचित आढळतात. पुणे-मुंबई प्रवासात घाटामधील बोगद्यातून प्रवास करताना हे सहज लक्षात येते की गाडी एकदा बोगद्यात शिरली की बाहेर डोंगरमाथ्यावर धो धो पाऊस पडत असला तरी बोगद्याच्या आंतमध्ये छताचा भाग बहुतांशी कोरडा ठणठणीत दिसतो.

शिलारसापासून तयार होणाऱ्या खडकाचा दुसरा प्रकार म्हणजे दक्षिण भारतातील ग्रॅनाईट होय. या प्रकारात शिलारस जमिनीच्या बाहेर येत नाही तर खोलवर असलेल्या प्रस्तरातच रेटारेटी करून त्यात तो शिरतो. तेथेच सावकाश थंड होतो. त्यामुळे निरनिराळ्या खनिजांची स्फटिके त्यात तयार होतात व ती अशा तऱ्हेने बनतात की ती एकमेकांत पूर्णपणे गुंफली जातात. ग्रॅनाईट दगड हा स्फटिकमय आहे आणि स्फटिके पूर्णपणे गुंफलेली असल्यामुळे त्यात प्राथमिक मोकळी जागा नसते. परंतु दक्षिण भारतातील ग्रॅनाईट हा पृथ्वीवरील अगदी जुन्या खडकांपैकी आहे म्हणजे अडीच हजार दशलक्ष वर्षांइतका जुना आहे. त्यामुळे इतक्या दीर्घ कालावधीतील पृथ्वीच्या कवचाच्या अनेक हालचालीमुळे त्यात जास्त खोलीपर्यंत भेगा, सांधे-फटी तयार झाल्या. त्यात पाण्याचा साठा होऊ शकतो.

महाराष्ट्रामध्ये बेसॉल्ट (डेक्कन ट्रॅप) या अग्निजन्य खडकाने बहुतांश भाग व्यापला आहे. त्या मानाने वाळूपासून झालेले सॅण्ड स्टोन इ. गाळाचे प्रस्तर, तसेच शिस्ट, नीस, क्वार्टझाइट इ. रूपांतरित प्रस्तर फारच कमी प्रमाणात आहेत. ते मुख्यत: कोकणात सिंधुदुर्ग जिल्ह्यात व भंडारा, चंद्रपूर, गडचिरोली या पूर्व भागात आहेत. महाराष्ट्रात लहान-मोठ्या नदी-नाल्यांच्या परिसरात वाळू, माती, माण, चुनखड, मुरूम इत्यादी नरम प्रस्तरांचे आवरण कठीण खडकावर आढळून येते. या आवरणाची जाडी जास्त असल्यास त्यामध्ये भूजलाचा चांगला साठा होऊ शकतो. घाटमाथ्यावर व कोकणात पुष्कळ ठिकाणी काळ्या कठीण पाषाणावर जांभ्या दगडाचे (लॅटेराईटचे) आवरण आढळते. जांभ्या दगड हा काळ्या पाषाणावर हवामानामुळे वर्षानुवर्षे झालेल्या विदारण (वेदरिंग) व रासायनिक प्रक्रियेमुळे बनतो. जांभ्याचे आवरण काही वेळा ३०-४० मीटर जाडीचेसुद्धा असू शकते व त्यामध्ये पोकळीचे प्रमाण जास्त असल्यामुळे भूजलाचा साठा होऊ शकतो. परंतु जांभ्या दगडांचा प्रदेश हा बहुतेक डोंगराळ व दऱ्याखोऱ्यांचा असल्याने हा भूजलाचा साठा झऱ्यांच्या रूपाने अनेक ठिकाणांहून बाहेर पडतो व वाहून जातो. सपाटीवरील जमिनीत जांभ्या दगड असल्यास विहिरींना चांगले पाणी मिळू शकते.

३.४ सच्छिद्रता (Porosity)

वर वर्णन केल्याप्रमाणे प्रस्तराच्या कणाकणांतील पोकळी भूजलाचा साठा होण्यासाठी अत्यंत महत्त्वाची असल्यामुळे तिचे मोजमाप करण्याचे प्रयत्न अनेकांनी केले आहेत. गाळाच्या प्रस्तरांतील जलसंचयासाठी उपयुक्त असलेली पोकळी ही प्रामुख्याने १) प्रस्तरातील कणांचा आकार व व्यास, २) त्यांची रचना, ३) ते एकमेकांवर किती प्रमाणात दाबले गेले आहेत, आणि ४) दोन मोठ्या कणांमधील पोकळी बारीक कणांनी किती प्रमाणात भरली गेली आहे, या गोष्टींवर अवलंबून आहे. ज्या प्रस्तरांचे कण जास्त प्रमाणात एकसारख्या आकाराचे असतात त्या प्रस्तरात पोकळी जास्त असण्याचा संभव असतो. म्हणून कणांच्या आकाराच्या एकसारखेपणाचे किंवा भिन्नतेचे प्रमाण हे फार महत्त्वाचे आहे. तसेच कणांचा आकार गोलाकृती असेल असे नाही. काही कण शंक्वाकृती असतील किंवा चपटे असतील. अभ्रकाप्रमाणे

चपट्या किंवा पोह्यासारख्या आकाराचे कण एकमेकांवर चापून आडवे बसले असतील त्यांच्यामध्ये पोकळी कमी राहील. तुटलेले, फुटलेले कण वेडेवाकडे विखुरले गेले तर त्यात पोकळी जास्त राहील. पोकळी असलेले असे प्रस्तर त्यांवरील प्रस्तरांच्या दाबाने चेपले जातात. त्यामुळे फार खोल असलेल्या प्रस्तरातील पोकळी कमी झालेली असण्याचा संभव असतो. पण खोल प्रस्तर पोकळी कायम राखून स्वतःवरील भार सहन करण्याइतके बळकट कणांचे बनले असतील तर ते भूजलासाठी चांगले ठरतात. अशा तऱ्हेने भूजलाच्या दृष्टीने प्रस्तरामधील पोकळीला फार महत्त्व असते.

प्रयोगशाळेमध्ये प्रस्तरांचे तुकडे आणून त्यातील पोकळी किती आहे, म्हणजेच जलसंचयास किती जागा उपलब्ध आहे याचे अंदाज बांधता येतात. प्रस्तराची सच्छिद्रता म्हणजे प्रस्तरांतील पोकळीच्या घनफळाचे त्या प्रस्तराच्या एकूण घनफळाशी असलेले प्रमाण होय. म्हणजेच :

$$P = \frac{v_0}{v} = \frac{v - u}{v}$$

P = Porosity प्रस्तराची अपूर्णांकातील सच्छिद्रता. त्याला १०० ने गुणल्यास शेकडा (%) सच्छिद्रता मिळते.

v = प्रस्तराच्या तुकड्याचे एकूण घनफळ

v_0 = प्रस्तराच्या तुकड्यांतील पोकळीचे घनफळ

u = प्रस्तराच्या तुकड्यांतील कणांचे घनफळ

या ठिकाणी v_0 हे प्रस्तरातील पोकळीचे घनफळ असून या पोकळीपर्यंत जायला पाण्याला वाट आहे असे गृहीत धरले आहे. समजा एखाद्या खडकात एखादी बंदिस्त पोकळी असली की जिच्यापर्यंत पाणी पोहोचू शकणार नाही तर भूजलाच्या साठ्याच्या दृष्टीने अशा पोकळीचा उपयोग नाही. अशा पोकळीने फक्त दगड हलका भासेल व त्याची घनता (Density) कमी भरेल. पाणी साठण्याच्या दृष्टीने निरुपयोगी अशा या पोकळीस सुप्त (Latent Porosity) सच्छिद्रता म्हणतात. निरनिराळ्या प्रस्तरांच्या सच्छिद्रतेचे प्रमाण खाली दिले आहे. सहसा ५३% पेक्षा अधिक सच्छिद्रता असलेले प्रस्तर आढळत नाहीत. १५% च्या वर पोकळी असली म्हणजे जास्त सच्छिद्रता, ५ ते १५% पर्यंत मध्यम सच्छिद्रता आणि ५% हून कमी पोकळी असली म्हणजे कमी सच्छिद्रता असे समजले जाते.

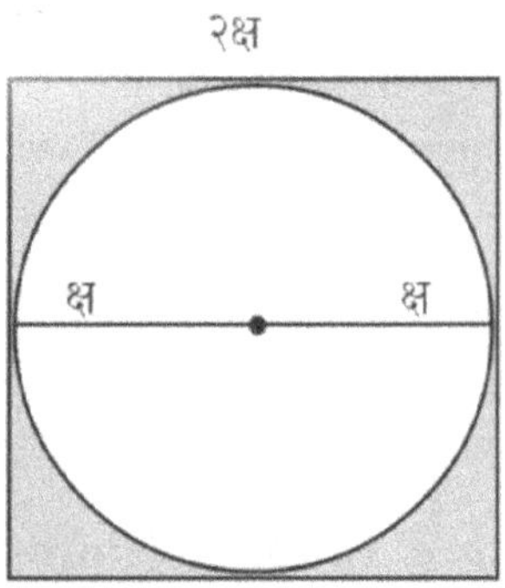

आकृती ३.४.१

उदाहरणार्थ, २क्ष सेंटिमीटर एवढी बाजू असलेल्या एका घनाकार ठोकळ्यासारख्या प्रस्तराच्या तुकड्याचे घनफळ ८क्ष³ घन सेंटिमीटर एवढे येते. या घनाकार तुकड्याच्या सहाही बाजूंना आतून स्पर्श करणारी चेंडूसारखी पोकळी असल्यास तिची त्रिज्या क्ष एवढी असते व तिचे घनफळ $\frac{४ \pi क्ष^३}{३}$ घन सेंटिमीटर इतके असते.

त्यामुळे सच्छिद्रता ही $\frac{४ \pi क्ष^३}{३}$ भागिले (८क्ष³) = π / ६ = सुमारे ०.५३ इतकी म्हणजेच ५३% इतकी येते. (आकृती ३.४.१)

निरनिराळ्या प्रस्तरांतील सच्छिद्रता शेकडा % खालील प्रमाणे आहे.

चिकण माती	४५ ते ५०%
गाळवट (वाळूयुक्त)	४५ ते ५०%
बारीक रेती	३० ते ३५%
मध्यम वाळू	३५ ते ४०%
गोटे व वाळू	२० ते ३५%
वाळूचा दगड (सँड स्टोन)	१० ते २०%
मातीचा दगड (शेल)	१ ते १०%
चुन्याचा दगड	१ ते १०%

महाराष्ट्राच्या प्रस्तरात लेखकाने १९४० साली प्रयोगशाळेत तपासून पाहिलेले सरासरी सच्छिद्रतेचे प्रमाण पुढीलप्रमाणे आहे.

नद्यांच्या काठची गाळवट	३५%
चुनखड	१४%
वाळुसरा	१०-३०%
रत्नागिरीकडील जांभा दगड (Laterite)	३० ते ३५%
मऊ मुरूम	२ ते १४%
कठीण मुरूम	१ ते ८%
बेडक्या, मांजऱ्या (अल्प विदारित)	३ ते ५%
गेरू	३५%
काळा कठीण खडक	०.१४ ते १%

काळ्या खडकाचा छोटा तुकडा हातात घेऊन पाहिला तर तो पूर्णपणे छिद्ररहित दिसतो. परंतु लेखकाने प्रयोगशाळेत ज्या तुकड्यांवर प्रयोग केले ते तुकडे सुरुंगाने फोडलेल्या विहिरीतून आणलेले असल्याने त्यात केसाएवढ्या फटी होत्या. एखाद्या विस्तीर्ण क्षेत्रातील काळ्या खडकाचा विचार केला तर त्यात उभ्या आडव्या फटी, सांधे व जोड यांमुळे सच्छिद्रता आलेली असते.

३.५ पार्यता (Permeability)

निरनिराळ्या प्रस्तरांचे गुणधर्म आणि पाण्याचा साठा होण्यासाठी त्यांच्यामध्ये असलेल्या सच्छिद्रतेचे म्हणजेच पोकळीचे विवेचन वर दिले आहे. सच्छिद्र प्रस्तरातून विहिरींना किंवा ट्यूबवेलना म्हणजे नलिकाकूपांना पाणी मिळणे ही गोष्ट आणखी थोडी वेगळी आहे. प्रस्तरामध्ये पाणी साठण्याच्या क्रियेइतकेच महत्त्व ते प्रस्तरातून पटकन वाहण्याच्या किंवा पटकन बाहेर पडण्याच्या क्रियेला आहे. यासाठी विहिरींना पाणी देणारे जे प्रस्तर असतात त्यामध्ये पाण्याच्या साठ्यासाठी पुरेशी पोकळी तर आवश्यक आहेच, परंतु त्यातून पाणी बाहेर पडण्याची क्रियाही भरभर झाली पाहिजे.

चिकणमाती व वाळूयुक्त गाळवट या दोघांचीही सच्छिद्रता सारखी म्हणजे सरासरीने ४५% च्या आसपास असते. म्हणजे पाण्याचा साठा दोघांतही सारख्या प्रमाणात होऊ शकतो. पण पाणी वाहण्याची किंवा बाहेर पडण्याची क्रिया मात्र चिकणमातीतून अत्यंत मंदगतीने होते तर गाळवटीमधून चटकन होते. ज्या प्रस्तरातून पाणी चटकन वाहू शकते त्या प्रस्तराची पार्यता (Permeability) जास्त मानतात. जाड

वाळूची पार्यता ही चिकण मातीच्या पार्यतेपेक्षा कितीतरी पटीने जास्त आहे. सर्वसाधारणपणे प्रस्तराच्या कणाकणांमधील पोकळीचा आकार जेवढा मोठा तेवढी पार्यता जास्त असते.

पार्यता म्हणजेच पाण्याला प्रस्तरातून आरपार चटकन वाहू देण्याची क्षमता. हा सच्छिद्रते इतकाच महत्त्वाचा गुणधर्म आहे. सच्छिद्रता जास्त असली तर पार्यताही जास्त असेल असे मात्र नाही. वर दिलेल्या चिकणमाती आणि वाळूयुक्त गाळवट यांच्या उदाहरणावरून हे समजून येईल.

३.६ जमिनीतील पाण्याची विविध स्थितींमधील विभागणी

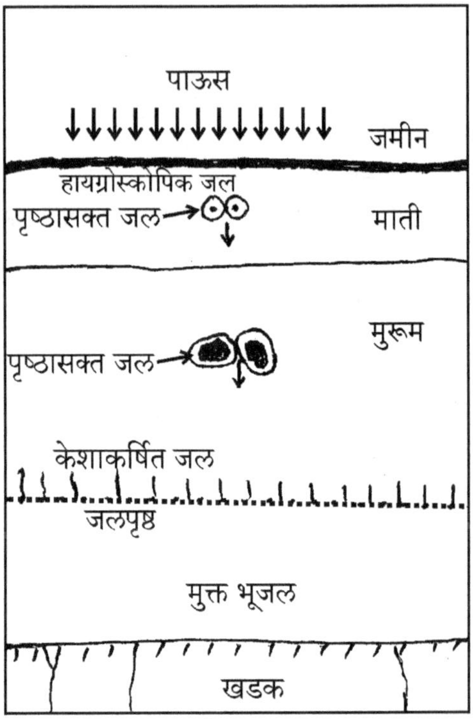

आकृती क्र. ३.६.१

पावसाचे पाणी भूपृष्ठावर पडले म्हणजे ते मातीत मुरू लागते. उन्हाळ्यात तापून निघालेली माती पाण्यासाठी हपापलेली असते. पाऊस पडल्याबरोबर माती हे पाणी इतक्या जोराने खेचून घेते की शुष्क मातीचा कण व पाण्याचा थेंब यातील आकर्षणाचा जोर हवेच्या दाबाच्या २५०००पटीने मोठा असतो. नेहमीच्या मातीमध्ये हा जोर हवेच्या दाबाच्या १००० पटीने असतो. या पाण्यास 'हायग्रोस्कोपिक' पाणी असे म्हणतात. उन्हाळ्यातील कडक तापमानामुळे या पाण्याची पुन्हा वाफ होऊ शकते व जमीन पूर्ण कोरडी होते. मातीच्या पृष्ठभागाच्या सर्व थरास आवश्यक असणारे हे पाणी पावसाच्या पहिल्या सरी पुरवतात.

जमिनीच्या पृष्ठभागावरील मातीमधून पाणी खाली गेल्यावर त्याचा गुरुत्वाकर्षणाच्या म्हणजे खालच्या दिशेने प्रवास चालूच राहतो. ते खाली जाऊ लागले म्हणजे त्याची वाट ही प्रस्तरांच्या लहानमोठ्या कणांतील पोकळ्यामधून व केशनलिकांतूनच असते. ही खाली निचरण्याची क्रिया होताना प्रस्तराचे जे कण असतात ते कण पाण्याच्या रेणूंना स्वत:भोवती खेचून घेतात. त्यामुळे प्रस्तराचा प्रत्येक कण पाण्याने वेष्टिला जाऊन ओला होतो. अशा तऱ्हेने कण ओले झाल्याशिवाय दोन कणांमधील पोकळीतून पाणी पुढे जाऊ शकत नाही. पाणी वरून खाली अशा तऱ्हेने निचरत चालले म्हणजे प्रस्तराच्या ओलाव्याच्या वरच्या भागातून ते खालच्या भागात पोहोचल्यावर वरच्या भागातील कणाभोवतीचे पाण्याचे वेष्टण तसेच शिल्लक राहते. हे कणांच्या पृष्ठावर आवरण करणारे पाणी म्हणजे ''पृष्ठासक्तजल'' म्हणजेच ''पेलिक्युलर पाणी'' होय. एखाद्या ठराविक घनफळाच्या प्रस्तरामधील सर्व पोकळ्या पाण्याने पूर्ण भरल्या व त्यानंतर त्या पाण्याचा निचरा होऊन दिला असता जे पाणी निचरा होऊन बाहेर पडेल त्याचे त्या प्रस्तराच्या घनफळाशी असणाऱ्या प्रमाणास 'स्पेसिफिक यील्ड' म्हणतात. पृष्ठासक्त पाणी म्हणून प्रस्तरात जे पाणी शिल्लक उरेल त्याचे प्रस्तराच्या घनफळाशी असणाऱ्या प्रमाणास 'फील्ड कपॅसिटी' किंवा 'स्पेसिफिक रिटेन्शन' असे म्हणतात. यामुळे प्रस्तराचे सच्छिद्रता ही 'स्पेसिफिक यील्ड' व 'फील्ड कपॅसिटी' यांच्या बेरजेइतकी

असते. आकृती ३.६.१ मध्ये माती व मुरुमांतील कणांचे पृष्ठासक्त जल मोठे करून दाखवले आहे.

हे पेलिक्युअर पाणी वनस्पतींची मुळे खेचून घेऊ शकतात व ह्यावर वनस्पतींची वाढ होते. हे पाणी संपुष्टात येऊ लागले, पाऊस पडला नाही, तर वनस्पती व पिके करपू लागतात. या वेळी जमिनीत ओलाव्याचे जे प्रमाण असते त्यास ''विल्टिंग पॉइंट'' म्हणतात. विल्टिंग पॉइंटचे पाणी हवेच्या १५ पट दाबाने कणांना चिकटून राहते. पृष्ठासक्त जलापैकी फील्ड कपॅसिटी ते विल्टिंग पॉइंट यामधील ओलावा झाडांना वाढीसाठी उपयोगी पडतो.

पाणी वरून खाली मुरू लागले म्हणजे त्याचा व्यय पुढील क्रमाने होतो : (१) हायग्रोस्कोपिक जल (२) माती-मुरुमातील पृष्ठासक्त जल (३) त्यानंतर जलपृष्ठावरील केषाकर्षित जल (कॅपिलरी वॉटर) (४) सर्वात शेवटी जलपृष्ठाखालील मुक्त भूजलाचा साठा अशा चार टप्प्यांनी पाण्याचा प्रवास होतो. (आकृती ३.६.१)

पावसाच्या मुरलेल्या पाण्यापैकी किती पाणी अशा टप्प्यांमध्ये खर्च होते हे स्थानिक परिस्थितीवर अवलंबून असते. एका उदाहरणावरून याची थोडीशी कल्पना येण्यासारखी आहे.

अहमदनगर जिल्ह्यात मिरजगाव जवळ प्रस्तुत लेखकाने एक विहीर पाहिली. तिच्या मालकाच्या अनुभवाप्रमाणे पावसाळ्यात सुमारे १७५ मि.मी. (सात इंच) पाऊस झाल्याशिवाय विहिरीच्या पाण्याची पातळी वाढत नसे. या प्रथम पडणाऱ्या सात इंच पावसापैकी काही भाग जमिनीवरून वाहून जात असेल. काही भाग झाडाझुडपांच्या मुळांनी शोषून घेतला जात असेल आणि उरलेला भाग ओल्या जमिनीमधून होणाऱ्या बाष्पीभवनामुळे परत हवेत गेला असेल. या ठिकाणी मुरुमाची जाडी सुमारे ७ मीटर किंवा २३ फूट होती आणि त्याच्या खाली जलरोधक कठीण काळा पाषाण होता. १७५ मि.मी. म्हणजे ७ इंचाच्या वर पाऊस झाल्यावर या ठिकाणी भूजलाचा साठा भरला जाऊ लागे. स्थानिक परिस्थितीप्रमाणे प्रस्तरांच्या कणांचा आकार, पाऊस पडण्याची पद्धत, पाणलोट क्षेत्राचे गुणधर्म व पाणी मुरण्याची क्रिया यांवर वरील कारणासाठी खर्ची पडणाऱ्या पाण्याचे प्रमाण अवलंबून राहील. पावसाच्या सरी हळूहळू व रात्री पडल्या तर पाणी जमिनीत मुरण्याची क्रिया जास्त चांगली होते.

एखाद्या पाणलोट क्षेत्रावर पडणाऱ्या पावसाचा मोठा हिस्सा जमिनीवरून वाहत येऊन ओढ्याला मिळतो. ओढ्यामधून वाहाणारे पाणी खाली मुरते व ओढ्याकाठच्या विहिरींना कमी पावसाच्या वर्षी सुद्धा बारमाही पाणी मिळते. अर्थात् यासाठी ओढ्याच्या पात्रात व काठावर वाळू माती, मुरूम, चुनखड, असे भरपूर जाडीचे सच्छिद्र प्रस्तर हवेत. ओढ्याच्या पात्रात खणखणीत पाषाण असेल तर मात्र पाणी न मुरता पुढे वाहून जाते.

३.७ घेता प्रवाह-देता प्रवाह

जमिनीच्या पृष्ठभागाखाली चांगल्या जाडीचा सच्छिद्र प्रस्तर आणि त्याच्या खाली काही खोलीवर जलरोधक प्रस्तर अशी जेथे भूमीची रचना असेल त्या ठिकाणी जलरोधक प्रस्तराच्या पाठीवर मुरलेले पाणी साचून त्याचा साठा होतो. त्या संचित पाण्यास मुक्त भूजल किंवा फ्रिॲटिक (Phreatic) पाणी म्हणतात हे मागे विभाग ३.१मध्ये आले आहे. या मुक्त जलाशयातील पाणी प्रस्तरांतून जलपृष्ठाच्या उताराच्या दिशेने वाहण्यास मोकळे असते व ते त्या दृष्टीने सुटेपणाने वाहू शकते.

जमिनीच्या चढ-उताराप्रमाणे एखाद्या क्षेत्राच्या वरच्या म्हणजे डोंगराजवळच्या बाजूस जो पाऊस पडतो, त्यातील काही पाणी उताराच्या दिशेने जमिनीवरून वाहात येते व त्यापैकी काही या क्षेत्रात मुरते.

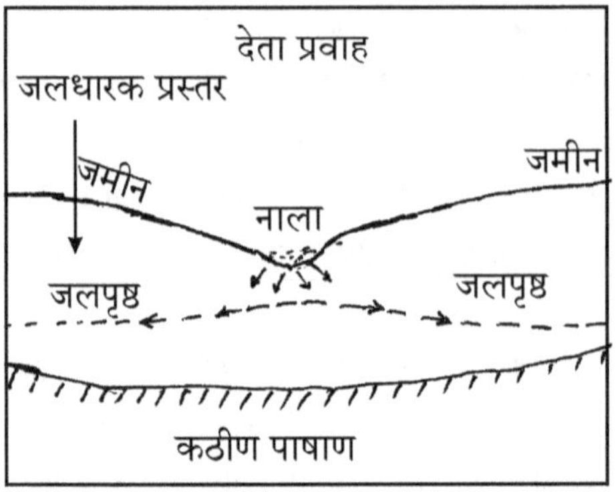

आकृती ३.७.१

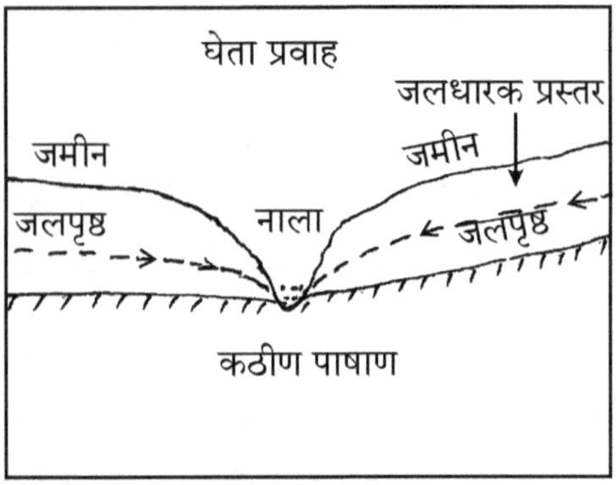

आकृती ३.७.२

तसेच वरच्या बाजूच्या क्षेत्रात जमिनीत मुरलेले पाणीही हळूहळू सखलवटीचे भागाकडे सरकत येते व तेथील भूजलाचे साठ्यात भर घालते.

ज्या छोट्या-मोठ्या, ओढ्या-नाल्यांच्या पात्रात गाळ-माती व वाळू असते त्या नाल्यातून पाणी वाहताना पुष्कळदा त्यापैकी काही पाणी जमिनीत मुरते व भूजलामध्ये भर टाकते. त्यामुळे नाल्यातून वाहणारे पाणी कमी होते. काही वेळा तर नाल्याचा प्रवाह भूजलाकडे पाणी देता देता आटून जाते. अशा नाल्यांच्या प्रवाहांना 'देता प्रवाह' (Influent stream) म्हणतात. (आकृती ३.७.१)

याउलट ज्या नदीनाल्यांच्या पात्रात कठीण खडक असतो अशा नदीनाल्यांच्या काठावरील प्रस्तरांतून पुष्कळदा अनेक झरे नदीत येतात. म्हणजेच त्या भागातील नदीच्या दोन्ही बाजूंकडील भूजलाचा साठा कमी होऊन नदीच्या प्रवाहात भर घालत असतो. अशा नदीच्या प्रवाहांना 'घेता प्रवाह'(Effluent stream) असे म्हणतात. (आकृती ३.७.२) महाराष्ट्रातील अनेक मोठ्या नदीनाल्यांतून हिवाळ्यात व उन्हाळ्यात वाहणारे पाणी हे बहुतांशी भूजलाच्या साठ्यातून आलेले असते. म्हणजे हे नदीनाले घेते प्रवाह

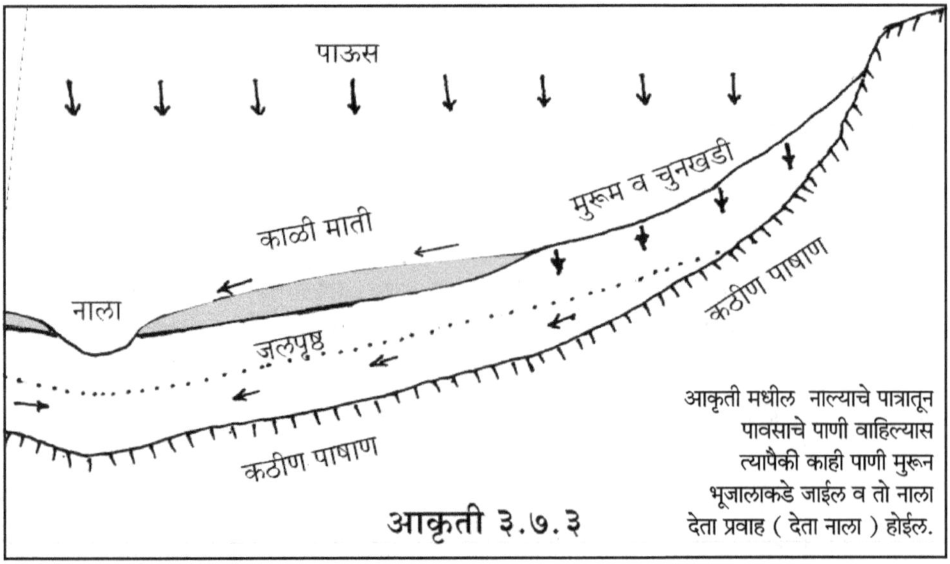

आकृती ३.७.३

असतात. स्थानिक परिस्थितीप्रमाणे एका भागातून 'घेता प्रवाह' म्हणून वाहणारी नदी (किंवा नाला) पुढे दुसऱ्या भागात 'देता प्रवाह' म्हणूनही वाहू शकते.

काही क्षेत्रात नदीनाल्याजवळची दोन्ही तीरांकडील जमीन काळ्या मातीने आच्छादलेली असते आणि वरच्या बाजूकडील, माळाच्या किंवा लहान टेकडीच्या पायथ्याची जमीन मुरमाड व चुनखडीची असते. यामुळे वरच्या भागाच्या जमिनीत पाऊस जास्त प्रमाणात मुरतो. विशेषतः अशा भूभागाचे उतार जर कमी असतील तर मुरण्याची क्रिया जास्त प्रमाणात होते. त्यामुळे कमी पावसाच्या प्रदेशात अनेकदा पाऊस थोडा असला तरी मुरमाड भागात पाणी मुरण्याची क्रिया जास्त होते. सखलवटीच्या भागात काळी माती असल्यास पावसाचे पाणी कमी प्रमाणात मुरते व जास्त प्रमाणात वाहून जाते. त्यामुळे सखलवटीच्या काळ्याभोर जमिनीखालचा भूजलाचा साठा हा बऱ्याच प्रमाणात वरच्या भागात मुरलेले भूजल खाली वाहून आल्यामुळे झालेला असतो. (आकृती ३.७.३)

३.८ तळाच्या कठीण खडकाचे (पाषाणाचे) उतार

भूजलाच्या बाबतीत एक महत्त्वाचा घटक म्हणजे जलधारक प्रस्तराच्या खाली जो कठीण खडक असतो त्याचा पृष्ठभाग हा होय. जर जमिनीच्या पृष्ठभागाच्या उतारापेक्षा खालच्या खडकाचा उतार जास्त असेल

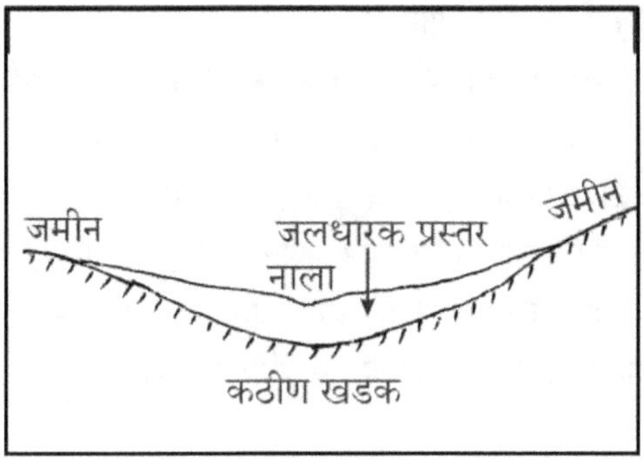

आकृती ३.८.१

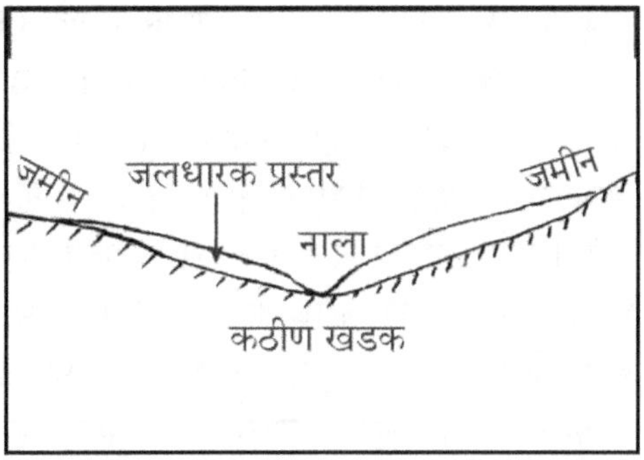

आकृती ३.८.२

तर सखलवटीमध्ये जेथे हे दोन्ही बाजूचे उतार संपतात त्या ठिकाणी खडक जमिनीच्या खूप खाली जातो. (आकृती ३.८.१) अशा ठिकाणी या सखलवटीतून वाहणाऱ्या नाल्याच्या खाली जलधारक प्रस्तराची जाडी वाढलेली असते आणि भूजल मिळण्यासाठी परिस्थिती चांगली असते. याउलट जमिनीच्या पृष्ठभागाचा उतार हा खडकाच्या पृष्ठभागाच्या उतारापेक्षा जास्त असेल तर सखलवटीकडे हा खडक नाल्याचे पात्रात कोठेतरी उघडा पडेल किंवा जमिनीपासून थोड्या खोलीवरच असेल. अशा ठिकाणी जिथे नाल्याचे पात्रात कठीण खडक असेल तिथे भूजल कमी मिळेल. (आकृती ३.८.२)

जमिनीवरील पाणी जसे उताराच्या दिशेने वाहते तसेच भूजलही डोंगरमाथ्याकडून डोंगरपायथ्याकडे, तेथून नाल्याकडे, तेथून नदीकडे व तेथून नदीच्या मुखाकडे मंदगतीने वाहत असते. भूजलाचा साठा हा मंदगतीने का होईना पण प्रवाही असल्याने एखाद्या क्षेत्रातील भूजलाच्या साठ्याला: (अ) त्या क्षेत्रावर पडणाऱ्या पावसाचे मुरलेले पाणी व (ब) जलपृष्ठाच्या उताराप्रमाणे वरच्या बाजूच्या क्षेत्राकडून वाहून येणारे भूजल, या दोन जमेच्या बाजू असतात. तसेच दोन खर्चाच्या बाजूही असतात. त्या म्हणजे (क)

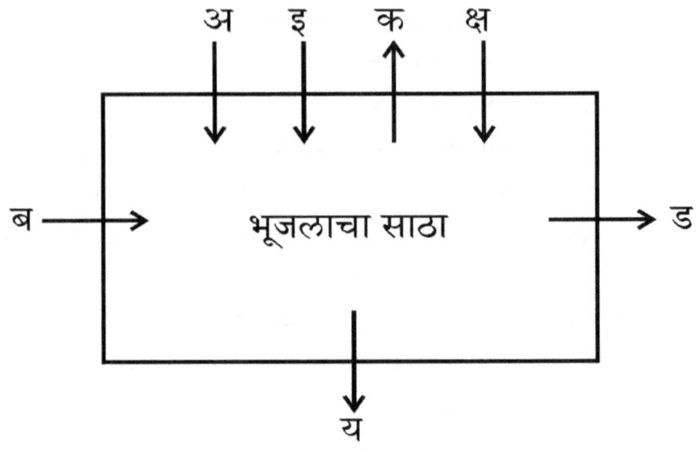

आकृती ३.८.३

त्या क्षेत्रातील विहिरींनी शेतीसाठी उपसलेले पाणी व (ड) जलपृष्ठाच्या उतारामुळे त्या क्षेत्राच्या खालच्या बाजूला असणाऱ्या क्षेत्रात वाहून जाणारे भूजल. (आकृती ३.८.३ पाहा.)

अर्थात त्या क्षेत्रातील विहिरींनी शेतीसाठी उपसलेल्या पाण्यापैकी (म्हणजे 'क' पैकी) सर्वच पाणी पिकांसाठी खर्च होत नाही. पिकांच्या मुळांखाली झिरपून जाणारे पाणी परत भूजलामध्ये जमा होते (इ). उपसलेल्या पाण्यापैकी सुमारे २५% ते ३०% पाणी अशा प्रकारे भूजलाकडे परत येते. ही पाचवी बाजू जमेची असते. तसेच 'देता नाला' या क्षेत्रातून वाहत असेल तर नाल्याकडून भूजलाकडे झिरपणारे पाणी ही जमेची बाजू (क्ष), तसेच 'घेता नाला' वाहत असेल तर भूजलाकडून नाल्याच्या प्रवाहात जाणारे भूजल ही खर्चाची बाजू असते (य). स्थूलमानाने हे सातही घटक भूजलाच्या साठ्यावर परिणाम करीत असतात. आकृती ३.८.३ वरून हे जास्त चांगले समजू शकेल.

३.९ नैसर्गिक झरे

डोंगरउतारावर असो किंवा नदीनाल्यांच्या पात्रांत असो, जेथे पाण्याचा झरा जमिनींतून बाहेर पडतो तेथे त्याचे महत्त्व असते. असे नैसर्गिक रीतीने बाहेर पडणारे पाणी हे लोकांना फार उपयोगी वाटते. परंतु अशा

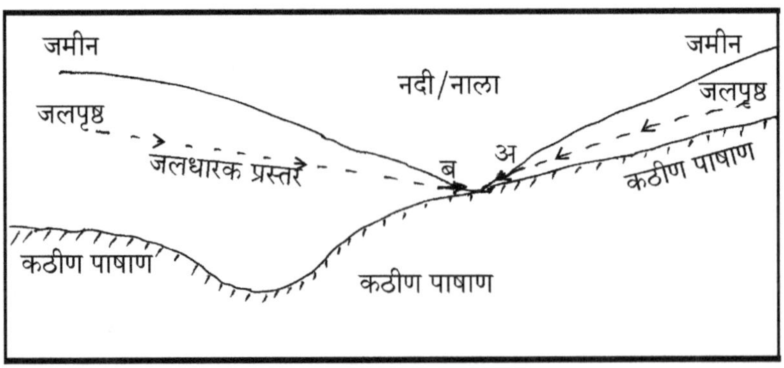

आकृती ३.९.१

झऱ्यांमुळे भूमीमधील जलाशयाचा निचरा होत असतो. म्हणून झरे वाहणे ही भूजल संपत्तीच्या दृष्टीने खर्चाची बाब आहे. भूजल हे जमिनीतील गुप्तधन बाहेर पडून झऱ्यांमार्फत खर्च होत असते. झरा जेथे बाहेर पडतो तेथे जलपृष्ठ जमिनीशी छेदले गेलेले असते. झऱ्याची पातळी व भूजलाचा साठा यातील संबंध आकृती ३.९.१ मध्ये स्पष्ट केला आहे. 'अ' प्रकारच्या झऱ्यांत भूजलाचा सर्व साठा झऱ्याच्या पातळीच्या वरच्या भागात आहे. त्यामुळे झरा आटतो तेव्हा भूजलाचा साठा जवळजवळ संपलेलाच असतो. 'ब' प्रकारच्या झऱ्यात भूजलाचा मुख्य साठा झऱ्यापेक्षा खालच्या पातळीवर असल्याने झरा आटला तरी जलधारक प्रस्तरात बरेच भूजल शिल्लक राहते. (आकृती ३.९.१)

कोकण भागात डोंगरमाथ्यावर जेथे जांभा दगड म्हणजे लॅटराइट संपतो आणि त्या खालचा काळा खडक उघडा पडतो अशा ठिकाणी नैसर्गिक झरे बाहेर पडतात. काही झरे उन्हाळ्यातसुद्धा वाहतात. अलीकडे झाडी तुटल्यामुळे पाणी मुरण्याचे प्रमाण कमी झाले आहे. त्यामुळे पावसाळ्यात पाणी भर्रकन् वाहून जाते व उन्हाळ्यात झरे कोरडे होतात.

महाराष्ट्रातील काळ्या पाषाणाच्या आडव्या थरांना छेद देऊन जमिनीपर्यंत येणारी 'डाईक' या नावाची लाव्हापासूनच तयार झालेली भिंतीसारखी छेदिका काही ठिकाणी आढळते. डाईक ही रुंदीला अर्धा मीटर ते तीन मीटर व लांबीला कांही किलोमीटरपर्यंतसुद्धा असू शकते. काही डाईक्स विदारणानंतर पट्ट्या-

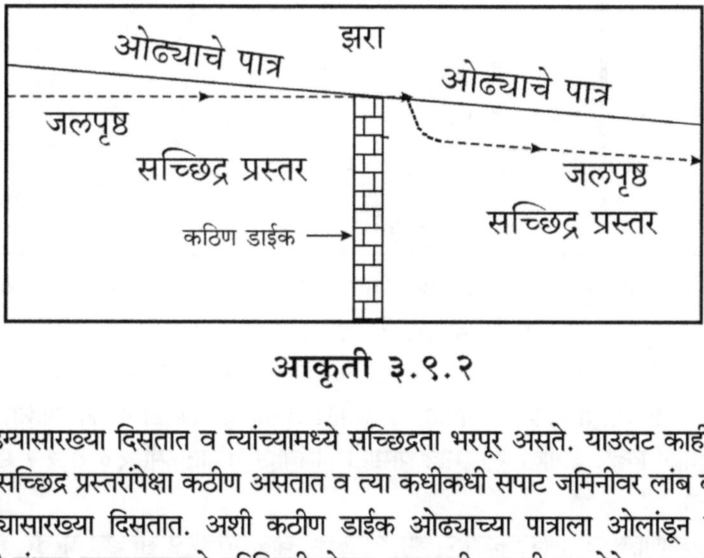

आकृती ३.९.२

पट्ट्यांच्या जुडग्यासारख्या दिसतात व त्यांच्यामध्ये सच्छिद्रता भरपूर असते. याउलट काही डाईक्स या भोवतालच्या सच्छिद्र प्रस्तरांपेक्षा कठीण असतात व त्या कधीकधी सपाट जमिनीवर लांब बांधासारख्या किंवा उंचवट्यासारख्या दिसतात. अशी कठीण डाईक ओढ्याच्या पात्राला ओलांडून गेल्यास तेथे भूमिगत दगडी बंधारा घातल्याप्रमाणे परिस्थिती होऊन भूजलाची पातळी वर येते व उन्हाळ्यात ओढा आटला तरी डाईकपासून नैसर्गिक झऱ्यातून भूजल बाहेर पडते. (आकृती ३.९.२) डाईकच्या खालच्या बाजूस काही अंतरांतच झऱ्याचे पाणी ओढ्याच्या पात्रात जिरूनही जाते.

३.१० दगडाखालचे पाणी

महाराष्ट्रात विहीर खणत असताना प्रथम मुरूम, गाळवट किंवा वाळू अशा जलधारक प्रस्तरातील मुक्त भूजल लागते. त्यानंतर विहीर खालच्या खडकात खोल केली जाते. खडकांतील भेगांमधून काही झरे विहिरीत येतात. पाणी जास्त वाढावे म्हणून विहिरीच्या तळात उभे बोअरिंग करतात. बोअरिंगमध्ये

गेरूसारखा सच्छिद्र प्रस्तर लागला तर पाणी उसळी मारून विहिरीत चढते (आकृती ३.१०.१ मधील विहीर क्र. १). असा हा गेरू सारखा सच्छिद्र जलधारक प्रस्तर फार खोल नसेल तर विहीर खणत असतानाच तो लागतो व विहिरीस चहूकडून चांगले पाणी मिळते. चारी बाजूने विहिरीत येणाऱ्या झऱ्यांच्या तोंडापासून आत आडवी बोअरिंग घेतल्याने विहिरीचे पाणी वाढते.

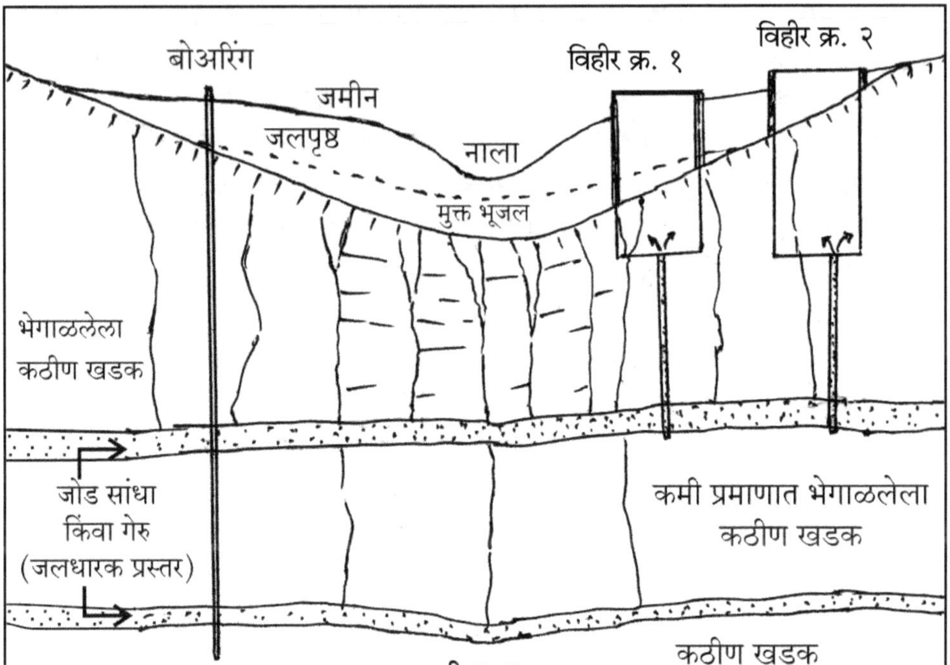

आकृती ३.१०.१

कधीकधी मूक्त भूजल किंवा जलपृष्ठ लागतच नाही. माती व मुरूम यांचे खालच्या भेगाळलेल्या खडकांत विहीर सुमारे ८-१० मीटर खोल नेल्यानंतर सुद्धा पाणी लागत नाही. पुढील खोदकाम खर्चाचे असल्याने विहिरीच्या तळात बोअरिंग केले जाते. बोअरिंग खोल गेल्यावर अनेकदा कठीण खडक एकदम बदलून गेरूसारखा जलधारक प्रस्तर लागतो व पाणी बोअरिंगमधून उसळी मारून विहिरीत येते (आकृती ३.१०.१ मधील विहीर क्रमांक २). मात्र यासाठी ही विहीर कमीतकमी १० ते १२ मीटर तरी खोल असायला हवी.

ज्या ठिकाणी काळ्या खडकावर मुरूम, चुनखड, वाळुसरा असे सच्छिद्र प्रस्तर असतात तेथे या सच्छिद्र प्रस्तरांतील भूजल त्या खालील काळ्या खडकाच्या सांधे-फटीत मुरते. अशा सर्व भेगा, सांधे, फटी, जोड यातून पाणी खोल मुरते आणि काळ्या खडकाच्या दोन थरांमध्ये असणाऱ्या जलधारक प्रस्तरात साचते. अशा प्रकारे खोलपर्यंत जलसंचय निर्माण होतो. भूजल साठण्यास मदत होते. या जलधारक प्रस्तराची जेवढी जाडी व विस्तार जास्त तेवढा अर्ध-बंदिस्त भूजलाचा साठा जास्त असतो. महाराष्ट्रातील खडकाळ भागात अर्ध-बंदिस्त भूजल हे अशा रीतीने मिळते.

हल्ली बोअरिंग करणे स्वस्त असल्याने बऱ्याच वेळा जमिनीवरूनच १०० ते १५० मी. खोलीपर्यंत बोअरिंग केली जातात. त्यांना कठीण दगडाखालच्या दोन किंवा जास्त जलधारक प्रस्तरातून पाणी मिळू शकते. (आकृती ३.१०.१ मधील बोअरिंग)

३.११ आर्टिशियन भूजल

बंदिस्त आर्टिशियन भूजलाचा शोध फ्रान्समध्ये आरत्वा (Artois) भागात लागला. तेथे खोल ट्यूबवेल्सना असे पाणी लागून ते जमिनीच्या वर उसळून येऊ लागले. तेव्हापासून अशा ट्यूबवेलना आर्टिशियन किंवा वाहत्या विहिरी (Flowing wells) हे नाव पडले. त्यानंतर लंडन शहराच्या आसमंतात म्हणजे लंडन बेसिन किंवा लंडन सखलवटीमध्ये अशा ट्यूबवेल होऊ लागल्या. तेथे ग्रायमॉल्ट जातीच्या चिकणमातीच्या जलरोधक प्रस्तराच्या खाली वाळूचे प्रस्तरांतून ट्यूबवेलना वाहते (आर्टिशियन) पाणी मिळू लागले. भारतामध्ये हिमालयाच्या पायथ्याशी तराई भागात रुडकी-पंतनगर जवळ दोनशे ते तीनशे मीटर खोलीच्या ट्यूबवेलमधून आर्टिशियन पाणी मिळते. गुजराथमध्ये व दक्षिण भारतात पूर्व किनाऱ्याजवळही काही ठिकाणी असे पाणी मिळते.

आर्टिशियन पाणी मिळू शकेल अशी भूरचना आकृती ३.११.१ वरून समजून येईल. या आकृतीची सविस्तर माहिती पुढीलप्रमाणे :

उंचवट्याच्या भागाकडून सखलवटीकडे उतरत जाणाऱ्या प्रस्तरांमध्ये तीन सच्छिद्र प्रस्तर व दोन अपार्य प्रस्तर दाखवले आहेत. उंचवट्याच्या भागात जेथे सच्छिद्र प्रस्तर (२) उघडा झालेला आहे तेथे पावसाचे पाणी त्यात भरपूर प्रमाणात मुरून भूजलाचा मोठा साठा निर्माण झाला आहे. मुक्त जलपृष्ठाची पातळी 'क-ड' या रेषेने दाखवली आहे. उंचवट्यापासून जसजसे खाली सखलवटीकडे यावे तसे सच्छिद्र प्रस्तर (२) हा अपार्य प्रस्तर (१) मुळे बंदिस्त झाल्याने त्यातील भूजल बंदिस्त होते. 'ड-फ-ई' ही तुटक रेषा सच्छिद्र प्रस्तर (२) मधील बंदिस्त भूजलाचे दाबपृष्ठ दाखवते. भूजल प्रवाही असल्याने प्रस्तरांच्या कणांबरोबर होणाऱ्या घर्षणामुळे ऊर्जाक्षय होऊन दाबपृष्ठाची पातळी प्रवाहाच्या दिशेने कमी कमी होत

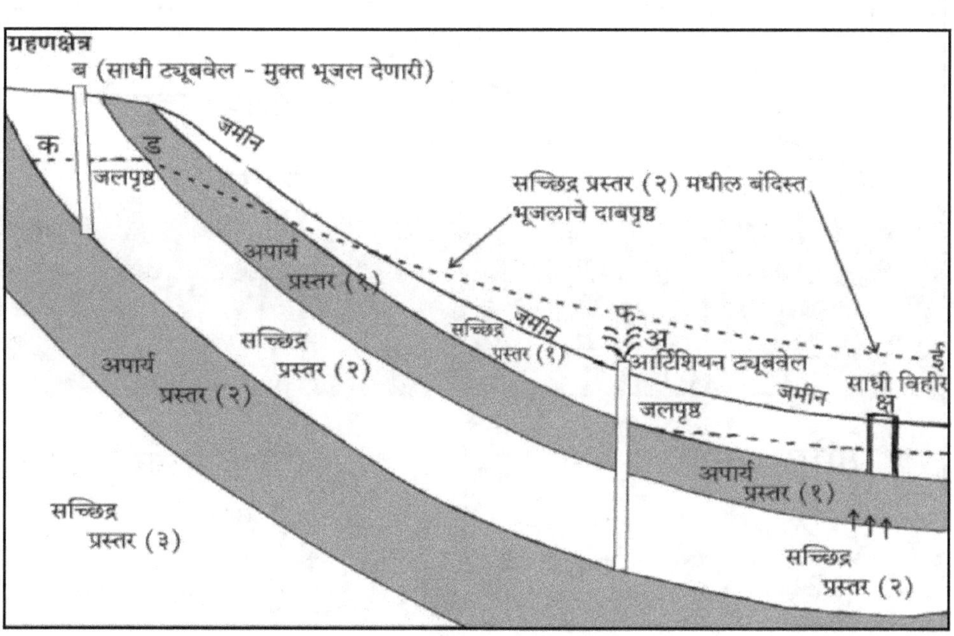

आकृती ३.११.१

जाते. या दाबपृष्ठाची पातळी ‘अ’ या ट्यूबवेलशी असलेल्या जमिनीच्या पातळीपेक्षा पुष्कळच उंच असल्याने ‘अ’ या ट्यूबवेलमधील पाणी जोराने उसळून जमिनीच्या बाहेर येईल व ‘अ’ ही आर्टिशियन ट्यूबवेल होईल. या ट्यूबवेलशी उंच असा पाईप बसविण्याची व्यवस्था केली तर या पाईपमध्ये पाणी दाबपृष्ठावरील ‘फ’ बिंदूपर्यंत चढेल. ऊर्जाक्षयामुळे ही उंची ‘क-ड’ या पातळीपेक्षा कमी असेल. ‘अ’ या सखलवटीच्या ठिकाणी ट्यूबवेलला आर्टिशियन पाणी देणारा सच्छिद्र प्रस्तर (२) हा उंचवट्यावरील ‘ब’ या ठिकाणच्या ट्यूबवेलमध्ये मात्र साधे मुक्त भूजल देतो कारण येथे ‘क-ड’ या जलपृष्ठावर साधा हवेचाच दाब आहे. जमिनीलगतचा पहिला सच्छिद्र प्रस्तर (१) मध्ये पावसाचे पाणी झिरपल्यामुळे निर्माण झालेल्या मुक्त भूजलाचे जलपृष्ठ दाखवले आहे. या मुक्त भूजलास खालच्या अपार्य प्रस्तरांतूनसुद्धा अगदी हळूहळू पाणी वरच्या दिशेने झिरपून पुरवठा होतच असतो. कारण त्याखालच्या सच्छिद्र प्रस्तर (२) मधील भूजलाचा दाब जास्त आहे. त्यामुळे ‘क्ष’ या साध्या विहिरीस चांगले पाणी मिळते.

गोटे-वाळू यांचे प्रस्तर उंच भागात जेथे उघडे पडलेले असतात व त्यात पावसाचे पाणी मुरते ते क्षेत्र हे त्याखालच्या खोऱ्यातील आर्टिशियन पाण्याचे उगम क्षेत्र होय. ह्यास ‘ग्रहणक्षेत्र’ किंवा ‘इंटेक एरिया’ (intake area) म्हणतात. या क्षेत्रात पाणी जेवढे जास्त मुरेल तेवढा बंदिस्त भूजलाचा साठा वाढतो. अर्थात् बंदिस्त जल ज्या दोन अपार्य प्रस्तरांमुळे कोंडले जाते ते प्रस्तर चिकणमातीचे असले तरी संपूर्णपणे अपार्य नसतात.

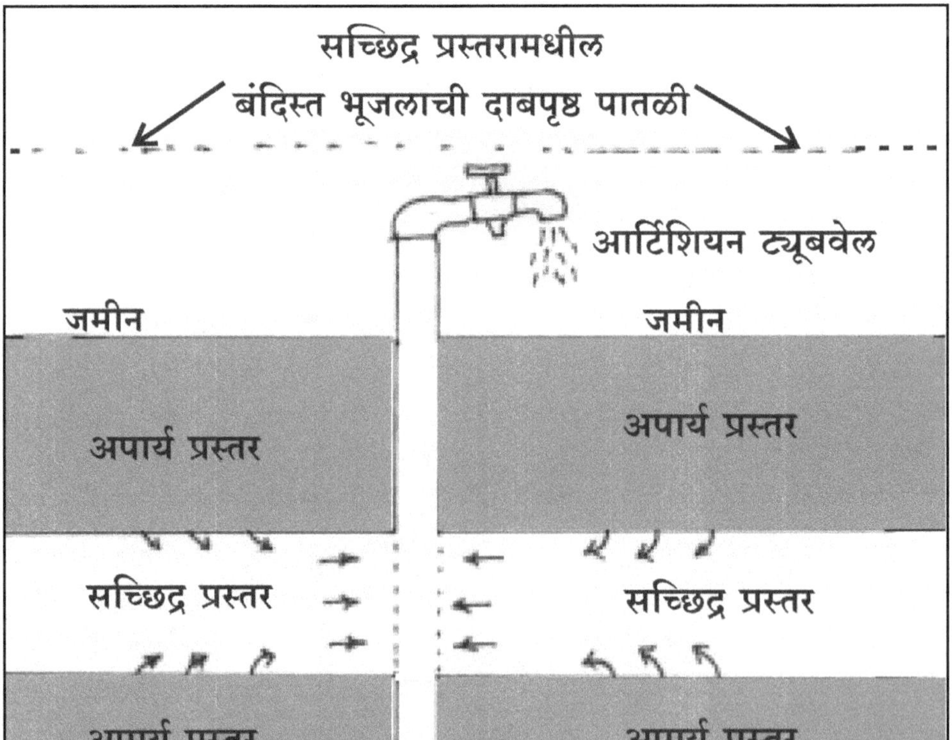

आकृती ३.११.२

आकृती ३.११.२ मध्ये एक जमिनीलगतचा व एक खालचा अशा दोन अपार्य प्रस्तरांनी बंदिस्त केलेला व वाळू आणि गोटे यांनी बनलेला एक सच्छिद्र जलधारक प्रस्तर दाखवला आहे. या सच्छिद्र प्रस्तरामधील बंदिस्त भूजलाच्या दाबपृष्ठची पातळी जमिनीचे वर असल्याने या प्रस्तरातील पाणी मिळवण्यासाठी केलेली ट्यूबवेल ही 'आर्टिशियन' प्रकारची आहे. तिला पंप बसवण्याची जरुरी नाही. ट्यूबवेलवर एक पाईप बसवून व्हॉल्व्ह ठेवला की बाहेर पडणाऱ्या पाण्याचे नियंत्रण करता येते. या सच्छिद्र प्रस्तरातील दाबयुक्त भूजल वरच्या आणि खालच्या अपार्य प्रस्तरात सुद्धा शिरते. व्हॉल्व्ह उघडल्यानंतर जलधारक प्रस्तरातील पाणी जोराने बाहेर येऊ लागले की ट्यूबवेलजवळ प्रस्तरातील पाण्याचा दाब थोडा कमी होतो. त्यामुळे जलधारक प्रस्तरातील पाणी चोहीकडून आडव्या दिशेने ट्यूबवेलकडे येऊ लागते. पाण्याचा दाब कमी झाल्याने जलधारक प्रस्तर तसेच दोन्ही अपार्य प्रस्तर चेपले जाऊन पाणी बाहेर पडते. अपार्य प्रस्तरातील पाणी बाहेर पडण्याची दिशा उभी असते. आकृती ३.११.२ मधील पाण्याच्या प्रवाहांची दिशा बाणांनी दाखवली आहे. अमेरिकेत नुकत्याच झालेल्या संशोधनात असे आढळून आले की, साध्या किंवा आर्टिशियन ट्यूबवेलमधून बाहेर पडणाऱ्या बंदिस्त भूजलामध्ये अपार्य प्रस्तरातून आलेल्या पाण्याचा लक्षणीय वाटा असतो. याचे कारण असे की अपार्य प्रस्तरातून बाहेर पडणाऱ्या पाण्याला बाहेर पडण्यासाठी अपार्य व सच्छिद्र प्रस्तरांच्या सीमेलगतचे विस्तृत क्षेत्र मोकळे मिळते.

सच्छिद्र प्रस्तरातील भूजलाला दाब असल्याने ते कोंडणाऱ्या अपार्य प्रस्तरातून हळूहळू वर वर पाझरत जाते. जाताना त्यात चिकणमातीच्या अपार्य प्रस्तरातील क्षार विरघळण्यास खूप अवसर मिळतो.

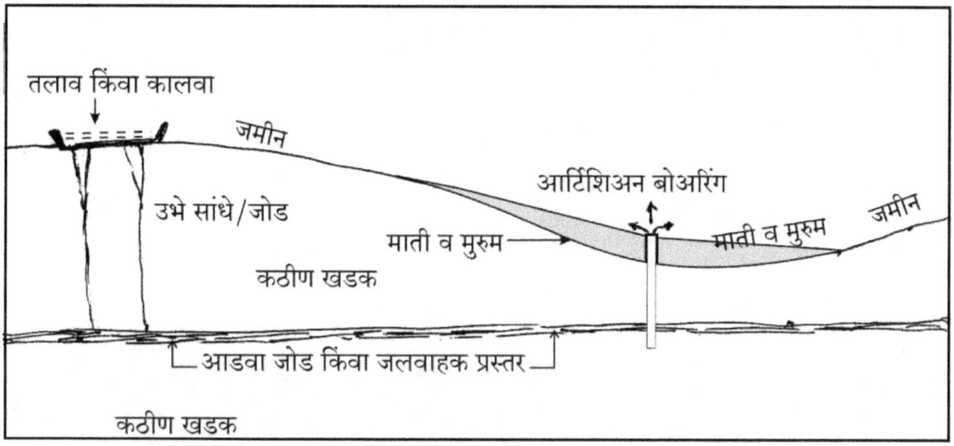

आकृती ३.११.३

काही ठिकाणे हे पाणी पाझरत पाझरत वर येऊन जमिनीच्या पृष्ठभागापर्यंत येते. बाष्पीभवनाने पाणी उडून जाते, क्षार मागे राहतात आणि तेथे खाऱ्या पाण्याची दलदल निर्माण होते. दलदलीच्या कडेला क्षाराचे पांढरे पापुद्रे दिसतात. जर त्या ठिकाणी मुक्त भूजल असेल तर हे पाणी त्यात मिसळते. अशा तऱ्हेने ज्या ठिकाणी खाऱ्या पाण्याची दलदल झाली असेल किंवा मुक्त भूजलाची पातळी फार वर आलेली असेल तर त्याच्या खाली बंदिस्त भूजलाचा साठा असणे शक्य असते. याचे उदाहरण गुजराथमध्ये विरमगावच्या आसमंतात पाहावयास मिळते. त्या ठिकाणी अर्धजलरोधक प्रस्तर जवळजवळ सुरुवातीपासूनच आहेत. खाली बंदिस्त भूजल आहे ते खालून वर चढते. त्यामुळे मुक्त भूजलाच्या जलपृष्ठाची पातळी काही

ठिकाणी जमिनीपासून १-१॥ मीटरच खोलीवर असते, पण हे पाणी खारपट असते. अशा भागात जी खोल बोअरिंग (१५० मीटर्सपेक्षा जास्त) आहेत, त्यातून पाणी जमिनीच्या वर उसळून येते. बोअरिंगची खोली जसजशी जास्त, तसतशी पाण्याची चव सुधारत गेल्याची उदाहरणे सापडतात. इराणमधील क्षारयुक्त दलदलीमध्येही खोल ट्यूबवेलना गोडे भूजल मिळाल्याची उदाहरणे आहेत.

महाराष्ट्रात काळ्या खडकांच्या दोन थरांमधील मुरुमाच्या किंवा गेरूच्या थरांमधून खोलीवर लागलेले पाणी जमिनीवर येऊन आर्टिशियन पद्धतीने जमिनीवर वाहण्याची उदाहरणे अगदी थोडी आहेत. महाराष्ट्रातील आर्टिशियन पाण्याचा हा प्रकार जगातील इतर आर्टिशियन पाण्याच्या प्रकारापेक्षा वेगळा आहे. कठीण खडकातील फक्त काही उभे सांधे किंवा सच्छिद्र डाईक आणि त्याखालचा एक आडवा सांधा-जोड किंवा जलवाहक प्रस्तर यांच्यामुळे अगदी थोड्या ठिकाणी महाराष्ट्रात बोअरिंगला आर्टिशियन पाणी मिळू शकते. (आकृती ३.११.३) खोल विहिरीच्या तळात उभे बोअरिंग केल्यानंतर त्या बोअरिंगमधील पाणी जोराने उसळून विहिरीच्या तळात आल्याची उदाहरणे त्या मानाने जास्त आहेत. मात्र हे पाणी जमिनीपर्यंत वर न चढल्याने त्याला 'सेमी - आर्टिशियन' पाणी म्हणतात.

प्रकरण ४ महाराष्ट्रातील भूजल देणारे प्रस्तर

४.१ डेक्कन ट्रॅप ऊर्फ बेसॉल्ट

महाराष्ट्राचा बहुतांश भूभाग हा सुमारे ६५ दशलक्ष म्हणजे साडेसहा कोटी वर्षांपूर्वी पृथ्वीच्या कवचाला भेगा पडून बाहेर आलेल्या लाव्हा रसापासून झालेल्या काळ्या पाषाणाचा बनला हे मागील प्रकरणात आपण पाहिले आहे. पश्चिम भारतात महाराष्ट्र, गुजरात, कर्नाटक व मध्यप्रदेश या राज्यांत सुमारे पाच लक्ष चौरस किलोमीटर क्षेत्र या काळ्या पाषाणाने व्यापले आहे. यालाच डेक्कन ट्रॅप, काळा खडक किंवा बेसॉल्ट अशीही नावे आहेत. डेक्कन ट्रॅपची एकूण जाडी महाबळेश्वर व कळसूबाई या भागात सुमारे ३,००० मीटर किंवा जवळजवळ १०,००० फूट आहे. म्हणजे महाबळेश्वर, कळसूबाई हे डोंगर समुद्रसपाटीपासून जेवढे उंच आहेत तेवढाच काळा खडक त्यांच्याखाली समुद्रसपाटीपासून सुमारे तितक्याच खोलीपर्यंत आहे. काळ्या खडकाची ही जाडी महाराष्ट्राच्या सीमा भागात कमी कमी होत जाते आणि विशेषत: पूर्वेकडे जावे तसतशी त्याची जाडी झपाट्याने कमी होऊन चंद्रपूरला त्याखालचे 'गोंडवन' या नावाचे फार पुरातन खडक उघडे पडले आहेत. नर्मदेचा उगम होतो तेथे म्हणजे अमरकंटक येथे काळ्या खडकाची जाडी सुमारे ८०० मीटर किंवा २६०० फूट आहे. सिंधमध्ये त्याची जाडी सुमारे ६० मीटरपर्यंत कमी झालेली आहे. दक्षिणेकडे हे काळे खडक एकदम संपतात आणि विजापूरच्या दक्षिणेस बागलकोटपासून पुढे काळ्या खडकाच्या तळाखालची 'कलादगी' या नावाची दुसरी फार जुनी अशी रूपांतरित खडकांची मालिका सुरू होते.

अशा तऱ्हेच्या काळ्या खडकावर आपली ही महाराष्ट्राची भूमी वसली आहे आणि योगायोग असा की, गोंदियापासून गोव्याच्या हद्दीपर्यंत जो आपला महाराष्ट्र आहे आणि ज्यात मराठी भाषा बोलली जाते त्या मराठी बोलीची मर्यादा आणि काळ्या खडकाच्या व्याप्तीची मर्यादा साधारणपणे एकच आहेत. अर्थात, माळव्यामध्ये काळा खडक आहे, सौराष्ट्रातही आहे; पण मुख्य महाराष्ट्रापासून ते प्रांत तुटलेले आहेत. एक विंध्य पर्वताने तोडलेला आणि दुसरा खंबायतच्या आखाताने.

काळ्या खडकाच्या प्रत्येक थराची जाडी सुमारे २० फूट किंवा ६ मीटरपासून ते २५ मीटर किंवा ८० फुटांपर्यंत अशी असते. काही ठिकाणी काळ्या दगडाचे दोन थर वेल्डिंग करावे त्याप्रमाणे एकमेकांशी अगदी एकजीव झालेले असतात तर त्याच थरांमध्ये दुसरीकडे त्यांच्या सांध्याशी आडवी फट असते. काही थरांमध्ये ते लाव्हारसापासून थंड होताना उभे तडे गेलेले दिसतात. काही थर पांढऱ्या-हिरव्या ठिपक्यांच्या काळ्या किंवा तांबूस पाषाणांचे असतात. या प्रकाराला मांजऱ्या किंवा बेडक्या दगड म्हणतात. काही वेळा एकाच थरामध्ये काळा व बेडक्या असे दोन प्रकार दिसतात. अशा सर्व प्रकारच्या खडकांवर वातावरणाचा परिणाम होऊन त्यांचे विदारण (वेदरिंग) होते.

मांजऱ्या किंवा बेडक्या दगडांचे विदारण झाले की त्यांचा राखी, तांबूस किंवा हिरवट रंगाचा मुरूम तयार होतो. काही ठिकाणी काळ्या खडकाच्या दोन थरांमध्ये १ मीटर ते ६ मीटर जाडीची गेरूची तांबडी माती सापडते. ती तालमीसाठी म्हणजे कुस्त्यांच्या आखाड्यासाठी वापरतात. गेरू आणि त्याच्यावरील तसेच त्याच्या खालील काळ्या खडकाचे थर यांच्यामधील सांधे अनेक वेळा सच्छिद्र असतात.

मांजऱ्या, बेडक्या व गेरू यांचे थर मध्य महाराष्ट्रात अधिक प्रमाणात आढळतात. मावळात किंवा कोकणात ते थोड्या प्रमाणात आढळतात. सातपुडा पर्वतात असे थर आहेत परंतु त्यांची संख्या थोडी आहे. माळव्याच्या भूमीत हे थर आहेत पण प्रमाण कमी आहे. सौराष्ट्रामध्ये जामनगर भागात हे थर जास्त प्रमाणात आढळतात.

४.२ काळ्या दगडाची समपातळी

महाराष्ट्राच्या काळ्या खडकाचा एक विशेष गुणधर्म म्हणजे त्याचे थर बहुतांशी समपातळीत आहेत हे होय. आपण कोणतेही डोंगर पाहिले तर त्यांतील खडकांच्या थरांमधील समपातळीतील आडवे सांधे आपल्याला दुरूनसुद्धा लक्षात येतील. अगदी मलकापूर-बुलढाणा या घाटापासून ते बार्शी-तुळजापूर या घाटापर्यंत, तसेच आंबा, कुंभारली, फोंडा, खंबाटकी, कात्रज व खंडाळा अशा सर्व घाटांत आपणास काळ्या दगडाचे आडवे थर, त्यांच्या सांध्यावर आडव्या रेषेत उगवणारी झाडीझुडपे यावरून स्पष्ट ओळखता येतात. अनेक छोट्या-मोठ्या टेकड्यांचे माथेसुद्धा सपाट दिसतात. त्यावरूनच 'डेक्कन ट्रॅप' हे नाव पडले आहे.

जगातील कोणत्याही अग्निजन्य काळ्या खडकापेक्षा महाराष्ट्रातील काळा खडक म्हणजे बेसॉल्ट हा या गुणधर्मामुळे जगात प्रसिद्ध झाला आहे. एक तर त्याची एवढी मोठी अखंड व्याप्ती, त्याची समपातळी आणि तो थंड झाल्यावर त्या भूमीची फारशी हालचाल न झाल्याने या खडकाची कमी पार्यता, या तीन गोष्टी जगात वैशिष्ट्यपूर्ण मानल्या जातात. या दृष्टीने अमेरिकेमधील स्नेक नदीच्या पठारावरील काळा खडक, तसेच हवाई, ब्राझील, इस्रायल व ऑस्ट्रेलियामधील लाव्हारसाचा काळा खडक यापेक्षा महाराष्ट्राचा काळा खडक वेगळा आहे. लाव्हारसापासून झालेला महाराष्ट्राचा काळा पाषाण हा ६५ दशलक्ष वर्षांचा जुना, तर हवाई बेटांत जिवंत ज्वालामुखी असल्याने लाव्हारसापासून झालेल्या काळ्या खडकांचे वय, हा पाच वर्षापूर्वीचा, हा गेल्या वर्षीचा, तर हा यंदाचा ताजा असे सांगतात.

४.३ बेसॉल्टचे (काळ्या खडकाचे) पाषाण शास्त्र

महाराष्ट्राच्या काळ्या खडकात म्हणजेच काळ्या पाषाणात लोह, ॲल्युमिनियम, सिलिका व मॅग्नेशियम या धातूंची संयुगे जास्त प्रमाणात आहेत. फेलस्पार या जातीची सुद्धा संयुगे आहेत. त्यात कॅल्शियमचे प्रमाण जास्त आहे. त्यामुळे महाराष्ट्राच्या जमिनीत लोह, मॅग्नेशियम, चुना हे चांगल्या प्रमाणात असल्याने जमिनी चांगल्या सुपीक असतात. काळ्या दगडाचे विशिष्ट गुरुत्त्व सर्वसाधारणपणे २.९ ते ३ पर्यंत असते. म्हणजे हा दगड पाण्यापेक्षा तिपटीने जास्त जड किंवा वजनदार आहे. याला जरी आपण काळा दगड म्हणतो तरी तो काळ्या शाईसारखा काळा नसून करडा किंवा राखी रंगाचा आहे. अन्य प्रांतातील काही दगड (उदा. स्लेटपाटीचे दगड) पूर्ण काळे असतात. हा दगड एकरूपी व अस्फटिकीय असा आहे. काही तुरळक ठिकाणी मात्र त्यात लॅब्रॅडोराइट या जातीच्या फेलस्पारचे स्फटिक सापडतात. त्यांची लांबी काही ठिकाणी २ ते ३ सेंटिमीटर (सें.मी.) पर्यंत असते. असे नमुने राखून ठेवतात कारण ते कमी

प्रमाणात सापडतात. फेलस्पारच्या विविध जातींचे, आकर्षक स्फटिक तसेच आकर्षक रंगांचे झीओलाईटचे स्फटिक महाराष्ट्रात काही ठिकाणी मिळतात. त्या नमुन्यांना म्युझियमसाठी किंवा वैयक्तिक संग्रहासाठी जगभर मागणी असते. काळ्या दगडात असे काही थर आहेत की ते विदारण झाल्यावर गोलाकृती म्हणजे चेंडूसारख्या आकाराने फुटतात. काही षटकोनी खांबाप्रमाणे फुटतात तर बाकी सर्व शंक्वाकृती म्हणजे काचेसारखे किंवा गुळाच्या कडक ढेपेसारखे फुटतात.

काळ्या दगडाचे रासायनिक घटक खाली दिले आहेत. सर्वसाधारणपणे असे आढळून येते की, लाव्हारसापासून झालेल्या काळ्या पाषाणाच्या निरनिराळ्या थरांच्या रासायनिक घटकांमध्ये फारसा फरक नाही. सिलिकाचे म्हणजे विविध खनिजांत अंतर्भूत झालेल्या सर्व गारेचे एकूण प्रमाण सर्वसाधारणपणे ५०%पर्यंत आहे. गारेच्या म्हणजेच सिलिकाच्या जोडीला कॅल्शियम, मॅग्नेशियम, सोडियम, ॲल्युमिनियम, लोह ह्या मूलद्रव्यांची संयुगे असतात.

काळ्या दगडातील खनिजे		खनिजांची टक्केवारी
सुटी गार किंवा गारगोटी	(Quartz)	४.१४
ऑर्थोक्लेझ फेलस्पार	(Orthoclase)	४.४५
अल्बाईट फेलस्पार	(Albite)	२२.०१
ॲनॉर्थाइट फेलस्पार	(Anorthite)	२३.०७
डायॉप्साइड	(Diopside)	१७.४१
हायपरस्थीन	(Hypersthene)	१७.७८
मॅग्नेटाईट	(Magnetite)	४.६४
इल्मेनाइट	(Ilmenite)	३.६५
ॲपेटाइट	(Apatite)	१.०१
इतर अल्प खनिजे	(Other Minor Minerals)	१.८४

ॲपेटाइट या खनिजामुळे महाराष्ट्राच्या जमिनीत फॉस्फरसचा पुरवठा होतो, तसेच पिकांसाठी बाकीची आवश्यक द्रव्ये इतर खनिजांतून मिळतात. महाराष्ट्राची काळी जमीन त्यामुळे अनेक प्रकारची पिके देऊ शकते.

४.४ विदारित (विघटित) खडक

काळ्या खडकाचा नमुना हातात घेऊन पाहिल्यास हा एकजीव, छिद्ररहित व एकसंघ असा पाषाण आहे हे समजून येते. आज आपणास जे डोंगर आणि खोरी दिसतात ती केवळ दगडाची धूप झाल्यामुळेच बनली आहेत. हा दगड निर्माण झाल्यापासून महाराष्ट्राची भूमी बरीचशी शांत राहिलेली आहे. त्यामध्ये भूकवचाची विवर्तनीय हालचाल (Tectonic movement) फारशी झालेली नाही. त्यामुळे महाराष्ट्राच्या खडकावर विवर्तनीय ताण पडलेला नाही, तो दाबला गेला नाही किंवा आडवा तिडवा ढकलला गेला नाही. ऊन-पावसाने त्याचे विदारण झाले, धूप झाली, मूळच्या उंच-सखलपणात वाढ झाली आणि दरीखोरी निर्माण झाली. फक्त पश्चिमेकडील भागात भूभ्रंशांमुळे (Faults) सह्याद्रीचे कडे तयार होऊन कोकण व घाटमाथा असे भाग पडले.

जेथे जास्त पाऊस पडतो अशा कोकण, मावळ भागात खोल दऱ्या निर्माण झाल्या आणि पूर्वेकडील भागात दऱ्या त्यामानाने उथळ झाल्या.

खडक जातीने कितीही घट्ट असला तरी त्यास भेगा पाडण्याचे काम आणि त्याची खनिजे किंवा संयुगे विदारित करून मुरूम, माती तयार करण्याचे कार्य ऊन, थंडी, पाऊस इत्यादीने होत असते. उन्हामुळे खडक हे काही खोलीपर्यंत प्रसरण पावतात. थंडीत ते आकुंचन पावतात आणि या क्रियेमध्ये खडकास भेगा पडतात. पावसाळ्यात त्यात पाणी जाऊन खनिजे विदारित होतात. म्हणजे त्यांचे रासायनिक संघटन बदलते व गुणधर्मही बदलतात. ज्या भागात थंडी आणि कडक उन्हाळा यामध्ये तापमानात फार अंतर असते अशा भागात खडकांना जास्त खोलीपर्यंत भेगा पडतात. तसेच सर्वसाधारणपणे सखलवटीच्या किंवा खोऱ्याच्या मध्यभागी जास्त खोलीपर्यंत भेगा आढळतात. यास काही खोरी अपवादही असतात. कोकण व मावळात भेगा पडलेल्या खडकाची खोली थोडी आहे. देशावर तापमानातील फरकांमुळे ती जास्त आहे.

४.५ मुरूम

महाराष्ट्रात विहिरींना पाणी देणारा एक प्रमुख प्रस्तर म्हणजे मुरूम होय. याची सच्छिद्रता २% ते १४% अशी असते. खडकांना भेगाळण्याची क्रिया खूप मोठ्या प्रमाणावर झाली म्हणजे तो ठिसूळ बनतो यास आपण कठीण मुरूम म्हणतो. याच्याच बरोबर खडकातील संयुगांचे रासायनिक स्वरूप बदलते. फेलस्पारपासून केओलीन म्हणजे मातीचा एक घटक तयार होतो. इतर संयुगांच्या अपघटनाने लोह व मॅग्नेशियम हे या मातीत मिसळले जातात.

खूप भेगा पडल्या व त्याबरोबरच खनिजांचे रासायनिक बदल झाले म्हणजे कठीण मुरूम तयार होतो. त्याचा रंग काळ्या दगडापेक्षा भिन्न असतो. हीच क्रिया पुढे चालू झाली म्हणजे खडवण तयार होते व नंतर मऊ मुरूम तयार होतो. त्याची पुढे माती बनते. अशा तऱ्हेने मातीच्या खाली काही खोलीपर्यंत काळ्या दगडाचा मुरूम झालेला असतो. त्याखाली थोड्या खोलीपर्यंत भेगाळलेला खडक व त्याखाली कठीण खडक असे थर दिसतात. खोऱ्यांच्या मध्यभागी मुरुमाची जाडी जास्त असते. परंतु काही खोऱ्यांत, नाले-नद्यांच्या पात्रांत मुरुमाची धूप झालेली दिसते.

मुरूम तयार होण्याची वरील क्रिया खडकातील खनिजावरही अवलंबून असते. कोणत्याही स्फटिक असलेल्या दगडात निरनिराळ्या खनिजांचे एकाच तापमानात आकुंचन-प्रसरण हे वेगळे-वेगळे असते. त्यामुळे ग्रॅनाईटसारखे खडक लवकर तुटतात व खूप मुरूम तयार होतो. त्याचप्रमाणे फेलस्पारचे तुकडे असलेल्या खडकांचा मुरूम जास्त जाडीपर्यंत बनतो म्हणजे मुरुमाच्या प्रस्तराची जाडी जास्त असते.

४.६ माण

महाराष्ट्रामध्ये माण म्हणजे चुनखड ही अनेक ठिकाणी विखुरलेली आहे. यास इंग्रजीत Kankar-Lime (कंकर-लाईम) म्हणजे खडवणीचा चुना असे म्हणतात. या प्रस्तराची सरासरी सच्छिद्रता सुमारे १४% असते, असे प्रयोगशाळेतील प्रयोगात आढळून आलेले आहे. निसर्गामध्ये मऊ माण व घट्ट माण अशा दोन प्रकारच्या माण आहेत. साधारणतः माणेचे प्रस्तर या दोन प्रकारांच्या मिश्रणाचे असतात.

माण हा प्रस्तर पाण्यामुळे खडकांच्या होणाऱ्या विदारणांतून निर्माण झालेला आहे. जेथे माण आहे तेथे पाणी मुरण्याची परिस्थिती चांगलीच असते. कारण माण हा प्रस्तर नदी-नाल्यांच्या घळींमध्ये किंवा

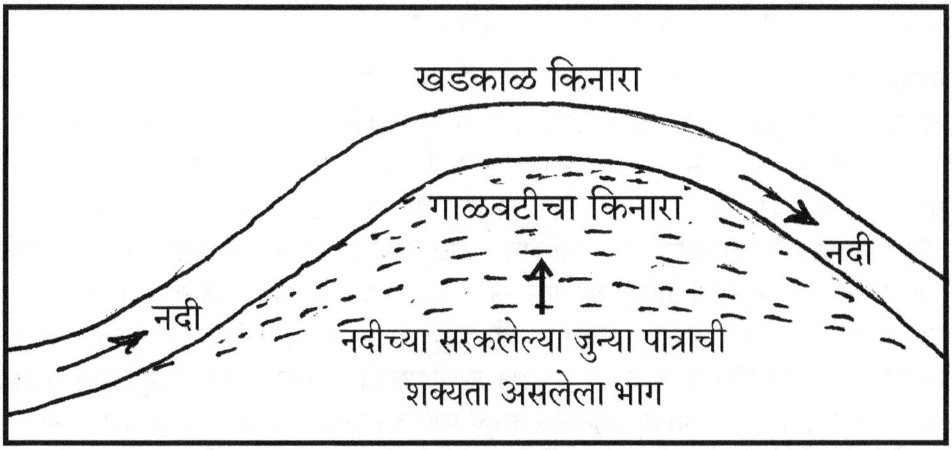

आकृती ४.६.१

डोंगर पायथ्याशी तयार होतो. महाराष्ट्रामध्ये माणेचे थर विहिरींना पाणी मिळण्यास चांगले आहेत. पण बऱ्याच ठिकाणी हे थर धुपून गेलेले असतात आणि तळातील काळा खडक उघडा पडलेला असतो. अशा ठिकाणी 'घेत्या नाल्याच्या' पात्रात नैसर्गिक झऱ्यांमार्फत माणेतील पाणी वाहून जाते. जेथे माणेचा विस्तार व जाडी जास्त असते त्या ठिकाणी विहिरींना खूप पाणी मिळते.

पुष्कळ ठिकाणी नदीच्या किंवा ओढ्यांच्या पात्रांना जेथे वळण असते त्या ठिकाणी वळणाच्या बाहेरच्या बाजूस खडकाळ किनारा व आतील बाजूस गाळवट, माण व वाळू असलेला किनारा अशी स्थिती असते. अशा ठिकाणी नदीचे पात्र हे आतील बाजूकडून बाहेरील (म्हणजे पावसाळ्यात पुराच्या पाण्याचा मारा बसतो त्या) बाजूकडे सरकलेले असते. त्यामुळे आतील बाजूकडे नदीचे जुने पात्र असू शकते. अशा जुन्या पात्रांचा मार्ग शोधून काढणे हे भूजलशास्त्राचे थोडेसे कलात्मक काम आहे. त्या जुन्या पात्रांत बरोबर मध्ये विहीर खणल्यास माण (चुनखडी) व वाळू यामधून चांगले पाणी मिळते. (आकृती ४.६.१)

काही वेळा डोंगर पायथ्याशी माणेचे थर बऱ्याच लांबीपर्यंत पाहावयास मिळतात. त्यामधून काही घळीही पडलेल्या असतात. काही घळी या त्याखालच्या काळ्या खडकापर्यंत खोल असतात व त्यातून माणेतील पाणी झऱ्यावाटे बाहेर पडते. माणेचे काही थर हे गेरू, बेडक्या किंवा मांजऱ्या दगडापासून रूपांतराने तयार होतात. त्या दगडातील फेलस्पारमुळे चुनखड तयार होते व मुरुमातील लोहांश धुपून जातो. काही ठिकाणी डोंगरउतारावरून वेगाने वाहत येणारे पाणी, उताराची तीव्रता पायथ्याशी एकदम कमी झाल्यामुळे, संथ वाहू लागते. पाण्याचा वेग कमी होतो आणि पाण्याबरोबर वाहून आलेली धूप पाण्याबरोबर वाहून पुढे न जाता पायथ्याशी साचते. यास डबर (डेब्री) किंवा भग्नशेष असे म्हणतात. या डबरीचे पुष्कळ ठिकाणी माणेत अर्धवट किंवा पूर्णत: रूपांतर झालेले असते. अशा डोंगरपायथ्याजवळ माणेचे विस्तीर्ण प्रस्तर असल्यास त्यातून चांगल्यापैकी पाणी मिळते.

काही ठिकाणी माणेचा थर हा मुरुमाचे थरावर, वाळूवर किंवा गेरूच्या थरावर पसरलेला असतो. अशा वेळी माण प्रत्यक्षपणे पाणी देतेच असे नाही. पण तिच्यातून पाणी खालच्या सच्छिद्र थरांमध्ये भरपूर प्रमाणात मुरते व खालच्या थरांतून खूप पाणी मिळते.

४.७ वाळुसरा, समुद्रकाठचे वाळुबंध व गाळवटीची जमीन

वाळुसरा म्हणजे नदी-नाल्यांच्या काठी किंवा त्यांच्या पूर्वीच्या पात्रामध्ये जी वाळू व गोटे पसरलेले असतात, त्यापासून निर्माण झालेला प्रस्तर होय. ही वाळू भुसभुशीत नसते. तिचे कण चुन्याने एकमेकांशी थोडेफार सांधले गेलेले असतात. वाळुसऱ्याचे थर खूप विस्तृत असू शकतात. परंतु अशा ठिकाणी ते माणेबरोबर मिश्रितही असतात. खडकांच्या पाण्यामुळे होणाऱ्या विदारणांतून ते निर्माण झाले असल्यामुळे त्यामध्ये पाणी मुरण्याची परिस्थिती चांगली असते. वाळुसऱ्याची जर धूप झाली नसेल तर चांगल्यापैकी पाणी मिळते. वाळुसऱ्याची सच्छिद्रता सरासरीने १०% ते ३०% पर्यंत आहे असे प्रयोगशाळेतील प्रयोगावरून दिसते. महाराष्ट्रातील वाळुसऱ्यांमध्ये वाळूचे मुख्य कण हे काळ्या दगडापासूनच बनलेले असतात. त्या कणांमधील पोकळीत मातीचे लहान कणही भरलेले असतात. त्यामुळे वाळुसऱ्याचे विशिष्ट गुरुत्त्व सुमारे २.७७ पर्यंत असते. लहानमोठे वाळूचे कण जसे चुन्याने सांधले गेलेले असतात. तसेच ते मातीने सुद्धा सांधले गेलेले असतात. त्यामुळे मऊ वाळुसरा, घट्ट वाळुसरा असेही प्रस्तर असू शकतात.

कोकणामध्ये करल या नावाचा एक प्रस्तर समुद्राकाठी असतो. समुद्रातील लहानमोठ्या शंख व शिंपल्यापासून हे थर तयार झालेले असतात. पुष्कळ वेळा शंख-शिंपल्याचे कूट म्हणजे वाळूसारखे तुकडे झालेले असतात आणि त्यातील चुन्यामुळे ते एकमेकांशी सांधले जातात. समुद्रकाठच्या वाळुबंधांच्या (सँड-ड्यूनसच्या) खाली तसेच किनाऱ्यापासून दूर असलेल्या वाळुबंधाच्या खाली काही वेळा करल मिळतो. त्यातून विहिरींना चांगल्या प्रकारे पाणी मिळते. ठाणे जिल्ह्यात वसई तालुक्यांत अशा प्रकारच्या

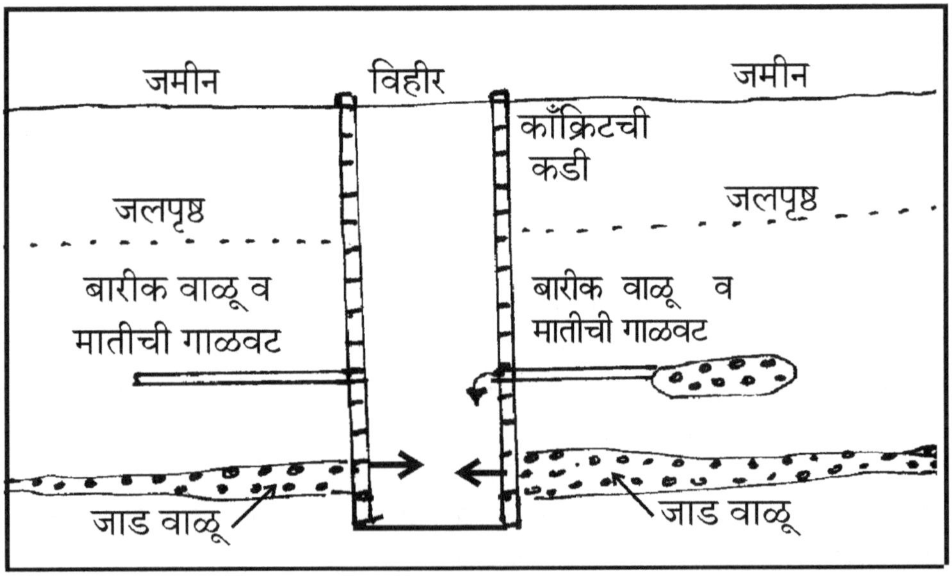

आकृती ४.७.१

बारीक वाळू व मातीच्या प्रस्तरांतून भूजल कमी मिळत असल्याने गाळवटी मधील विहीर काँक्रिटची कडी टाकून खोल केली आहे. तिला तळात जाड वाळूचा थर मिळाल्याने पाणी भरपूर लागले आहे. आडव्या बोअरिंगपैकी उजवीकडील बोअरिंगमध्ये जाड वाळूचा पदर मिळाल्याने त्यातूनही पाणी येत आहे. डावीकडील बोअरिंग मात्र अगदी कमी पाणी देणारे आहे.

पुष्कळ विहिरी आहेत आणि त्यावर केळी व पानमळे पोसले जातात. समुद्रकाठापासून सुमारे एक-दोन किलोमीटर दूर अंतरापर्यंत आढळणारे बारीक वाळूचे उंचवटे (वाळुबंध) हे सुद्धा उथळ विहिरींना चांगले पाणी देतात. पण विहीर जास्त खोल केल्यास खारे पाणी लागते. समुद्रकाठच्या खाऱ्या-गोड्या पाण्याचा विचार पुढील प्रकरण ५ मध्ये स्वतंत्रपणे केला आहे.

महाराष्ट्राच्या काही भागात विशेषतः तापी नदीच्या उत्तरेस, पूर्णा नदीच्या खोऱ्यात व गोदावरी-प्रवरा - मुळा काठच्या काही प्रदेशात काळा खडक फार खोल असल्याने त्यावर असलेल्या वाळू-मातीच्या (गाळवटीच्या) जाड प्रस्तरातूनच पाणी मिळवावे लागते. जलपृष्ठाची खोली १५-२० मीटरपेक्षा कमी असली तर काँक्रिटची गोल कडी टाकून, विहीर खणून पाणी मिळवता येते. विहिरीच्या तळातून आडवी बोअरिंग केल्यास व त्यांना जाड वाळूचे पदर मिळाल्यास विहिरीचे पाणी वाढते (आकृती ४.७.१). अशा ठिकाणी विहिरीचा खर्च करण्याआधी तेथे १५-२० मीटर खोलीचे बोअरिंग करून खाली वाळूचे पदर आहेत का, ते पाहणे योग्य ठरते. मात्र जलपृष्ठ जास्त खोल असेल तर विहिरीचा खर्च वाढतो व बोअरिंग करणे, स्वस्तात पडते. तापी नदीच्या उत्तरेकडचा खानदेशचा भाग हा भूशास्त्रदृष्टीने गुजराथशी जवळचा आहे. तेथे खोल विहिरी व बोअरिंग यांच्यामुळे भूजलाची पातळी खाली गेलेली आहे. सातपुड्याच्या डोंगरांकडून जे ओढे-नाले दक्षिणेकडे वाहत येऊन तापी नदीला मिळतात, त्या सर्व नाल्यांवर सुरुवातीपासून बांध-बंधारे घालून भूजलामध्ये भर घालणे सध्या आवश्यक झाले आहे.

पूर्णा नदी ही तापीची उपनदी आहे. तिच्या पाणलोट क्षेत्रापैकी सुमारे ३०% क्षेत्रात क्षारयुक्त म्हणजे खारे भूजल मिळते. जेथे गाळवटीचे थरांत गोटे - जाड वाळू यांचे प्रमाण जास्त आहे तेथे भूजलाची चव चांगली आहे. पण जेथे माती व अतिशय बारीक वाळू यांचे प्रमाण जास्त आहे, तेथे भूजल खारट आहे. या भागात एके काळी पश्चिमेकडून आलेल्या भूभ्रंशामुळे समुद्राचे खारे पाणी पोहोचले होते व गाळवटीच्या प्रस्तरामधील चिकणमातीच्या कमी पार्यतेमुळे त्याचा अजूनही निचरा झालेला नाही.

वर दिलेले सर्व सच्छिद्र, जलधारक प्रस्तर हे काळ्या खडकाच्या पाठीवर बसलेले आहेत. या सर्वांच्या तळाशी काळा प्रस्तर आहे आणि त्यामुळेच त्याच्या पाठीवरील या सर्व सच्छिद्र प्रस्तरातून जलसंचय होऊ शकतो. या प्रस्तरांच्या खाली, एकदा का घट्ट काळा पाषाण लागला की त्यात थर बदलल्याशिवाय पाणी मिळत नाही. या काळ्या दगडाच्या खाली आडव्या सांध्यात मुरुमाचे व गेरूचे जलधारक थर सापडू शकतात. त्यांचा विचार पुढे करावयाचा आहे. परंतु त्याआधी काळ्या दगडाच्या पाठीवर असलेल्या एका महत्त्वाच्या प्रस्तराचा विचार केला पाहिजे.

४.८ जांभा दगड किंवा लॅटेराइट

भारताच्या द्वीपकल्पात म्हणजे साधारणपणे नर्मदा नदीच्या दक्षिणेच्या हिंदुस्थानच्या भागात लॅटेराइट हा अनेक ठिकाणी आढळतो. महाराष्ट्रामध्ये तो प्रामुख्याने रत्नागिरी व सिंधुदुर्ग जिल्ह्यांत आढळतो व त्यास जांभा दगड असे म्हणतात. महाडचे दक्षिणेस कशेडी म्हणून गोवा रस्त्यावरील पहिला मोठा घाट सुरू होतो तेथपासून चोहोंकडील भूमी बहुतांशी जांभा दगडाने व्यापलेली आहे. घाटमाथ्यावरून त्याच्या मर्यादा सांगावयाच्या झाल्यास साधारणपणे भीमाशंकर, माथेरान, अशा उंच डोंगरावर तो दिसतो; पण मुख्यतः पांचगणी - महाबळेश्वरपासून दक्षिणेस जांभा दगड जास्त प्रमाणात आहे. घाटमाथ्याच्या पूर्वेस फारच थोड्या अंतरापर्यंत तो पसरलेला आहे. पण बेळगावसारख्या शहरात लॅटेराइटची माती खूपच पसरली आहे. कर्नाटकात हुमणाबाद, बीदर अशा काही ठिकाणीसुद्धा तो तुरळक विखुरलेला असा सापडतो.

जांभ्या दगडामध्ये दोन भेद मानले जातात. (१) घाटमाथ्यावरील (डोंगरमाथ्यावरील) आणि (२) तळपातळीवरचा. साधारणपणे कोकणात सखलवटीमध्ये जो जांभा दगड असतो त्यास खालील किंवा तळपातळीवरचा जांभा दगड म्हणतात. हा बहुधा डोंगरमाथ्यावरील जांभ्या दगडाच्या वाहून आलेल्या डबरामुळे बनलेला असतो असे मानतात. जलपृष्ठावरील केशनलिकांच्याद्वारे पाण्यातून वर येणारे क्षार त्यास घट्ट करतात.

जांभ्याच्या उत्पत्तीविषयी अजून खात्रीशीर निवाडा झालेला नाही. सर्वसाधारणपणे असे मानले जाते की महाराष्ट्राच्या काळ्या दगडाचे म्हणजेच बेसॉल्टचे ऊन, पाऊस व दमट हवा यामुळे रासायनिक विघटन होऊन त्यापासून जांभा दगड तयार झाला. बेसॉल्टमधील ॲल्युमिनियम असलेली खनिजे पाण्यामुळे धुपून गेली व प्रामुख्याने लोहभस्म व सिलिका यांची खनिजे घट्ट बनून जांभा दगड तयार झाला. अर्थात त्यात थोड्या प्रमाणात ॲल्युमिनियमची संयुगेही आहेत. काही थोड्या ठिकाणी डोंगरमाथ्यावर लोहाची संयुगे धुपून जाऊन ॲल्युमिनियमच्या संयुगांचे प्रमाण खूपच वाढल्याने बॉक्साईट नावाचे खनिज सापडते. कोल्हापूरच्या पश्चिमेस आणि रायगड जिल्ह्यात काही ठिकाणी जास्त प्रमाणात ॲल्युमिनियम असलेली माती डोंगरमाथ्यावर किंवा डोंगरउतारावर सापडते.

लॅटेराइट हा दगड फारच सच्छिद्र आहे. त्याची छिद्रे नळीच्या स्वरूपात असतात. सुमारे २-३ मिलिमीटर रुंदीच्या किंवा व्यासाच्या नळ्या ५-६ सेंटिमीटर लांबीपर्यंतसुद्धा असतात. त्या पूर्णपणे पोकळ किंवा लाल-पिवळ्या मातीने भरलेल्या अशा असतात. दोन नळ्यांमधील दगडाचा जो कडक भाग असतो तो सुद्धा बारीकशा छिद्रांनी युक्त असा असतो. त्यामुळे जांभ्या दगडात पोकळी खूपच असते.

प्रयोगशाळेतील प्रयोगात जांभ्या दगडाची एकूण पोकळी सुमारे ३०% ते ३५% दिसून येते. म्हणजे १००० घन सेंटिमीटरच्या जांभ्या दगडाच्या तुकड्यात जवळजवळ ३५० घन सेंटिमीटर पोकळी विखुरलेली असते. त्यापैकी सुमारे २०० घन सेंटिमीटर पोकळी बहुतेक अंशी एकमेकांशी ती जुळलेली असते व न जुळलेली कुपिस्थ पोकळी सुमारे १५० घन सेंटिमीटर असते. जांभ्या दगडाचे रासायनिक विघटन सर्व ठिकाणी सारखेच नसते. त्यात स्थलमान परिस्थितीप्रमाणे बदल असतात. जांभ्या दगडातील मुख्य पोकळी नळ्यामुळे असते, हे वर सांगितले आहे. या नळ्या म्हणजे कुंभारीच्या घरासारख्या असतात. यातून पाणी भराभर वाहून जाते. म्हणून त्याची पार्यता म्हणजे पाण्याला आरपार वाहून नेण्याची क्षमता चांगली आहे.

जांभ्या दगडाच्या म्हणजेच लॅटेराइटच्या खाली काळा दगड म्हणजे बेसॉल्ट हा त्याचा तळ म्हणून राहतो. कधीकधी या दोघांमध्ये पिवळट-तांबूस चिकणमातीचा एक थर पसरलेला असतो. लॅटेराइटच्या खाली चिकणमातीचा जाड थर असल्यास लॅटेराइटमधील पाणी चिकणमातीच्या वरच राहते व विहिरीला मिळते. रत्नागिरीच्या भागात समुद्राजवळ काही ठिकाणी लॅटेराइटच्या खाली काळी चिकणमाती, त्यात त्या काळच्या लाकडाचे अवशेष व थोडेसे कडू व खारे पाणी असे सापडते. हा समुद्राचा तळ होता. तो वर उचलला गेला तेव्हा त्यावर तळपातळीतील लॅटेराइट येऊन बसला असे मानतात.

असे काही अपवाद सोडल्यास जांभा दगड व त्याच्या खाली कधीकधी थोडी तांबूस-पिवळट चिकणमाती व नंतर काळा खडक अशी रचना सर्वत्र दिसते. त्यामुळे जांभ्या दगडातील पाणी त्याच्या खालच्या काळ्या खडकाच्या उतरत्या पृष्ठभागावरून वाहून जाऊ लागते. यामुळे जेथे जांभा दगडाच्या खालील काळा खडक उघडा पडतो तेथे दोघांच्या सांध्यामधून नैसर्गिक झरे बाहेर पडतात. डोंगरांच्या उतारावर ठिकठिकाणी असे झरे सर्व कोकणभर आहेत. अशा

झऱ्यातून पाट काढून कोकणात बागा केल्या आहेत तर कोठे गावात पिण्याचे पाणी पाटाने किंवा नळ टाकून आणले आहे.

देशावर डोंगरउताराच्या भागात गेरू किंवा मुरूम व त्यांच्या खालील काळा खडक यांच्या सांध्यातून नैसर्गिक झरे येतात, तर जांभ्या दगडाच्या प्रदेशात ते बहुतेक ठिकाणी जांभ्या दगडाचा तळ व काळा खडक यांच्या सांध्यामधून येत असतात. कोकणातील लोकांचा असा अनुभव आहे की हे झरे अलीकडे जास्त प्रमाणात आटू लागले आहेत किंवा कमी पाणी देऊ लागले आहेत. देशावरील गेरू-मुरुमातले काय किंवा कोकणातील जांभ्या दगडांतील काय, सर्व झऱ्यांचे पाणी उन्हाळ्यात टिकून राहण्यास झाडीची अत्यंत आवश्यकता असते. गेल्या ६०-७० वर्षांत झाडी तुटल्यामुळे पावसाचे पाणी जमिनीत मुरण्याचे प्रमाण कमी होऊन जमिनीवरून ओढ्याकडे वाहून जाण्याचे प्रमाण वाढले आहे. त्यामुळे झरेही लवकर आटतात.

जांभ्या दगडात विहिरींना जे पाणी मिळते ते जांभ्याच्या तळाशी व काळ्या कातळाच्या पाठीवर मिळते. जांभा प्रस्तर जितका जाड तितके पाणी पुरेसे पण जास्त खोल मिळते. वास्तविक जांभ्या दगडांतून विहिरींना मिळणारे भूजल म्हणजे झऱ्यांवाटे बाहेर पडून, वाहून जाऊन सुद्धा शिल्लक उरलेले भूजल होय. प्रस्तराचा विस्तार जास्त असल्याने पावसाळ्यानंतर सुमारे आठ महिन्यांच्या काळात त्याच्या गतीप्रमाणे झऱ्यांमधून जेवढे पाणी (भूजल) वाहून गेले त्यापेक्षा जास्त पाणी त्या विस्तीर्ण व जाड जांभ्या प्रस्तरात असल्याने ते विहिरीस मिळते.

जांभ्या दगडातून चांगल्या ठिकाणी विहिरीला सुमारे १०,००० ते २५,००० लीटर पाणी दररोज मिळण्यास हरकत नसते. जांभ्या दगडातील अशा विहिरींमुळे लहान लहान बागांना कोकणात पाणी मिळते. जांभ्या दगडात अगदी डोंगर माथ्यावर सुद्धा चांगले पाणी मिळू शकते. महाबळेश्वर, पाचगणी येथील काही बंगल्यांतून २०-२५ मीटर खोल विहिरींना जांभ्या दगडाच्या तळातून पाणी मिळाले आहे. जांभ्या दगडाच्या खालील काळ्या पाषाणातील सांधे, फटी, गेरू व जोड यांच्यामधील पाणी मिळवण्यासाठी सध्या ७०-८० मीटर खोलीची बोअरिंग करतात. ही बोअरिंग जांभ्यातून आरपार जातात. बऱ्याच वेळा जांभ्या दगडाचे किंवा त्यातील लाल-पिवळसर मातीच्या थराचे तुकडे बोअरिंगमध्ये पडू नयेत यासाठी काळा पाषाण लागेपर्यंतच्या खोलीइतका केसिंग पाईप घालावा लागतो. केसिंग पाईपच्या तळातील २-३ मीटर भागाला छिद्रे पाडली तर जांभ्यातील पाणीसुद्धा बोअरिंगमध्ये पटकन येऊ शकते. नाहीतर ते खालील काळ्या पाषाणातील सांधे, फटी व जोड यांच्यामधून बोअरिंगकडे येते. कारण हे सांधे, फटी व जोड जांभ्यातील भूजलाच्या संपर्कात असतातच. (आकृती ४.१२.२) जांभ्या दगडांतील जलाशयाच्या छेदाकृती पुढे विषय क्रमांक ४.१२ मध्ये दिल्या आहेत.

सारांश, कोकणात व घाटमाथ्यावर जांभा दगड हा पाणी देणारा महत्त्वाचा प्रस्तर आहे. कोकणात काही ठिकाणी जांभ्या दगडापासून तयार झालेल्या मुरमाड लाल मातीचा थर असतो. यामध्येही त्या थराच्या जाडीप्रमाणे पाणी साठते व विहिरींना मिळते. पिवळट-तांबूस चिकणमातीच्या थरांतून मात्र माती ओली असली तरी पाणी मिळत नाही. पाणी हे या चिकणमातीच्या वरती व खालती असलेल्या जांभा दगडातून मिळते.

४.९ काळ्या खडकांच्या दोन थरांमधील मुरूम किंवा गेरू

मागे लिहिल्याप्रमाणे, पश्चिम भारतात साडेसहा कोटी वर्षांपूर्वी लाव्हारसाचे थर जमिनीवर येऊन

एकमेकांवर आडवे पसरले. एका थरानंतर त्याच्यावर दुसरा थर येण्यास कधीकधी दोन-चार हजार वर्षांचा कालखंड लागल्यामुळे आधी आलेल्या थराच्या वरच्या भागाचे विदारण (वेदरिंग, विघटन) होऊन तेथे माती व मुरूम तयार झाला आणि त्यावर नंतर दुसरा थर येऊन पसरला. त्यामुळे लाव्हाच्या या दोन थरांमध्ये एक सच्छिद्र थर निर्माण झाला. काही वेळा एकच जाड थर आला आणि त्यातील वायूचे बुडबुडे व हलकी खनिजे वर येऊन वरच्या भागात सच्छिद्रता निर्माण झाली. महाराष्ट्राच्या काळ्या खडकात असे आडवे सच्छिद्र स्तर विविध खोलीपर्यंत आढळतात व त्यांच्यावरती असणाऱ्या काळ्या खडकातील उभे सांधे, फटी व जोड यामुळे सुमारे १०० ते १२० मीटर खोलीपर्यंत त्यांच्यामध्ये पावसाचे पाणी मुरू शकते. ज्या ठिकाणी या सच्छिद्र प्रस्तरांची जाडी व पार्यता चांगली असेल; शिवाय सच्छिद्र प्रस्तरांमधील काळ्या पाषाणात भरपूर प्रमाणात सांधे, जोड, फटी असतील तेथे विहिरी व बोअरिंगना चांगले पाणी मिळते.

लाल-शेंदरी रंगाच्या या सच्छिद्र प्रस्तरांना 'इंटर ट्रॅपिअन' किंवा गेरू थर म्हणतात. सर्वसाधारणपणे मावळात व कोकणात या प्रकारचे प्रस्तर कमी सापडतात तर महाराष्ट्राच्या मध्य भागात त्यांची संख्या व जाडी खूप आहे. या प्रस्तरातून कुठे कुठे पिण्यासाठी पाणी ते सुद्धा एखाद्या घरापुरते मिळते तर काही ठिकाणी ते भरपूर मिळते. सोलापूर - नगर - सांगली जिल्ह्यांत काही ठिकाणी नुसत्या एकेका बोअरिंगवर १ ते १॥ हेक्टरपर्यंत किंवा त्याहीपेक्षा जास्त क्षेत्रांत ऊस जोपासला गेल्याची उदाहरणे आहेत. नगर जिल्ह्याच्या श्रीरामपूर, राहुरी, कोल्हार वगैरे भागातसुद्धा खोल बोअरिंगना शेतीसाठी असेच मुबलक पाणी मिळाल्याची उदाहरणे आहेत. पण या भागातून उसाच्या शेतीसाठी कालव्यांचे पाणी फिरले आहे. त्यामुळे खोलवर पाणी मुरण्यास त्याचा फायदा होतो. म्हणून सर्वसाधारणपणे असे समजावे की केवळ जमिनीवरून बोअरिंग केल्यास सर्वत्रच किफायतशीर १-१॥ हेक्टर बागायती शेती करता येईल असे नाही. उसाची बागायत नुसत्या बोअरिंगच्या पाण्यावर करता येईल अशी बोअरिंग थोडी आहेत, मात्र खोल विहिरीच्या तळात जर बोअरिंग केले तर त्याचा विहिरीला फायदा होतो. यासाठी विहिरीची खोली कमीत कमी १०-१२ मीटर तरी असावी, म्हणजे बोअरिंगमध्ये मिळालेले पाणी उसळी मारून विहिरीच्या तळावर येऊन त्याचा साठा होतो व पंप जास्त वेळ चालतो. पंप बंद झाल्यावर दुसऱ्या दिवसापर्यंत बोअरिंगमधील पाणी खोल विहिरीत जमा होते. त्यामुळे खोल विहीर व त्यात बोअरिंग ही योजना सर्वसाधारणपणे डोळ्यांसमोर ठेवली जाते. पहिल्या १०-१२ मीटरमधील मुक्त भूजल विहिरीतून मिळते आणि खोल खडकातील पाणी बोअरिंगमधून वर येऊन साचते असा दुहेरी फायदा होऊ शकतो. मात्र प्रत्येक ठिकाणी विहिरींना तळात केलेल्या बोअरिंगमधून पाणी मिळेलच असेही नाही. तरीसुद्धा नुसती विहीर ही पावसाळी व हिवाळी पिकांसाठी फार उपयुक्त ठरू शकते.

काही शेतकरी विहीर खणण्यापूर्वी त्या ठिकाणी १०० मि.मी. (४ इंच) व्यासाचे बोअरिंग १०-१५ मीटर खोल करून विहीर खणताना लागणाऱ्या खडकांचा व पाण्याचा अंदाज घेतात. मात्र सध्या काही भागांत भूजलाची पातळी खोल गेल्याने म्हणजेच जलपृष्ठ खोल गेल्याने विहिरी खणणे खर्चाचे झाले आहे. त्यामुळे एका विहिरीऐवजी चार-पाच ठिकाणी खोल बोअरिंग घेण्याची प्रथा पडत आहे. परंतु यामुळे भूजलाची पातळी दिवसेंदिवस खाली जात असून सर्वच बोअरिंग्जचे पाणी कमी पडत आहे. म्हणून उन्हाळ्यात उपसा केलेल्या पाण्याची भरपाई पावसाळ्यात बोअरिंग्जमध्ये पावसाच्या पाण्याचे पुनर्भरण करून, काही प्रमाणात तरी, करायला पाहिजे.

महाराष्ट्रात सुमारे १९७० पासून बोअरिंगसाठी नवीन यंत्रसामग्री आली. त्याला 'डाऊन द होल हॅमर' किंवा 'डी.टी.एच. हॅमर' म्हणतात. ती यंत्रे प्रामुख्याने हैद्राबाद-बंगलोर भागात तयार होतात. एक मोठा ट्रक, हवेचा दाब निर्माण करण्यासाठी कॉम्प्रेसर, ड्रिलिंग रॉडस्, चार-पाच कामगारांचा ताफा असा या यंत्राचा पसारा असतो. एका दिवसात सुमारे ७० ते ८० मीटर खोल बोअरिंग या यंत्रामुळे करता येते. त्यामुळे बोअरिंगच्या जुन्या सर्व पद्धती मागे पडल्या आहेत. जुन्या पद्धतीच्या यंत्रात पहारीची पद्धत सर्वात जुनी. त्यानंतर दातेरी लोखंडी पाईप व स्टीलच्या बारीक गोळ्या यांचा उपयोग करणारी रोटरी कॅलिक्स यंत्रे आली. या यंत्रातून दगडाचे गोल वरवंटे बाहेर निघत. कॅलिक्स यंत्राने दिवसाकाठी २-३ मीटर खोल एवढेच बोअरिंग होई. या यंत्राची किंमत सुमारे वीस हजार रुपये असे. त्यामानाने डी.टी.एच. हॅमरची किंमत पुष्कळच जास्त म्हणजे सुमारे ५५ लाख रुपये आहे. विहिरींच्या तळात बोअरिंग घ्यायचे झाल्यास ते ४ ते ४॥ इंची म्हणजे १०० ते ११० मिलिमीटरपर्यंत व्यासाचे व तळापासून ५० मीटर किंवा १६५ फुटांपर्यंत घेतले जाते. शेतीसाठी जमिनीवरून सर्वसाधारणपणे ६ इंची किंवा १५० मिलिमीटर व्यासाचे बोअरिंग करतात. सुमारे शंभर मीटर खोलीच्या बोअरिंगमध्ये गेरूचे तीन ते आठ थर मिळू शकतात. काही वेळा लाल, मातकट गेरू न मिळता गारेचा तांबूस, हिरवट खडक मिळतो. बोअरिंगमध्ये जितक्या जास्त वेळा खडकांचे प्रकार बदलतील तेवढे जास्त चांगले.

काही वेळा ड्रिलिंग करताना बोअरिंगला पाणी लागत नाही. परंतु आठवड्याभराने बोअरिंगमध्ये बारीक खडा टाकला तर पाण्याचा आवाज येतो. अशा वेळी बारीक दोऱ्याला खडा बांधून बोअरिंगमधील पाण्याची पातळी मोजावी. नंतर बोअरिंगमध्ये ३-४ बादल्या पाणी ओतून ही नैसर्गिक पातळी वर आणावी. अशी वर आलेली पातळी जर अध्या-पाऊण तासात खाली जाऊन पूर्ववत झाली तर बोअरिंगमधून पिण्यापुरते पाणी मिळू शकते.

अशा तऱ्हेने कठीण खडकाखालील मऊ प्रस्तरातून बोअरिंगना पाणी मिळू शकते. बोअरिंगला काही लोक ट्यूबवेल असे म्हणतात. पण त्यास बोअरिंग (किंवा बोअरवेल) म्हणणे हेच योग्य आहे. ट्यूबवेल ही महाराष्ट्राच्या काळ्या दगडाच्या भागात केली जात नाही. ती गंगा-यमुना खोरे, गुजरात किंवा पूर्व किनाऱ्यावरील कावेरीच्या गाळवटीच्या प्रदेशातच केली जाते. अशा भागात बारीक वाळू, गोटे या प्रस्तरातून पाणी मिळते. बोअरिंग केल्यानंतर पाण्याबरोबर वाळूही आत येते. ती येऊ नये म्हणून चाळणी असलेली उभी नळी बोअरिंगमध्ये वाळूच्या प्रस्तरासमोर बसवावी लागते. अशा विहिरीस ट्यूबवेल म्हणतात. सुमारे २०० मीटर खोलीच्या ट्यूबवेलचा सुरुवातीचा व्यास ४५० मिलिमीटर असला तरी जसे खोल जावे तसे तो कमी करून शेवटी २०० ते १५० मिलिमीटर इतकाच ठेवतात. ट्यूबवेलची संपूर्ण खोली अशा विविध व्यासांच्या नळ्यांनी आधार दिलेली असते. जेथे वाळूचे प्रस्तर असतील तेथे या नळीला छिद्रे असतात. या भागात सच्छिद्र नळीच्या बाहेर छिद्रांपेक्षा मोठ्या आकाराच्या वाळूचे पॅकिंग केलेले असते. याउलट खडकाळ प्रदेशांतील बोअरिंगला कठीण खडक लागेपर्यंतच म्हणजे साधारणतः पहिल्या ४-६ मीटरपर्यंतच लोखंडी किंवा पी.व्ही.सी. पाईप (नळ) आधारासाठी लागतो. त्याच्या खाली कठीण खडकांतील बोअरिंग न ढासळता तसेच राहू शकते.

महाराष्ट्रात काळ्या दगडाच्या पाठीवरचे माती, मुरूम, चुनखड, वाळुसरा यांसारखे प्रस्तर बोअरिंगमध्ये ढासळू नयेत म्हणून जी एक लोखंडी नळी (केसिंग पाईप) जमिनीपासून खडकापर्यंत ठेवतात, ती काही ठिकाणी खडकापर्यंत टेकवत नाहीत. खडकाच्या वर सुमारे १ मीटर मोकळी जागा

सोडून बसवतात. म्हणजे वरच्या प्रस्तरातून गाळून आलेले मुक्त भूजल सुद्धा बोअरिंगमध्ये येऊ शकते. तसेच खालच्या प्रस्तरातील खोल भेगा-फटींमधील पाणीही मिळते. काही ठिकाणी केसिंग पाईपच्या तळाकडील सुमारे २-३ मीटर भागांत बारीक भोके पाडून नंतर तो पाईप बसवतात. बोअरिंगचा उपयोग पिण्याच्या पाण्यासाठी करायचा असेल तर मात्र केसिंग पाईप खडकापर्यंत ठोकून बसवणे चांगले.

४.१० परकोलेशन गॅलरी किंवा इन्फिल्ट्रेशन गॅलरी

सुमारे १० ते १२ मीटर खोलीपर्यंत खणलेल्या विहिरी व सुमारे ५० ते १०० मीटर खोलीपर्यंत केलेली बोअरिंग ही महाराष्ट्रात तसेच भारताच्या इतर खडकाळ प्रदेशात भूजल मिळवण्याची प्रमुख साधने आहेत. पण काही ठिकाणी आठमाही वाहणाऱ्या नदीनाल्यांच्या पात्रांमधील वाळू व तिच्याखालील विदारित खडक यांमधील भूजल मिळवण्यासाठी पात्राच्या काटकोनात लांबट चर खणावे लागतात. त्यात दगड-गोटे किंवा सच्छिद्र पाईप टाकून असे चर नदीकाठी खणलेल्या विहिरीस जोडण्यात येतात. अशा चरांना 'परकोलेशन गॅलरी' किंवा 'इन्फिल्ट्रेशन गॅलरी' म्हणतात व विहिरीला 'जॅक वेल' म्हणतात. (आकृती ४.१०.१) परकोलेशन गॅलरी तयार करणे हा लहान शहरांना किंवा मोठ्या प्रमाणातील शेतीला पाणीपुरवठा करण्याचा उत्तम मार्ग आहे. त्यासाठी नदीच्या पात्रात २ ते ३ मीटर तरी वाळू हवी व त्याखाली भेगाळलेला खडक हवा. नदी किंवा नाला जरी उन्हाळ्यात आटला तरी पात्रातील वाळू व खालील भेगाळलेला खडक यांच्यामधून भूजल वाहात असते. गॅलरीसाठी योग्य जागा निवडायला मात्र नदीच्या पात्राची भूशास्त्रीय पाहणी करणे जरूर असते. नदीला वळण असल्यास वळणाच्या आतल्या बाजूच्या किनाऱ्याशी चांगली जागा मिळू शकते. (आकृती ४.६.१ पाहा)

४.११ प्रस्तरांतील भूजलाच्या छेदाकृती

ओढ्याच्या दोन्ही बाजूच्या टेकड्यांच्या माथ्यापासून ओढ्याच्या पात्रापर्यंत म्हणजे सखलवटीच्या मध्यापर्यंत कठीण पाषाणाच्या पाठीवरून भूजल हळूहळू झिरपत येते. सखलवटीच्या मध्यभागात जर

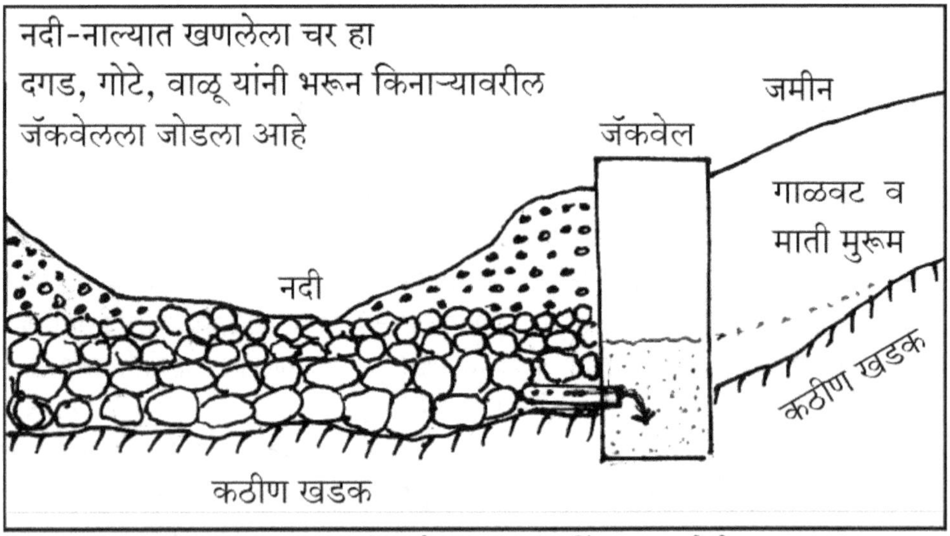

आकृती ४.१०.१ : इन्फिल्ट्रेशन गॅलरी किंवा परकोलेशन गॅलरी

मुरूम, माण, वाळुसरा किंवा जांभ्या दगड असे सच्छिद्र प्रस्तर चांगल्या जाडीचे असतील तर त्या प्रस्तरांत उत्तमपैकी भूजलसंचय निर्माण होतो व मध्यभागाच्या विहिरीला पाणी चांगले मिळते. उंचवट्याकडील विहीर उन्हाळ्यात कोरडी पडते. (आकृती ४.११.१ मधील विहीर 'अ' व 'ब')

सर्वसाधारणपणे ज्या विहिरीत काळा कठीण पाषाण जास्त खोलीवर लागतो तिला इतरांपेक्षा चांगले पाणी मिळते. विहिरीतील झरे हे खडकाच्या पाठीवरील मुरुमांतील मुक्त भूजलापासून येणारे असतात. मुक्त भूजलातून जास्त पाणी मिळवण्यासाठी उन्हाळ्यात जेथे विहिरीमध्ये येणाऱ्या झऱ्यांची तोंडे असतात तेथून आत १०-१५ मीटर आडवी बोअरिंग करतात. मुक्त भूजल मिळाल्यानंतर तळात जरी कठीण

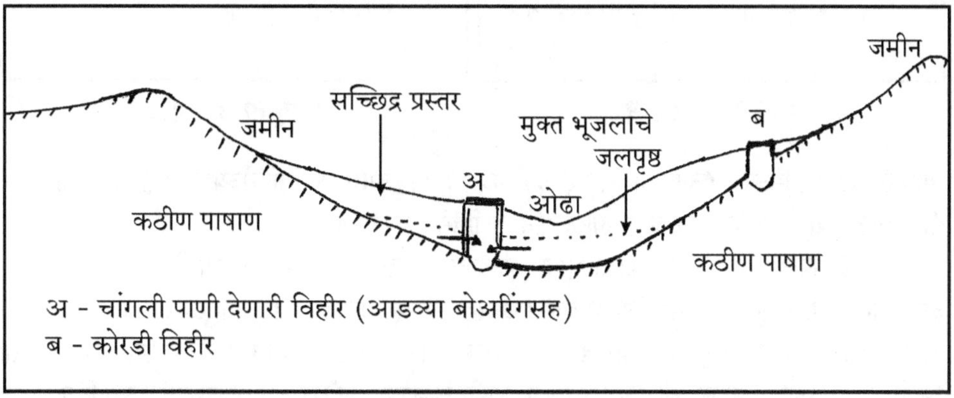

आकृती ४.११.१

खडक लागला तरी विहीर पुष्कळदा त्या काळ्या कठीण खडकात २-३ मीटर खोल खणतात. यामुळे विहिरीचे पाणी वाढले नाही तरी खडकाच्या पाठीवरून आत येणाऱ्या भूजलाचा साठा होतो व झऱ्यांची तोंडे मोकळी राहतात. मात्र अशा वेळी कठीण खडक फोडताना एकदम ३०-४० सुरुंग न उडवता एका वेळेस २-३ याप्रमाणे सुरुंग उडवावेत, म्हणजे मुक्त भूजलामधून विहिरीत येणाऱ्या झऱ्यांना धक्का बसत नाही.

मुरुमाखाली असणाऱ्या कठीण खडकातील सांधे, जोड, फटी यांच्यामधील अर्ध बंदिस्त भूजल मिळवण्यासाठी विहिरीच्या तळातील खडकातून उभी-आडवी बोअरिंग करतात. यापैकी उभे बोअरिंग पुष्कळदा चार इंच (१०० मि.मी.) व्यासाचे व ३० ते ५० मीटर खोलीचे असते. अशा बोअरिंगला खाली पार्यतायुक्त सांधा किंवा प्रस्तर लागला तर आकृती (४.११.२) मध्ये दाखवल्याप्रमाणे पाणी उसळी मारून विहिरीच्या तळात चढते. मात्र यासाठी विहिरींचा तळ हा मुरुमातील मुक्त जलपृष्ठाचे खाली ७-८ मीटर किंवा जमिनीखाली सर्वसाधारणपणे खडकांत १०-१२ मीटर खोलीवर असावा. सदरील पार्यतायुक्त सांधा किंवा प्रस्तर हा आडवा असला म्हणजे विहिरीच्या तळात ३-४ ठिकाणी उभी बोअरिंग केली तरी सर्वांना पाणी लागते. याउलट हा सांधा फार तिरपा असला म्हणजे एखाद्याच उभ्या बोअरिंगला पाणी मिळते. विहिरीच्या जवळपास कठीण खडकांत उभे सांधे किंवा फटी नसल्यास विहिरीच्या तळातून केलेल्या आडव्या बोअरिंगला पाणी मिळत नाही. (आकृती ४.११.२). पण विहिरीतील तळाच्या खडकाच्या जवळपास उभे सांधे, जोड किंवा फटी असल्यास विहिरीच्या तळात केलेल्या आडव्या

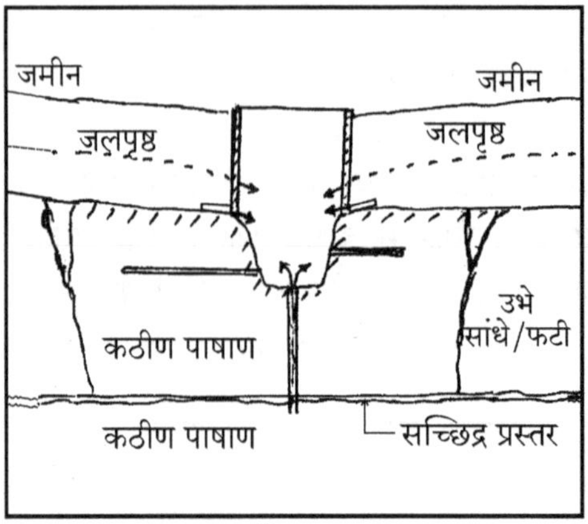

आकृती ४.११.२

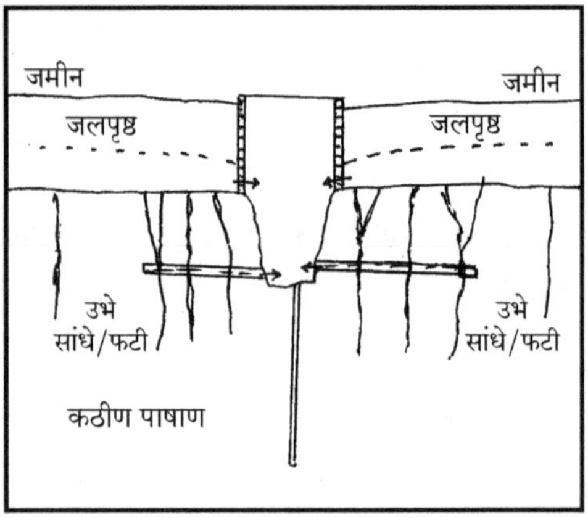

आकृती ४.११.३

बोअरिंगना पाणी मिळते. (आकृती ४.११.३) मात्र या आकृतीमधील विहिरीच्या तळात केलेल्या उभ्या बोअरिंगला खाली सच्छिद्र प्रस्तर न लागल्याने पाणी मिळालेले नाही.

काही सपाट माळावर खडकाचा मुरूम झालेला असतो आणि अशा मुरुमाची जाडी खूप असते. अशा माळाच्या मधून जो प्रमुख नाला वाहत असतो तो मुरुमाची धूप झाल्यामुळे खडकावरून वाहत असतो. म्हणजे दोन्ही बाजूच्या सपाटीवर जाड मुरूम आणि खाली नाल्यात काळा खडक अशी स्थिती असते. अशा वेळी प्रमुख नाल्याजवळ खडकात विहीर खणण्याऐवजी त्याला बाजूकडून येऊन मिळणाऱ्या छोट्या किंवा दुय्यम नाल्यांच्या काठावर, पण प्रमुख नाल्यापासून दूर मुरुमाचा जाड प्रस्तर असलेली जागा विहिरीसाठी सोयीची असते.

डोंगरपायथ्याच्या माणेचा प्रस्तर हा कमी रुंदीचा असतो, हे मागे दिलेच आहे. त्यात डोंगरावरून येणारे पाणी चांगल्या प्रमाणात मुरते व जलसंचय निर्माण होतो. अशा ठिकाणी डोंगरउतारापासून थोड्या अंतरावर जर विहिरी खणल्या तर चांगले पाणी मिळते. मात्र डोंगरपायथ्याच्या फार जवळ जाऊ नये. कारण खालचा कठीण खडक लवकर लागतो. झऱ्याच्या जवळही कठीण खडक वर आलेला असतो. अशा ठिकाणी चांगली पाहणी करून विहिरीसाठी जागा निवडावी लागते. (आकृती ४.११.४ मधील अ, ब, क या विहिरी अनुक्रमे डोंगराजवळ, झऱ्याजवळ व मध्य भागात आहेत. त्यापैकी 'क' ही विहीर चांगले पाणी देते.)

पुष्कळ ठिकाणी डोंगराकडून नाले येतात ते माणेच्या प्रस्तरातून जाताना खोलवर घळी पाडतात व काही घळींमध्ये खडकही उघडा पडतो. त्यामुळे जलाशयातील पाणी निचरून निघून जाते व विहिरी लवकर आटतात. अशा नाल्यांना दर १००-१५० मीटर अंतरावर छोटे छोटे बांध घालून घळी बुजवल्या तर माणेतील पाणी भर्‌कन वाहून न जाता जमिनीत मुरते व विहिरींना फायदा होतो.

काही वेळा डोंगरपायथ्याला मुरूम व माती इत्यादीची जाडी २-३ मीटर असते व या मुरूम-मातीत पुष्कळ झाडे, झुडुपे, गवत उगवलेले असते. पावसाचे पाणी डोंगरउताराच्या घळीमधून खाली वाहत येऊ लागले म्हणजे त्याला वाहण्यास झाडीझुडुपांमुळे व भात खाचरांच्या बांधामुळे अडथळा उत्पन्न होतो. त्यातील काही पाणी मातीत मुरते व भात खाचरांच्या खालच्या बाजूस असलेल्या विहिरींना मिळते. कोकणात व घाटमाथ्यावर अशा अनेक विहिरी भातखाचरांच्या ओळीत शेवटच्या भातखाचरात

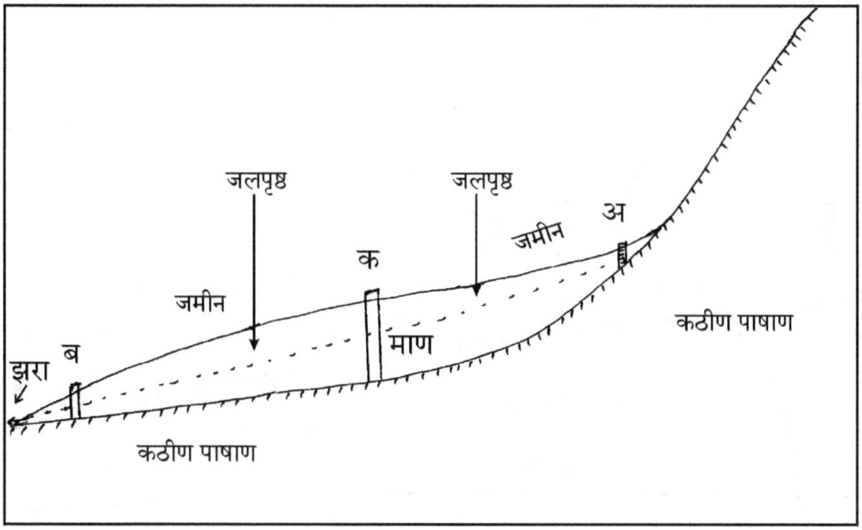

आकृती ४.११.४

खणल्या आहेत. पुष्कळशा घळींमधील काळा पाषाणही उभ्या सांध्यांनी युक्त असतो. त्यामुळेही विहिरींना फायदा होतो.

४.१२ जांभ्या दगडातील जलाशयाच्या छेदाकृती

जांभ्या दगडाच्या जलधारणेविषयी सविस्तर वर्णन पूर्वी दिलेलेच आहे. जांभा दगड हा काळ्या दगडाच्या पाठीवर असतो. यामुळे जांभ्यात मुरलेले पाणी काळ्या दगडाच्या पृष्ठभागावरून घसरून खाली वाहत जाते. कोकणामध्ये व मावळात डोंगरांच्या उतारावर जांभ्या व काळ्या दगडाच्या सांध्यामधून पुष्कळ नैसर्गिक झरे बाहेर पडतात. म्हणजेच डोंगराच्या माथ्यापासून उताराने खाली गेल्यास जेथे जांभा दगड संपतो व काळा खडक उघडा पडलेला असतो, अशा ठिकाणी हे नैसर्गिक झरे वाहतात. या नैसर्गिक झऱ्यांमुळे जांभ्या दगडातील जलाशयातील पुष्कळ पाणी निचरून जाते. परंतु जांभ्या दगडाचा विस्तार मोठा व जाडी जास्त असेल तर डोंगरमाथ्यावरसुद्धा या दगडात कायम पाणी मिळते.

आकृती ४.१२.१ मध्ये डोंगरमाथा व डोंगराच्या उतारावरील एका टप्प्यावर भूजलाची स्थिती दाखवली आहे. अशा ठिकाणी जांभा दगडाच्या खाली काळा कठीण दगड व त्याच्या पाठीवर जलाशय असतो. डोंगरमाथ्यावरील विहिरीला किंवा बोअरिंगला खोलवर गेल्यास चांगले पाणी मिळते. डोंगरउताराने खाली झऱ्याजवळ गेल्यास जलाशयाची जाडी कमी झालेली असते. अशा वेळी झऱ्यापासून दूर जिथे डोंगराचा खडा उतार संपून मंद उतार सुरू होतो अशा ठिकाणी (आकृतीमधील 'अ' हे ठिकाण) विहीर खणल्यास फार खोल न जाता सुद्धा चांगले पाणी मिळते.

आकृती ४.१२.२ मध्ये सपाट माथ्याच्या डोंगरावरील जांभ्या दगडातील जलाशय दाखवला आहे. अशा ठिकाणी विहिरी किंवा बोअरिंग करायचे ते मधल्या सपाटीवर व नैसर्गिक झऱ्यांपासून दूर अशा जागी करावे. जांभ्या दगडाची जाडी जास्त असल्यास विहीर खोल खणावी लागते पण पाणीही भरपूर

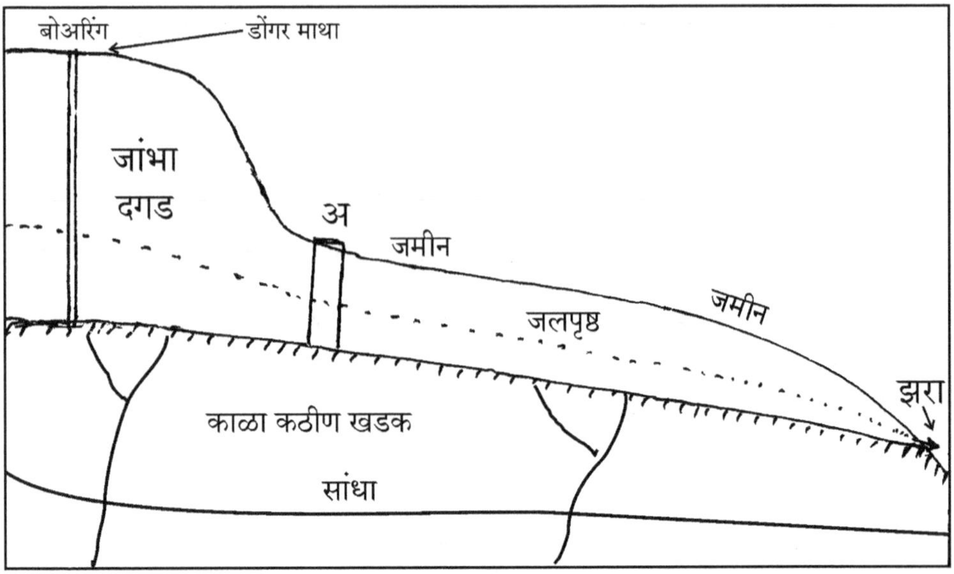

आकृती ४.१२.१

मिळते. विहिरीच्या तळात खोल बोअरिंग केल्यास खालील काळ्या खडकामधील सच्छिद्र प्रस्तरातून अर्ध-बंदिस्त भूजलही मिळते. याच आकृतीमध्ये जांभ्या दगडातून बाहेर पडणारे दोन झरे दाखवले आहेत. त्यापैकी डावीकडील झरा उजवीकडील झऱ्यापेक्षा खालच्या पातळीवर असल्याने जास्त टिकणारा व पाणी देणारा आहे.

जांभा दगड व त्याखालचा काळा पाषाण यांच्यामधील सांध्यावर भूजलाची स्थिती अवलंबून असते. आकृती ४.१२.३ मध्ये डोंगरमाथ्यावर जांभ्यातून भूजल मिळेल; पण डोंगरउतारावर किंवा

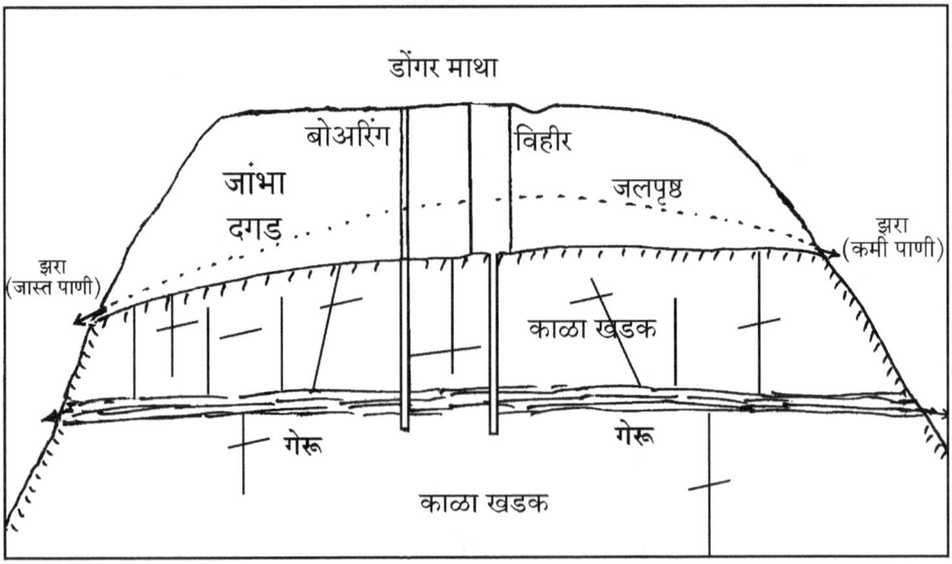

आकृती ४.१२.२

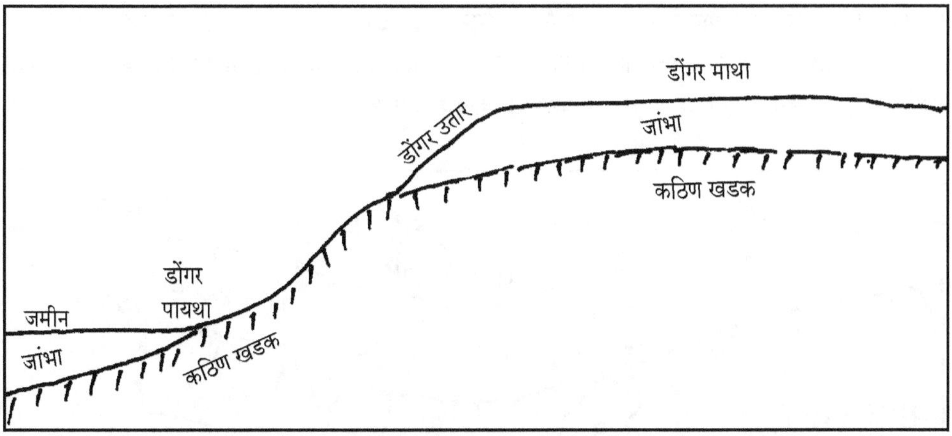

आकृती ४.१२.३

पायथ्याशी काळा पाषाण असल्याने भूजल मिळणार नाही. पायथ्यापासून दूर गेल्यावर पुन्हा जांभ्यातून पाणी मिळेल. आकृती ४.१२.४ मधील टेकडीच्या फक्त एका बाजूस जांभा व दुसरीकडे जमिनीजवळ मुरूम व काळा पाषाण असल्याने भूजल मिळण्यासाठी जांभा दगडाची बाजू (उजवीकडील बाजू) जास्त चांगली आहे.

वर दाखवलेल्या छेदाकृतीचे जलाशयात निसर्गामध्ये डोंगरमाथ्याच्या रचनेमुळे फेरफार असू शकतात. दोन डोंगर एकमेकांस जुळतात तेथे घळीमध्ये जांभा दगडाची जाडी जास्त असल्याने घळीतील भातखाचरांमधील विहिरींना जास्त पाणी मिळते. जांभ्यातील विहिरी लांबट चौकोनी आकाराच्या खणल्या तर जास्त चांगले. विहिरीच्या लांबीची दिशा जमिनीच्या उताराच्या दिशेशी काटकोनात ठेवावी.

४.१३ गेरूतील जलशयाच्या छेदाकृती

गेरूतील जलाशयाची परिस्थिती आकृती ४.१३.१ मध्ये दाखवली आहे. गेरूच्या प्रस्तराच्या ज्या भागात वरून पाणी भरपूर पोचते, त्या भागात ते भरपूर मिळते. ओढ्यांच्या काठी ही क्रिया जास्त चांगल्या

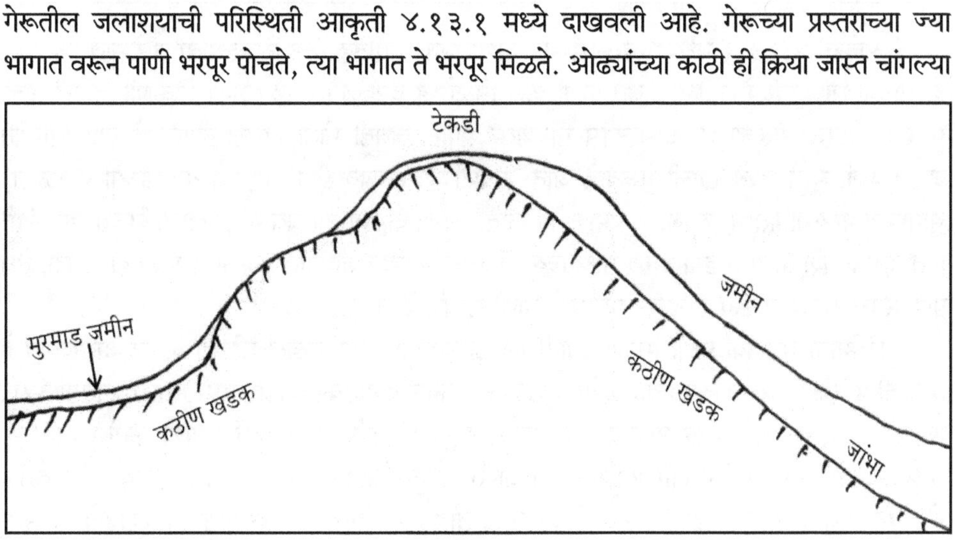

आकृती ४.१२.४

प्रमाणात होते. सर्वसाधारणपणे १०० - १२० मीटर किंवा ३००-४०० फुटांखालचे गेरूचे थर बहुधा कोरडे असतात, कारण त्यांच्यावरती असलेल्या काळ्या खडकात सांधे-फटी यांचे प्रमाण कमी असल्याने वरचे भूजल इतक्या खालच्या थरांपर्यंत सहसा पोहोचू शकत नाही.

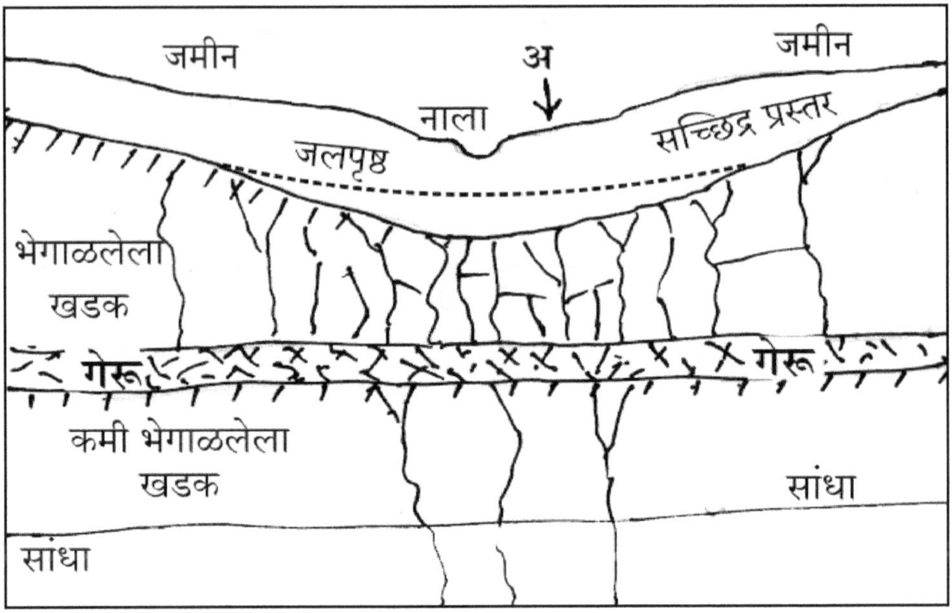

आकृती ४.१३.१

'अ' हे ठिकाण विहिरीसाठी उत्तम आहे. या ठिकाणी विहिरीला प्रथम मुक्त भूजल व नंतर भेगाळलेल्या खडकांतील तसेच गेरूमधील अर्ध-बंदिस्त भूजल मिळेल.

आकृती ४.१३.२ मध्ये पुरंदर, सिंहगड अशासारख्या ऐतिहासिक किल्ल्यांवर व देशावरील काही डोंगरांच्या माथ्यावर गेरूतील जिवंत पाणी कसे मिळते हे दाखवले आहे. अशा ठिकाणी जमिनीखाली ५-१० मीटरवर गेरूचा थर असल्यास माथ्यावर सपाटी जेवढी मोठी असेल त्याप्रमाणे त्या जमिनीत जास्त पाणी मुरते व ते खाली गेरूकडे जाते. सपाटीच्या टोकाकडील (म्हणजे कड्यांच्या जवळील) भागापेक्षा मध्यभागात भूजल जास्त प्रमाणात मिळते. कारण कड्यांच्या जवळ भूजलाचा निचरा झऱ्यांद्वारे होत असतो. शिवनेरीसारख्या अरुंद माथ्याच्या किल्ल्यावर मात्र जमिनीत भूजलाचा साठा होत नाही. तेथे पाण्यासाठी खडकात टाक्या खणून पावसाचे पाणी साचवावे लागते.

विहिरींना मुबलक पाणी मिळण्यासाठी निवडावयाच्या जागा सखलवटीच्या जवळ असाव्यात हे आकृती ४.१३.३ वरून दिसून येईल. गेरूच्या वरच्या काळ्या खडकाच्या प्रस्तरांस भेगा पडलेल्या असून त्यांचे जाळे झाले असेल तर उत्तमच. सखलवटीपासून दूर जावे तसे विहिरींना पाणी कमी लागण्याचा व फार दूर गेल्यास पाणी न लागण्याचा संभव जास्त असतो. मात्र काही वेळा अशा दूरच्या अंतरावरील बोअरिंगला वरचा गेरूकोरडा लागला तरी जास्त खोलीवर असलेल्या गेरूतून पाणी मिळू शकते. हे अंतर नेमके किती हे प्रत्येक ठिकाणच्या पाहणीनेच ठरवून घ्यावे लागते. काही ठिकाणी गेरूमधील जलाशय

इतके मोठे असतात की तेथे कोठेही विहीर खणली तरी विपुल पाणी मिळते. पाणी किती व केवढ्या भागात मुरते, खालच्या गेरूत किती पोचते यांवर या सर्व गोष्टी अवलंबून असतात. गेरू हा लाल व टणक खडवणाचा असेल तर पाण्याच्या दृष्टीने चांगला. तो फार मऊ व मातकट असेल तर त्याची प्रदानशक्ती कमी होते. म्हणजेच त्यातून पाणी बाहेर पडण्याचे प्रमाण कमी होते. परंतु अशा गेरूचा थर आणि त्यावरचा तसेच त्याखालचा काळ्या प्रस्तराचा थर यांच्यामधील जे सांधे असतात त्यातून पाणी मिळू शकते. म्हणून विहीर किंवा बोअरिंगच्या तळात लाल गेरू लागल्यास तो गेरूचा थर संपून खालच्या काळ्या पाषाणात दोन-तीन मीटर खोल जाईपर्यंत विहीर किंवा बोअरिंगची खोली वाढवणे फायद्याचे असते.

मागील आकृतींमध्ये दाखवलेले जलाशयाचे छेद महाराष्ट्राच्या, इतकेच नव्हे तर महाराष्ट्राबाहेरील मध्य प्रदेश, गुजरात, कर्नाटक, इ. राज्यांतील काळ्या पाषाणाच्या सर्व प्रदेशात आढळून येतात. या आकृती प्रातिनिधिक स्वरूपाच्या आहेत व त्रिमिती नसून द्विमिती (Two Dimensional) आहेत. याचा अर्थ असा की, काळ्या पाषाणाच्या प्रदेशात जमिनीतील पाण्याचे या आकृतींवरून आकलन होऊ शकते; परंतु निसर्ग हा वैचित्र्यपूर्ण असल्यामुळे फक्त आकृतीवरून जलाशयाचे त्रिमिती; मोजमाप होत नाही.

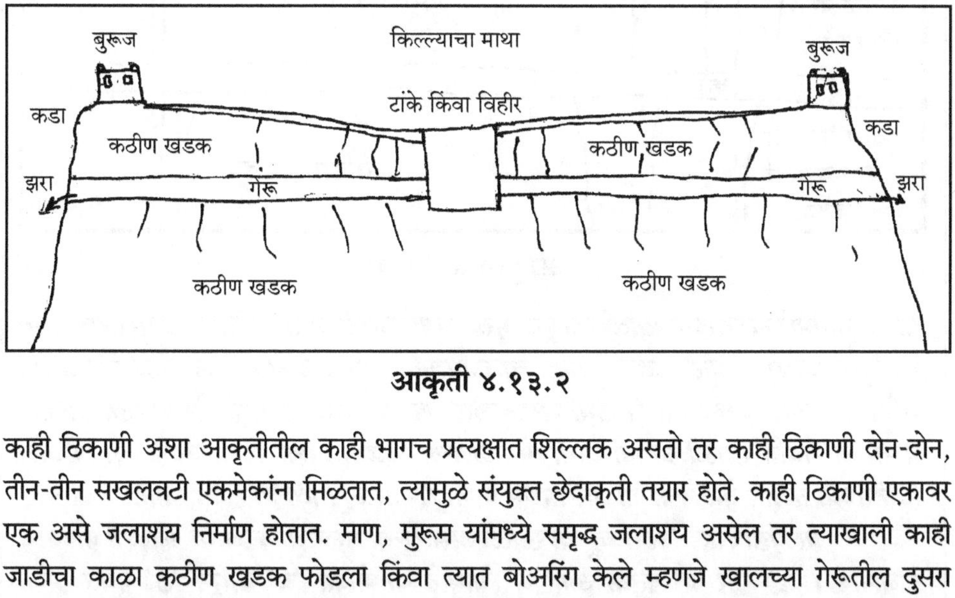

आकृती ४.१३.२

काही ठिकाणी अशा आकृतीतील काही भागच प्रत्यक्षात शिल्लक असतो तर काही ठिकाणी दोन-दोन, तीन-तीन सखलवटी एकमेकांना मिळतात, त्यामुळे संयुक्त छेदाकृती तयार होते. काही ठिकाणी एकावर एक असे जलाशय निर्माण होतात. माण, मुरूम यांमध्ये समृद्ध जलाशय असेल तर त्याखाली काही जाडीचा काळा कठीण खडक फोडला किंवा त्यात बोअरिंग केले म्हणजे खालच्या गेरूतील दुसरा जलाशय पुन्हा लागतो व त्यातही पुष्कळ पाणी मिळते. माळव्याच्या सपाट भागातील जास्त जाडीच्या भेगाळलेल्या खडकामध्ये अर्धबंदिस्त भूजल पुष्कळ विस्ताराने असते. असे जलाशय विशेषत: रतलाम, इंदूर, धार, देवास या जिल्ह्यांत आहेत. तेथे काही ठिकाणी खोल बोअरिंग केल्यास गेरूमधील समृद्ध जलाशयही मिळतात.

४.१४ महाराष्ट्रातील व भारतातील इतर खडकाळ प्रदेशातील भूजलाची वैशिष्ट्ये

महाराष्ट्रातील व भारतातील इतर राज्यांतील खडकाळ प्रदेशामधील भूजलाची वैशिष्ट्ये पुढीलप्रमाणे आहेत.

१) प्रत्येक पाणलोट क्षेत्र हे भूजलाच्या दृष्टीने स्वतंत्र असते. म्हणजेच शेजारी-शेजारी असणाऱ्या

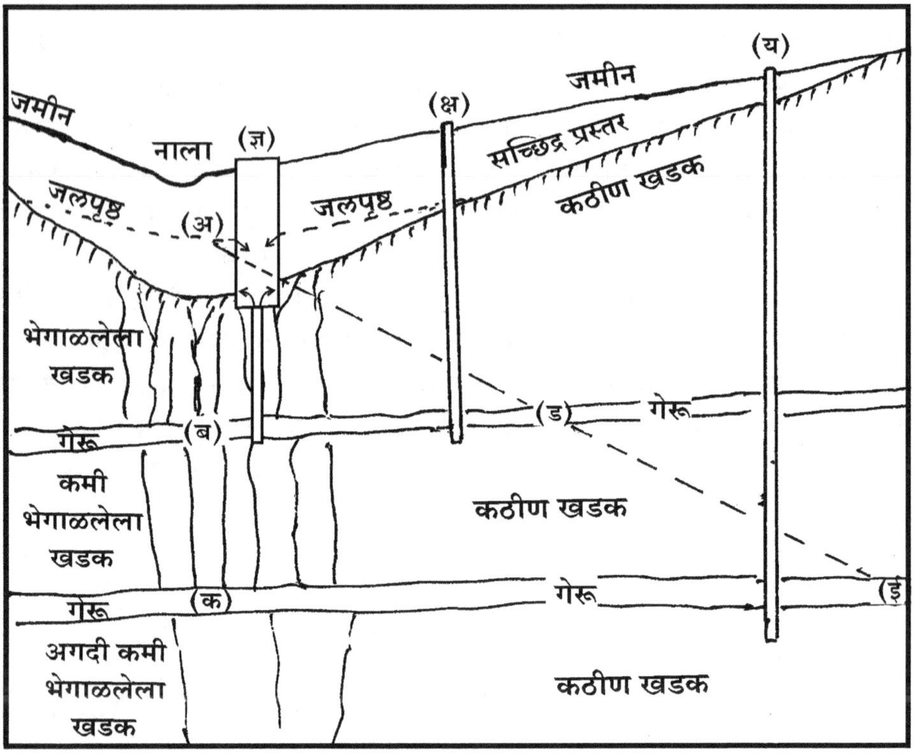

आकृती ४.१३.३

या आकृतीमधे नाल्याच्या खाली वाळू व मुरुमाच्या जमिनीलगतच्या सच्छिद्र प्रस्तरात मुक्त भूजलाचे जलपृष्ठ (वॉटर टेबल) आहे. त्याच्याखाली भेगाळलेला खडक, नंतर गेरूसारखा सच्छिद्र प्रस्तर, त्याच्याखाली कमी भेगाळलेला खडक, त्यानंतर पुन्हा गेरूसारखा सच्छिद्र प्रस्तर व सर्वात खाली अगदी कमी भेगाळलेला खडक अशी रचना आहे. 'ज्ञ' येथील विहिरीच्या तळात केलेल्या बोअरिंगमधून पाणी वर उसळून विहिरीत येत आहे.

जलपृष्ठावरील 'अ' बिंदूच्या खाली असलेल्या गेरूमधील 'ब'या बिंदूशी पाण्याचे दाबशीर्ष (हेड) 'अ-ब' इतके आहे व त्यामुळे या गेरूत 'ब' पासून 'ड' पर्यंत पाणी झिरपले आहे. 'क्ष' येथील बोअरिंगमधे मुक्त भूजल अगदी कमी मिळेल पण कठीण खडकाखालच्या पहिल्यागेरूमधे पाणी मिळेल.

सर्वात खालच्या गेरूमधील 'क' या बिंदूशी दाबशीर्ष 'अ-क' आहे. त्यामुळे या गेरूमध्ये पाणी जास्त दूर म्हणजे 'क' पासून 'ई' बिंदूपर्यंत झिरपले आहे. 'य' येथील बोअरिंगमध्ये मुक्त भूजल मिळालेले नाही, पहिला गेरूही कोरडा लागला आहे पण त्या खालच्या गेरूमधील पाणी मिळाले आहे. 'अ-ड-ई' ही रेषा दाबशीर्षाच्या क्षयाची रेषा आहे. नाल्यापासून जसे दूर दूर जावे तसे खडकांती भेगांचे-फटींचे प्रमाण कमी होत जाते.

दोन पाणलोट क्षेत्रांना विभागणारा जो डोंगर किंवा उंचवटा (माळरान) असेल त्या डोंगरामधून एका पाणलोट क्षेत्रातील भूजल हे दुसऱ्या पाणलोट क्षेत्रात जात नाही, त्यामुळे भूजलाच्या व्यवस्थापन व विकासासाठी एखाद्या ओढ्याचे पाणलोट क्षेत्र हे एक स्वतंत्र एकक (युनिट) मानता येते.

२) जमिनीखाली मुरलेले पावसाचे पाणी भूजलाच्या साठ्यात पोहोचले की त्याची पुढची गती ही जलपृष्ठाच्या उताराच्या दिशेने असते. ही दिशा जमिनीचा उतार व कठीण खडकाच्या पृष्ठभागाचा उतार यांवर अवलंबून असते.

३) सुमारे १०० ते १२० मीटर खोलीपर्यंतच भूजलाचा उपयुक्त असा साठा आढळतो. एका विहिरीतून किंवा बोअरिंगमधून दररोज सुमारे १ ते १०० घनमीटर एवढे पाणी मिळू शकते (१ घनमीटर = १००० लीटर).

४) कठीण खडकाच्या वरती असणाऱ्या मुरूम, माण, गाळवटीची जमीन, वाळुसरा, जांभा अशा सच्छिद्र प्रस्तरात पावसाळ्यामध्ये झालेला भूजलाचा साठा हा उन्हाळ्याच्या शेवटी अनेकदा संपतच आलेला असतो. त्यामुळे उन्हाळ्यात मिळणारे भूजल हे बहुतांशी कठीण खडकामधील सच्छिद्र जोड, सांधे, फटी यांच्यामधून मिळते. कठीण खडकाचा एखादा तुकडा हातात घेऊन पाहिला तर त्यात पाणी साठण्यासाठी सच्छिद्रता मुळीच आढळत नाही. परंतु एखाद्या विस्तीर्ण क्षेत्राचा विचार केला तर त्यात सांधे, फटी, जोड, भूभ्रंश आदींमुळे कठीण खडकातही सच्छिद्रता आलेली असते.

५) भूजलाचा उपसा करणाऱ्या विहिरींची व बोअरिंगची संख्या सतत वाढल्याने भूजलाचे जलपृष्ठ व दाबपृष्ठ खाली गेले आहे. त्यामुळे पाणलोट क्षेत्र विकास, वनीकरण व पावसाच्या पाण्यापासून भूजलाचे पुनर्भरण करून भूजलात भर घालणे ही आजकालची प्रमुख गरज झालेली आहे.

४.१५ पाणलोट क्षेत्र विकास व भूजल संवर्धनाचे महत्त्व

वरील सर्व विवेचनानंतर एक गोष्ट लक्षात ठेवली पाहिजे ती ही की, विहिरीस मिळणारे पाणी पावसाचेच मुरलेले पाणी आहे व त्या पाण्यासाठी जमिनीतील पोकळीयुक्त (सच्छिद्र) प्रस्तर हेच फक्त साठ्यांची कोठारे आहेत. कोठार मोठे असेल, पण पाण्याची प्रतिवर्षीची आवक कमी असली तर सुरुवातीस विहिरी पुष्कळ पाणी देतात पण प्रतिवर्षीच्या आवकेपेक्षा जास्त पाणी उपसल्याने काही वर्षांतच विहिरींचे पाणी कमी होते व त्या उन्हाळ्यांत आटतातही. याउलट प्रतिवर्षीची पावसाची आवक पुष्कळ आहे,पण कोठारच लहान आहे अशा ठिकाणी मुळातच पाणी कमी मिळते. पण ते उपसाच कमी असल्याने टिकून राहते.

पाणलोट क्षेत्रात पडणाऱ्या पावसापैकी काही पाणी भूजलाशयापर्यंत मुरत कसे जाते याचे विवेचन पूर्वी झालेले आहे. पावसाळ्याच्या चार महिन्यांत या भूजलाच्या साठ्यात जी आवक होते ती पुढे आठ महिने विहिरी-बोअरिंगमधून उपसले जाणाऱ्या पाण्यात तसेच ओढ्यांच्या पात्रातून व पात्राखालून जे पाणी वाहते त्यात खर्च होत असते. ज्या पाणलोट क्षेत्रातील ओढ्यांना पात्रातून व पात्राखालून आठ महिने चांगला प्रवाह असतो त्या पाणलोट क्षेत्रात नवीन विहिरी खणण्याला नि:संशय वाव आहे. तरीसुद्धा मोठ्या प्रमाणावर नवीन विहिरी झाल्या तर ओढ्याकडे पाणी कमी प्रमाणात येते. म्हणून विहिरी खणण्याच्या कोणत्याही कार्यक्रमाला जोडूनच त्या पाणलोट क्षेत्रात टेकड्यांवर चर खणणे, कांटूर बंडिंग, नाला बंडिंग, भूमिगत बंधारे, पाझर तलाव, वनीकरण यासारखे मृद् (माती) व जल संधारणाचे कार्यक्रम, म्हणजेच पाणलोट क्षेत्र विकासाचे कार्यक्रम हाती घेतले गेले पाहिजेत.

भविष्यकाळात हवामान व पाऊस दोन्हीही जास्त लहरी व अनिश्चित होणार आहेत. अशा वेळी पाऊस व भूजल यांचेमधील दुवा म्हणजेच पाणलोट क्षेत्र - हे विकासाच्या कार्यक्रमातून पावसाच्या लहरीपणाचे धक्के सहन करण्यासाठी सक्षम करता येते. मात्र एखाद्या वर्षी पाऊस अगदीच कमी पडला व तो सुद्धा हलक्या सरींच्या स्वरूपात पडला तर शेताच्या बांधांशी पाणी साठतच नाही किंवा साठलेच तर बाष्पीभवनाने उडून जाते. थोडेसे मुरलेले पाणी वनस्पती शोषून घेतात. अशा वर्षी भूजलाचे पुनर्भरण फारसे होतच नाही. त्यामुळे आदल्या वर्षीचे भूजल फक्त पिण्यासाठी जपून वापरावे लागते. विकसित पाणलोट क्षेत्रात लागोपाठ दोन-तीन वर्षे सुद्धा दुष्काळ सहन करुन पिण्यापुरते भूजल देण्याची क्षमता असते.

ज्या पाणलोट क्षेत्रात आधीच विहिरींची संख्या भरपूर आहे, अशा क्षेत्रात नवीन विहिरी करणे म्हणजे मर्यादित असलेल्या भूजल संपत्तीचे पुन्हा वाटप करण्यासारखे आहे. एखाद्या पाणलोट क्षेत्रातील १०० विहिरींवर समजा १५० हेक्टर बागायत होत आहे. त्यानंतर १०० ऐवजी १५० विहिरी झाल्या तरी नवीन खणलेल्या ५० विहिरींमुळे आधीच्या १०० विहिरींचे पाणी थोडे कमी होऊन एकूण बागायत १५० हेक्टरच राहू शकते. म्हणजे एका विहिरीवरील बागायतीची सरासरी दीड हेक्टर वरून एका हेक्टरवर खाली येते. अमेरिकेसारख्या देशातील काही भागांत असे कायदे आहेत की ज्यांच्या आधाराने आधीच्या १०० विहिरी वापरणारे शेतकरी इतरांना विहिरी खणण्यास कायद्याने बंदी करू शकतात. यामुळे कोर्टकचेऱ्यात वेळ व पैसा यांचा अपव्ययच होतो. भारतामध्ये भूजलसंपत्तीचे असे आरक्षण (स्वतःच्याच उपयोगासाठी रिझर्व्हेशन) करणे शक्य नाही. नव्याने विहिरी खणून बागायती करू इच्छिणाऱ्या व स्वतःचे जीवनमान सुधारू इच्छिणाऱ्या शेतकऱ्यांना स्वतःच्या शेतात नव्याने विहिरी खणण्याचा हक्क आहे. पूर्वापार जुन्या विहिरी असलेले आजूबाजूचे शेतकरी हा हक्क हिरावून घेऊशकत नाहीत.

एखाद्या पाणलोट क्षेत्रामधील भूजलाचे व्यवस्थापन करताना भूजलाच्या साठ्यात भर घालणे (सप्लाय मॅनेजमेंट) तसेच कमी उपसा करूनसुद्धा निवडक पिकांमधून स्प्रिंकलर किंवा ड्रिप इरिगेशनच्या साहाय्याने जास्त फायदा मिळवणे (डिमांड मॅनेजमेंट) अशा दोन बाजू सांभाळाव्या लागतात. यामुळे पाणी अडवणे आणि मुरवणे व त्यामधून भूजलाचा साठा वाढवणे म्हणजेच भूजल संवर्धन करणे, यांच्या जोडीला उपसलेल्या पाण्याचा काटकसरीने उपयोग करणे, कमी पाण्यात जास्त उत्पन्न देणारी पिके घेणे, असेही उपाय योजावे लागतात. यासाठी गावोगावी शिक्षण देणे जरुरीचे आहे.

पाण्याचा काटकसरीने वापर करणे ह्यामध्ये 'आभासी जल (Virtual Water)' याचासुद्धा सध्या अंतर्भाव केला जातो. एक किलो साखर किंवा एक किलो तांदूळ उत्पादन करण्यासाठी एक किलो ज्वारी-बाजरीपेक्षा पुष्कळच जास्त पाणी लागते. यामुळे साखर किंवा तांदळामध्ये ज्वारी-बाजरीपेक्षा आभासी जल जास्त आहे. सर्वच प्रकारच्या अन्न-धान्याची नासाडी थांबवणे, घरात शिजवलेले अन्न वाया न जाऊ देणे, इतकेच काय पण लोकसंख्या मर्यादित ठेवणे हे सुद्धा आभासी जल वाचवण्याचे मार्ग आहेत. याबाबतचे जास्त विवेचन शेवटच्या प्रकरण क्रमांक १० मध्ये केले आहे.

पण यातसुद्धा सरकार सर्व करेल अशा वृत्तीने गाफील न राहता गावोगावी जागृती होऊन लोकांनी व ग्रामपंचायतींनी पुढाकार घेणे जरूर आहे, तरच पिण्यासाठी व शेतीसाठी भूजलाचा पुरवठा सुरक्षित राहील. नाहीतर कालांतराने भूजलाचा वापर करून बागायती शेती करणाऱ्या शेतकऱ्याला बागायतीचे क्षेत्र कमी करण्याची किंवा कदाचित कोरडवाहू शेती करण्याची वेळ येणार आहे. कारण मुळातच भूजल संपत्ती मर्यादित आहे.

प्रकरण ५

खारे भूजल

५.१ खाऱ्या भूजलाची कारणे

विहिरी, बोअरिंग किंवा ट्यूबवेल्स यांना काही ठिकाणी सुरुवातीपासूनच खारे भूजल मिळते तर काही ठिकाणी एके काळी गोडे असलेले भूजल खारे होते. खाऱ्या भूजलाची प्रमुख कारणे पुढीलप्रमाणे आहेत.

१) किनारपट्टीच्या प्रदेशांत भूजलाचा उपसा जास्त होऊन भूजलपृष्ठ किंवा भूजलाचे दाबपृष्ठ समुद्रसपाटीपेक्षाही खाली गेले तर समुद्राचे खारे पाणी सच्छिद्र प्रस्तरांतून किनारपट्टीच्या जमिनीत शिरते. त्यामुळे गोड्या पाण्याच्या विहिरी खारट होतात किंवा काही विहिरी खोल केल्यास त्यांना वरती मिळालेल्या गोड्या पाण्याच्या खाली खारे पाणी लागते.

२) गावांमध्ये सांडपाण्याचा निचरा म्हणजे ड्रेनेज नसल्यामुळे सांडपाणी जमिनीत मुरते. तसेच गावांतील गोठे व उकिरडे यामधून होणाऱ्या प्रदूषणामुळे जमिनीतील पाणी चवीला मचूळ होते. परंतु गावाबाहेरच्या शेतांतील विहिरींना चांगले पाणी मिळते.

३) जेथे पांढरी किंवा चिकट काळी माती जास्त प्रमाणात असते, पाऊस कमी असतो व खडक फार खोलीवर असतो, तेथे पावसाचे पाणी जमिनीतून मुरत मुरत खाली जाताना खारे होते.

४) शेतीसाठी कालव्याचे पाणी मिळणाऱ्या प्रदेशांत नदीनाल्यांजवळ खोलगट भागांत भूजलाची पातळी वाढून जमिनीवर क्षार येतात. जमिनीत काळी माती खोलवर असल्यास हे क्षार पावसाळ्यात धुतले जात नाहीत. त्यामुळे पाणी क्षारयुक्त होते.

५) तमिळनाडू, गुजरातच्या किनारपट्टीलगत समुद्रातून वर आलेले क्षारयुक्त प्रस्तर व त्या प्रस्तरात अडकलेले खारे पाणी व क्षार यामुळे काही ठिकाणी खोल बोअरिंग घेतले म्हणजे पाणी खारे मिळते. गंगा-यमुना व सिंधू यांचे खोरे तसेच किनारपट्टीच्या काही भागांतील

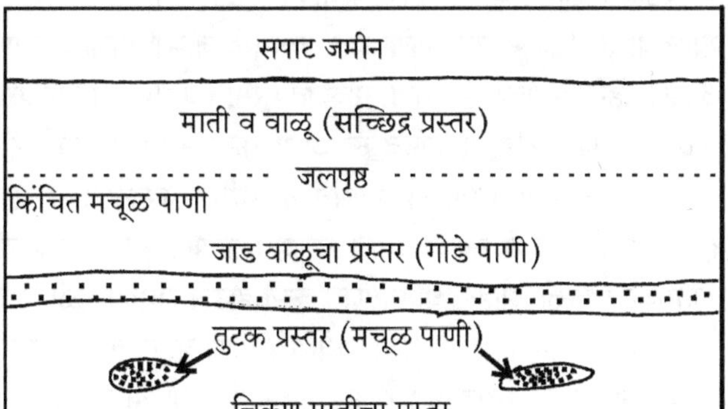

आकृती ५.१.१

गाळवटीच्या प्रदेशांत एके काळी समुद्राचे पाणी होते. कालांतराने समुद्र हटून जमीन वर आली तरी खारे पाणी प्रस्तरात शिल्लक राहिले. त्यानंतर लाखो वर्षे पावसाचे पाणी जमिनीत मुरले व ते जाड वाळूच्या थरांतून प्रवाही झाल्यामुळे खाऱ्या पाण्याचा हळूहळू निचरा झाला. तरी सुद्धा जेथे चिकण मातीचे प्रस्तर जास्त प्रमाणात आहेत किंवा वाळूचे तुटक (किंवा सुटे) पडदे आहेत त्यांतील खाऱ्या पाण्याचा निचरा पूर्णपणे झालेला नाही व त्यांत अजूनही खारटपणा शिल्लक राहिला आहे. (आकृती ५.१.१) अशा गाळवटीच्या प्रदेशांत भूजलाची वाहण्याची गती अगदी मंद असते, कारण प्रदेश एकदम सपाट असतो. क्षारयुक्त चिकणमातीच्या प्रस्तराशी वर्षानुवर्षे संबंध आल्याने वाळूच्या लहान व तुटक प्रस्तरांमधील भूजलसुद्धा मचूळ होऊ शकते.

महाराष्ट्रात किनारपट्टीचा भाग सोडला तर थोड्याच ठिकाणी खारे भूजल आढळते. तरीसुद्धा भूजल खारे होण्याची जी मुख्य कारणे आहेत त्यांचा सविस्तर विचार करणे जरुरीचे आहे.

५.२ समुद्रकाठचे गोडे-खारे भूजल

महाराष्ट्राचा समुद्रकिनारा हा साधारणतः ठाणे जिल्ह्यातील डहाणूपासून तो सिंधुदुर्ग जिल्ह्यातील मालवणच्या दक्षिणेपर्यंत आहे. समुद्रकिनारा हा मऊ वाळूचा किंवा खडकाळसुद्धा असू शकतो. किनाऱ्याच्या अलीकडच्या जमिनी मुरूम, वाळुसरा वगैरे प्रस्तरापासून झालेल्या असतात. या सर्व प्रस्तरांच्या खाली काळा खडक असतो. अशा जमिनीतून खडकाच्या पाठीवरून समुद्राकडे येणारे गोडे पाणी व समुद्राकडून जमिनीत शिरणारे खारे पाणी असे दोन्ही प्रवाह समुद्राकाठी आढळतात. समुद्राकाठी ओहोटीच्या काळात वाऱ्याने वाळू उडवली जाते आणि किनाऱ्यालगत किंवा त्याच्याही पलीकडे वाळूचा एक कमी रुंदीचा पण पुष्कळ लांबीचा असा बंधारा किंवा उंचवटा तयार होतो. त्यास 'सॅंड ड्यून', वालुबंध किंवा वालुधन्व म्हणजे वाळूचे धनुष्य असे म्हणतात. फार पुरातन कालापासूनच्या समुद्रपातळीत व किनाऱ्यांमध्ये झालेल्या स्थित्यंतरामुळे असे वालुबंध सध्याच्या समुद्रकिनाऱ्यापासून दूरवरसुद्धा असू शकतात. अशा वालुबंधाची उंची व विस्तार मोठा असतो. रत्नागिरी जिल्ह्यात गुहागर हे सबंध गाव अशा सॅंड-ड्यूनवर म्हणजे वाळूच्या बंधावर वसलेले आहे. जवळजवळ २ कि. मी. लांबीचा, २०० मी. रुंदीचा व समुद्राच्या भरतीच्या रेषेचे वर सुमारे ८-१० मी. उंचीचा असा हा वाळूचा बंधारा आहे.

अशा तऱ्हेचे वाळूचे बांध मुंबईजवळ मालाड या उपनगराच्या पश्चिमेस अक्षे, मढ, मनोरी, गोराई या बेटांवर आहेत. या सर्व वालुधन्वांच्या तळाशी काळा खडक असतो. वालुधन्वांत फार खोल विहिरी खणल्या तर खालून खारे पाणी येते. त्यामुळे जास्ती पाणी मिळण्यासाठी मोठ्या व्यासाच्या पण उथळ अशा विहिरी खणाव्या लागतात. गोव्यात मुरगांव बंदरासाठी एक प्रचंड विहीर समुद्राकाठच्या वालुधन्वांवर ३०-३२ मीटर लांब, तितकीच रुंद आणि फक्त सुमारे सहा मीटर खोलीची आहे.

समुद्रकिनारी भरती-ओहोटीमधील उंचीचा फरक ३-४ मीटर असल्याने समुद्रसपाटीची पातळी ही सरासरीने धरावी लागते. मात्र समुद्रकिनाऱ्यापासून दूर वालुबंधाकडे गेले तर सुमारे १०० मीटर अंतरावरच भरती-ओहोटीचा परिणाम कमी होऊन समुद्रपातळी स्थिर आहे असे मानता येते.

वालुधन्वाच्या पृष्ठभागावर पावसाचे पाणी पडते व ते त्या वाळूत लगेच मुरते. तसेच समुद्रापासून दूरच्या जमिनीतून समुद्राकडे येणारे जमिनीतील पाण्याचे प्रवाहही या वाळूत येतात. मोठ्या भरतीच्या रेषेपर्यंत चढणारे समुद्राचे पाणी या वाळूत शिरते. जमिनीकडून येणारे पाणी आणि समुद्राकडून येणारे पाणी या दोहोंचे संतुलन या वालुधन्वांच्या पृष्ठभागाच्या खाली होत असते. पावसाळ्यात मोठ्या ओहोटीच्या

वेळी समुद्राची पातळी बरीच खाली गेलेली असते. अशा वेळी जोरदार पावसामुळे वालुधन्वामधील गोड्या भूजलाचे जलपृष्ठ वर येऊन समुद्रकिनारी वाळूमधे गोड्या पाण्याचे झरे उमटतात व समुद्राचे पाणी गोडे झाल्याच्या अफवा पसरतात. परंतु त्या खऱ्या नव्हेत!

पावसाचे जिरणारे व जमिनीकडून येणारे गोडे पाणी हे वाळूमध्ये जी कणांतील पोकळी असते त्यामध्ये खाऱ्या पाण्यावर तरंगते. समुद्राचे पाणी हे गोड्या पाण्यापेक्षा जड असते. पावसाच्या गोड्या पाण्याची विशिष्ट घनता १.०० मानली तर समुद्राच्या पाण्याची विशिष्ट घनता १.०२५ इतकी असते. एखाद्या भांड्यात समुद्राचे खारे पाणी घेतले आणि त्यावर आपण गोडे पाणी वरून जरी हळूच ओतू लागलो तरी ते गोडे पाणी लगेचच खाऱ्यात मिसळून जाते. परंतु वाळूमधील बारीक कणांतील पोकळीमध्ये समुद्राचे पाणी आणि वरून वाळूमध्ये पावसाचे मुरणारे गोडे पाणी एकमेकांत मिसळत नाहीत. वाळूत वरून मुरलेले व वजनाने हलके असलेले गोडे पाणी समुद्राच्या खाऱ्या पाण्यावर तरंगते. जसा हिमनग समुद्राच्या पाण्यात तरंगावा! वाळूत मुरलेल्या गोड्या पाण्याच्या वजनाने समुद्राचे खारे पाणी समुद्रसपाटीच्या खाली दाबले जाते व गोड्या पाण्याच्या साठ्यासाठी जागा तयार होते.

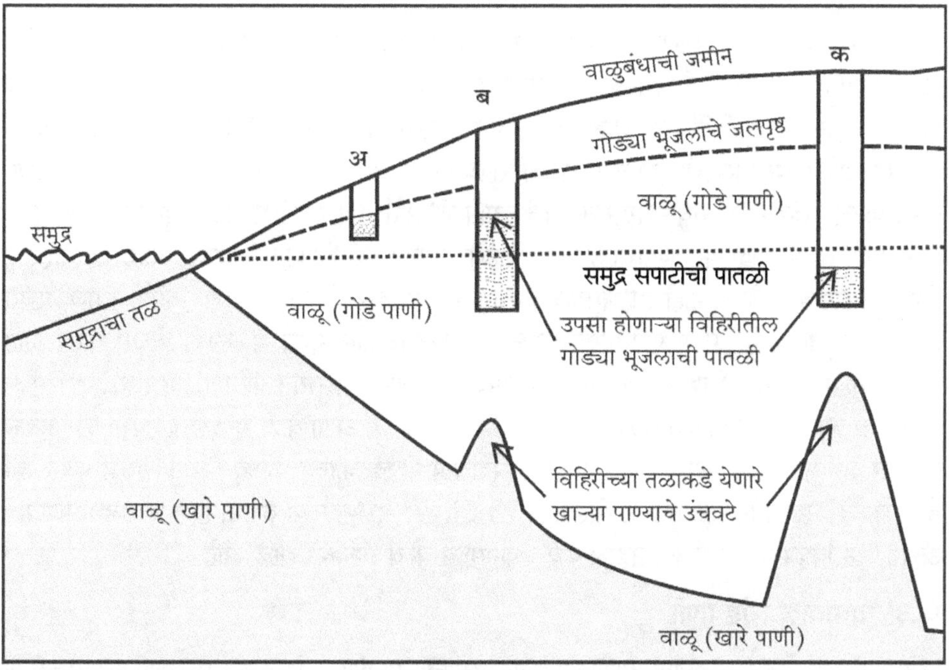

आकृती ५.२.१

हा शोध प्रथम घायबेन व हर्झबर्ग या शास्त्रज्ञांनी सन १९०१ मध्ये लावला. सर्वसाधारणपणे गोड्या पाण्याच्या जलपृष्ठाची जी उंची समुद्रसपाटीच्या पातळीच्या वर असते तिच्या सुमारे ४० पट खोलीपर्यंत समुद्राच्या पातळीच्या खाली गोडे पाणी असू शकते. प्रत्यक्षात गोड्या व खाऱ्या पाण्याची घनता, भरती-ओहोटी मधील फरक अशा स्थानिक कारणांमुळे ४० पटी ऐवजी १० ते २० पटीपर्यंतच गोडे पाणी असू शकते. त्यामुळे किनारपट्टीवर जेथे वालुधन्व आहेत अगर वाळूयुक्त गाळवटीचे टापू आहेत त्या ठिकाणी गोड्या पाण्याच्या उथळ विहिरी अगदी किनाऱ्याजवळ सुद्धा होऊ शकतात. (आकृती ५.२.१)

वाळूप्रमाणे जांभा खडक किंवा जांभा खडकाची मुरूम - माती समुद्राकाठी असेल तरी सुद्धा जास्त व्यासाच्या उथळ विहिरीतून गोडे पाणी मिळू शकते. उन्हाळ्यात गोड्या पाण्याचे जलपृष्ठ समुद्राच्या पातळीपासून फक्त अर्ध्या मीटरच्या आसपास उंचीवर असल्यास अशा विहिरींची खोली समुद्राच्या पातळीखाली ५-६ मीटरपेक्षा जास्त नसावी. नाहीतर तळामधून खारे पाणी किंवा मचूळ पाणी येण्याचा संभव असतो. समुद्रातील बेटांवर सुद्धा जे गोडे पाणी मिळते ते 'घायबेन-हर्झबर्ग' च्या तत्त्वाप्रमाणेच. समुद्रकिनाऱ्याजवळच्या विहिरीचा तळ समुद्रसपाटीच्या (भरतीच्या पातळीच्या) वर असेल तर ती विहीर उन्हाळ्यात भूजलपृष्ठ खाली गेल्यास एक वेळ आटून जाईल पण खारी होणार नाही. कारण समुद्राचे खारे पाणी समुद्राच्या भरतीच्या पातळीपेक्षा वर चढू शकत नाही. (आकृती ५.२.१ मधील विहीर 'अ'). जर विहिरीचा तळ समुद्रसपाटीच्या खाली असेल, पण विहिरीतून भूजलाचा उपसा करताना विहिरीतील भूजलाची पातळी समुद्रसपाटीचे खाली जाणार नाही अशी काळजी घेतली तरीसुद्धा ती विहीर खारी होणार नाही (आकृती ५.२.१ मधील विहीर 'ब'); पण विहिरीतील पाण्याचा उपसा करताना भूजलाची पातळी दीर्घकाल समुद्रसपाटीच्या खालीच राहिली तर सच्छिद्र प्रस्तरांतून समुद्राचे खारे पाणी विहिरीत येऊ शकते. (आकृती ५.२.१ मधील विहीर 'क').

विहीर 'ब' मधून भूजलाचा थोडासाच उपसा होत असल्याने पाण्याची पातळी जलपृष्ठाच्या थोडी खाली गेली आहे. त्यामुळे विहिरीच्या तळाखालील खाऱ्या पाण्यावरचा दाब कमी झाला आहे व खाऱ्या पाण्याचा एक उंचवटा विहिरीच्या तळाच्या दिशेने वर सरकला आहे; पण विहिरीतील पाण्याची पातळी समुद्रसपाटीपेक्षा वर असल्याने हा उंचवटा विहिरीपर्यंत येऊ शकणार नाही व विहिरीचे पाणी खारे होणार नाही. याउलट विहीर 'क' मधून भरपूर उपसा केल्याने विहिरीतील पाण्याची पातळी समुद्रसपाटीच्या खाली गेली आहे. त्यामुळे खाऱ्या पाण्याचा उंचवटा विहिरीच्या तळाच्या दिशेने वर सरकत आहे. या विहिरीतून होणारा उपसा कमी केला नाही तर समुद्रकिनाऱ्यापासून दूर असूनही लवकरच या विहिरीचे पाणी खारट होईल. आकृती ५.२.१मध्ये फक्त समुद्राकाठच्या वाळुबंधातील मुक्त भूजलाचा विचार केला आहे. वाळुबंधाच्या तळाशी असणाऱ्या कठीण खडकामध्ये जलधारक प्रस्तरांत बंदिस्त (अर्ध बंदिस्त) भूजल असेल तर त्यातूनही समुद्राच्या तळात गोडे पाणी झिरपत असते. अशा वेळी भूजलाचा उपसा जास्त केला गेला तर दाबपृष्ठ समुद्रसपाटीचे खाली जाऊन, समुद्राचे पाणी खडकाच्या फटींतून आत शिरून भूजल खारे होऊ शकते. 'सबमरीन ग्राऊंडवॉटर डिस्चार्ज' (S.G.D. - समुद्राच्या तळात होणारा गोड्या पाण्याचा उत्सर्ग) या विषयावर अमेरिका, नेदरलंड व जपानमध्ये बरेच संशोधन झाले आहे.

५.३ गावातील सांडपाणी

पुष्कळ मोठ्या मोठ्या खेड्यांना आणि काही तालुक्यांच्या गावांना गटारे काढून सांडपाण्याचा व्यवस्थित निचरा केलेला नसतो. गावातील घराघरातून येणारे सांडपाणी घराच्या परसात आणि रस्त्याच्या कडेच्या गटारांतून वाहत गावाच्या जमिनीतच खाली मुरते. गोठ्यात बांधलेल्या जनावरांचे मूत्रही जमिनीत मुरते. त्यामुळे त्या सर्वांतील क्षार जमिनीत मुरतात व पावसाळ्यात भूजलापर्यंत पोहोचतात. गावामध्ये किंवा गावालगत विहीर खणली की त्यामध्ये हे क्षार आल्याने विहिरीचे पाणी खारे किंवा मचूळ असते. काही ठिकाणी जुन्या उजाड झालेल्या वस्त्यांच्या ठिकाणी 'पांढरीची माती' या नावाची माती दिसते. ती माती पांढरी आणि चिकट असते. त्यामुळे जुन्या घरांना तिचे धाबे म्हणजे छप्पर घालण्यास फार उपयोग होतो. या मातीतून पाऊस घरात अजिबात गळत नाही. घरावर पांढऱ्या मातीची खूप जाडीची अशी ही स्लॅबच

समजावी. लोखंडी पत्रे व कॉंक्रिटची स्लॅब वापरात आल्यापासून अशी घरे सध्या कमी झाली आहेत. कारण पांढरी माती कोठे मिळेल हे शोधत जावे लागते.

ही पांढरी माती जुन्या काळापासून गावच्या वस्त्यांतून माणसे व जनावरे यांचे जे मूत्र पडले त्याची साध्या मातीवर रासायनिक क्रिया होऊन तयार झाली असावी. विशेषत: काळ्या मातीवर मूत्राची क्रिया जास्त चांगली होते. अशी माती जर तयार करता आली तर त्यादृष्टीने संशोधन करावे असे प्रस्तुत लेखकाने व विजापूर जिल्ह्याचे त्या वेळचे (सन १९५० च्या सुमारास) लोकल बोर्डाचे इंजिनिअर श्री. टी. के. माचा यांनी ठरवलेही होते. कारण विजापूर जिल्ह्यात काळी माती व धाब्याची घरे खूप होती. परंतु हे काम वेळेअभावी व प्रयोगशाळेच्या अभावी राहून गेले. अशा पांढऱ्या मातीत विहीर खणली तर पाणी खारे किंवा कडवट असेही मिळू शकते.

बऱ्याच ठिकाणी गावाच्या वरच्या अंगाला थोडे दूर शेतातील विहिरींना गोड पाणी तर गावातील विहिरींना सांडपाणी मुरल्याने खारे किंवा मचूळ पाणी, अशी स्थिती पाहावयास मिळते. (आकृती ५.३.१) ज्या गावाला अशा तऱ्हेने सांडपाणी मुरल्याने जमिनीत भूजल खारे झाले असेल, तेथे जर गटारे काढून सांडपाण्याचा निचरा दूरवर नेऊन केला तर दरवर्षीच्या पावसाने जमिनीत ताजे पाणी मुरून क्षार धुतले जातील आणि गोडे पाणी मिळू शकेल. मात्र यास बराच काळ लागेल.

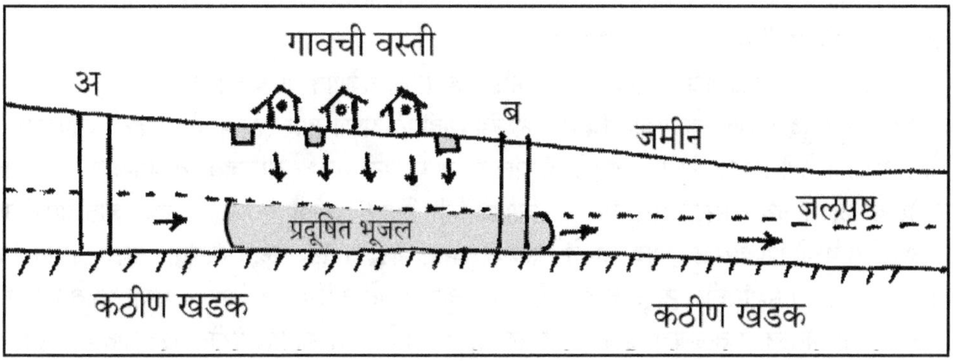

आकृती ५.३.१

गावातील घरे, गोठे यांचे सांडपाणी तसेच गटारे, उकिरडे, गोबरगॅसचे खड्डे व संडासाचे सेप्टिक टँक्स यांच्यामार्फत प्रदूषित पाणी मुक्त भुजलापर्यंत पोहोचते व भूजल चवीला मचूळ (क्षारयुक्त) बनते. गावाच्या वरच्या बाजूस असलेली 'अ' ही विहीर चांगले पाणी देते. 'ब' या विहिरीचे पाणी मचूळ आहे. पुढे भूजलाच्या प्रवाहाच्या दिशेने पाण्याची चव हळूहळू सुधारते.

५.४ काळ्या मातीचा परिणाम

महाराष्ट्रामध्ये भीमा व कृष्णा नदीच्या खोऱ्यात काही ठिकाणी बऱ्याच जाडीची चिकट काळी माती आहे. काही ठिकाणी अशी माती असलेली गाळवट नदीतीरावर विस्तृत पसरलेली आढळते. याचे चांगले उदाहरण म्हणजे श्रीक्षेत्र पंढरपूरच्या चंद्रभागेच्या श्री पुंडलिक मंदिरासमोरील तीर होय. कृष्णानदीच्या किनाऱ्यावरील तुंग, डिग्रज, सांगली इत्यादी भागांत काळ्या मातीची गाळवट विस्तीर्ण आणि जाड अशी पसरलेली आहे. काही ठिकाणी काळ्या मातीच्या तळाचा खडक १५-२० मी. पर्यंत खोलीवर आहे. अशा काळ्या मातीच्या रानात विहिरींना बांधकामाला धर मिळत नाही व अनेकदा खारे पाणी मिळते. काळ्या

मातीमध्ये सोडियमचे क्षार असतात आणि ते पावसाच्या पाण्यात विरघळून खाली जातात. पावसाचे पाणी जसजसे खाली जाते तसतसे त्यामधील क्षारांचे प्रमाण वाढते व पाणी जास्त जास्त खारे होते.

भीमा व कृष्णा या नद्यांकाठच्या काही प्रदेशाप्रमाणेच अकोला जिल्ह्यात पूर्णा नदीच्या खोऱ्याच्या काही भागात खारे भूजल आहे. या ठिकाणी काळी माती जास्त प्रमाणात असलेल्या गाळवटीने खोरे व्यापलेले आहे. या खोऱ्याच्या मध्यभागात तळाचा काळा दगड १०० मीटर किंवा जास्त खोल आहे. या खोऱ्यात भूजलाचा उपयोग शेती किंवा पिण्यासाठी होऊ शकत नाही. मोठ्या मोठ्या गावांना पिण्यासाठी गोडे पाणी विहिरी किंवा बोअरिंग करून मिळत नाही. काही ठिकाणी जलपृष्ठ उथळ असल्याने मातीतील मीठ केषाकर्षण व बाष्पीभवनाने जमिनीवर येऊन त्याचे खडे बनतात. जुन्या काळात तेथील स्थानिक लोक ते मीठ वेचून शहरात पाठवत. तसेच विहिरींतून खारे पाणी काढून त्यापासून मीठ मिळवत. ते पूर्वीच्या काळी स्थानिक उपयोगासाठी विकले जाई. पुढे रेल्वे सुरू झाली व मुंबईहून मिठागरांमधील मीठ बाजारात येऊ लागल्यावर हा धंदा बसला. तोपर्यंत जवळजवळ ४०० विहिरी खाऱ्या भूजलापासून मीठ मिळवण्यासाठी वापरल्या जात.

खानदेशमध्ये उत्राण वगैरे भागांतही या तऱ्हेने झालेले खारे पाणी मिळते. काही ठिकाणी काळ्या मातीचा १०-१२ मीटर जाडीचाच थर असतो; पण त्याखालचा कठीण खडक उंचवट्याकडून सखलवटीकडे तिरक्या उतारात असतो. त्याच्या पाठीवरून काळ्या मातीतून पाणी सखलवटीकडे वाहताना क्षार घेत घेत जाते. त्यामुळे खाली सखलवटीतून खारे पाणी मिळते.

महाराष्ट्राच्या दक्षिणेचे शेजारचे राज्य कर्नाटक होय. या राज्यात धारवाड जिल्ह्यात आणि विशेषत: नरगुंद, नवलगुंद व रोण तालुक्यात चिकट काळ्या मातीमुळे पाणी खारे झाल्याची उदाहरणे सापडतात. गोडे पाणी कोठेही मिळत नाही, त्यामुळे पिण्याच्या पाण्यासाठी तलाव बांधतात. तलावाच्या बांधाच्या बाहेर काळी मातीच असल्यामुळे तेथे तलावाशेजारीही विहीर खणता येत नाही. सर्व जातीजमातींना तलावाचेच पाणी पिण्यासाठी न्यावे लागते. प्रत्येक जमातीसाठी वेगळा तलाव असतो. रायचूर जिल्ह्यांत कृष्णा व तुंगभद्रा नद्यांमधील टापूत भूजलाची चव मचूळ असते आणि लोकांना तेच पाणी प्यावे लागते. पाऊस कमी असल्याने तलावही होऊ शकत नाहीत, कारण ते भरत नाहीत. येथील खडकात पिस्टेसाईट नावाचे खनिज असलेल्या शिरा (Pegmatite Veins) लांबवर पसरलेल्या आहेत. त्या एकमेकांस छेदूनही जातात. त्यातील खनिजातून क्षार निर्माण होतात व पाणी मचूळ होते. धारवाड जिल्ह्यातील ग्रॅनाईट व नीस या खडकांमध्येही अशाच शिरा आहेत यामुळे पाण्यातील क्षारांचे प्रमाण वाढते.

सांगली जिल्ह्यातील जत तालुक्यात जत या गावाशेजारीच लहानशा डोंगरातून डोण या नावाची एक नदी उगम पावते आणि ती पूर्वेकडे जाते. पुढे ती विजापूरच्या दक्षिणेकडे येते आणि बागेवाडी या गावातून वाहत पूर्वेकडे पुढे जाते. तिच्या सर्व खोऱ्यात काळीभोर माती आहे आणि त्यामुळे येथील भूजल सुरुवातीपासूनच खारे झाले आहे. माती इतकी छान काळी आहे की "पिकेल डोण तर खाईल कोण" अशी तेथे म्हण आहे. पाऊस चांगला पडला तर फक्त पावसावरसुद्धा डोणकाठची शेती उत्तम होते. ही नदी शेवटी तिकोटा या गावाजवळ कृष्णानदीस मिळते.

काळी माती आणि पाण्यातील क्षार यांचे संबंध असे आहेत. काळ्या मातीत चुना, मॅग्नेशियम व सोडियम यांची क्षारांशी-पाण्याशी देवाणघेवाण चालू असते. त्यात मीठ (NaCl), कॅल्शियम क्लोराईड ($CaCl_2$), सोडियम कार्बोनेट (Na_2CO_3) यासारख्या क्षारांमुळे पाणी मचूळ होते.

५.५ कालव्यांखाली भिजणाऱ्या जमिनीमधील खारे भूजल

महाराष्ट्रात कालव्यांखालील बागायत क्षेत्रात शेतांना भरपूर पाणी पाजले जाते. पिकांना घातलेल्या खतांमधील क्षार या पाण्यात काही प्रमाणात विरघळतात. हे पाणी जमिनीत मुरून खडकाच्या उताराच्या दिशेने नदीनाल्यांकडे वाहू लागते. नदीजवळ सखलवटीच्या भागात जलपृष्ठ जमिनीजवळ इतके वर येते की केशाकर्षणाने पाणी भूपृष्ठापर्यंत खेचले जाते व दलदल होते. त्यामधील पाणी सूर्याच्या उन्हाने बाष्पीभवन होऊन उडून जाते व पांढरे क्षार जमिनीवर साठून राहतात. त्यामुळे जमीन नापीक होते. दलदलीच्या अशा नापीक जमिनीत क्षारांचे प्रमाण जास्त असल्याने पाणी खारट किंवा कडवट असते.

महाराष्ट्रात दरवर्षी कालव्यांखालील अनेक क्षेत्रांतील नदी-नाल्याच्या काठच्या सुपीक जमिनी क्षारयुक्त होऊन वाया जात आहेत. कालव्याच्या पाण्याचे काटेकोर नियोजन व वापर केल्याशिवाय त्या सुधारणार नाहीत. (पाहा विषय क्रमांक २.१३) कॅनॉलला अस्तर केल्यास कॅनॉलमधील पाणी झिरपण्याचे प्रमाण कमी होते हे खरे; परंतु नदीकाठचे जलपृष्ठ वर येण्याचे मुख्य कारण बागायती क्षेत्रात होणारा कॅनॉलच्या पाण्याचा भरमसाट वापर हे आहे. लेखकाचे मते कालवा ते नदीमधील क्षेत्रापैकी फक्त ३० ते ४०% क्षेत्राला कालव्याचे पाणी पुरवावे. उरलेल्या क्षेत्रात, भूजल फार क्षारयुक्त नसल्यास, विहिरी खणून भूजलाचा उपसा करून बागायत करावी व जलपृष्ठाची पातळी जमिनीच्या फार जवळ येऊ देऊ नये. यामुळे कालव्यात जे जास्त पाणी शिल्लक उरेल ते लिफ्टच्या साहाय्याने उपसून कालव्याच्या लाभक्षेत्राबाहेरील (वरच्या अंगाच्या) जमिनींना देता येईल.

प्रकरण ६ भूजल संशोधन

६.१ भूजल संशोधनाची गरज

ज्या ठिकाणी विहीर किंवा बोअरिंग केले असता कमीतकमी खर्चात भरपूर पाणी मिळेल असे ठिकाण एखाद्या शेतात शोधून काढणे ही अगदी प्राथमिक स्वरूपाची गरज आहे. भूजल हे जमिनीखालच्या प्रस्तरांतून वाहत असल्याने जमिनीवरूनच त्याच्या अस्तित्वाचा अंदाज घ्यायचे प्रयत्न फार पूर्वीपासून झालेले आहेत. त्यापैकी वैदिक वाङ्मय, भृगुसंहिता, दृक्गार्जल शास्त्र यांचा परामर्श पहिल्या प्रकरणात झाला आहे. देवऋषी, पायाळू माणसे, पानाडे यांच्यापासून ते अगदी आधुनिक सामग्री वापरणारे भूजलतज्ज्ञ या सर्वांचे ध्येय एकच - ते म्हणजे पाणी मिळवण्यासाठी चांगली जागा शोधणे. चांगल्या जागी किती पाणी मिळावे याबाबतची अपेक्षा मात्र वेगवेगळी असते. खाऱ्या पाण्याच्या प्रदेशात एखाद्या छोट्या खेड्याला बोअरिंगमधून दिवसाला पाचशे लीटर जरी गोडे पाणी मिळाले तरी गावकऱ्यांना समाधान वाटते. याउलट एखाद्या कारखान्याला बोअरिंगमधून दर दिवशी पन्नास हजार लीटर पाणी मिळाले तरी ते कारखानदाराला अपुरे वाटते.

महाराष्ट्रात खेडोपाडी खणून वाया गेलेल्या असंख्य बोअरिंग किंवा विहिरी पाहिल्या म्हणजे त्यात खर्च झालेल्या पैशांचा आणि परिश्रमांचा अंदाज येऊन वाईट वाटते. विहिरीला उन्हाळ्यात पाणी टिकले नाही तर आठमाही उपयोग होण्याची तरी शक्यता असते. पण बोअरिंगमध्ये सर्वच खर्च वाया जातो. यासाठी भूजल संशोधनाचे महत्त्व महाराष्ट्राच्या तसेच भारतामधील इतर प्रांतातील खडकाळ भागांत जास्त आहे. गंगा-यमुनेच्या गाळवटीच्या प्रदेशांत वाळूचे विस्तीर्ण असे अनेक प्रस्तर असल्याने कुठेही बोअरिंग किंवा विहीर केली तरी पाणी मिळेल अशी स्थिती बहुतेक ठिकाणी असते. त्यामुळे तेथे भूजल संशोधनाचे महत्त्व दक्षिण भारताच्या खडकाळ प्रदेशापेक्षा कमी आहे.

६.२ भूजल संशोधनाची मूलभूत भूशास्त्रीय पद्धत

जमिनीतील पाणी शोधण्याच्या या पद्धतीचे दोन भाग पडतात. त्यापैकी पहिल्या भागात ढोबळपणे मोठ्या क्षेत्रफळात (उदा. तालुक्यात किंवा पाच-सहा गावांच्या एका गटात) सर्वसाधारणपणे भूजल मिळण्याचे दृष्टीने योग्य असे निवडक कोणकोणते भाग आहेत ते पाहावे लागते. दुसऱ्या भागात वरीलप्रमाणे योग्य अशा निवडक भागांमध्ये विहिरींसाठी किंवा बोअरिंगसाठी जागा नक्की केल्या जातात.

पहिल्या भागात जमिनीच्या चढ-उताराचे नकाशे, भूशास्त्रीय नकाशे, उपग्रहावरून काढलेली छायाचित्रे तसेच विमानांतून काढलेले फोटो यांचा उपयोग केला जातो व यांच्यामुळे एखाद्या विस्तीर्ण

प्रदेशांत भूजलासाठी कोणत्या टापूमध्ये जास्त प्रयत्न करायचे हे ठरवता येते. उपग्रहांवरून घेतलेली छायाचित्रे व विमानांतून घेतलेले फोटो यांमुळे पुष्कळदा शेतात चटकन ध्यानात न येणाऱ्या गोष्टी समजू शकतात. एखाद्या क्षेत्रामधे खडकांतील सांधे-भेगा यांच्या ठराविक दिशा, नद्यांचे जुने प्रवाह, जलपृष्ठ उथळ असलेले भाग, नदीनाल्यांच्या पात्रांच्या दिशांचा खडकांच्या सांधे-फटींशी संबंध, अशा गोष्टी या फोटोंवरून कळतात. पहिल्या भागातील पद्धती या कमी खर्चाच्या व कमी वेळ मोडणाऱ्या असतात. यांचा उपयोग करून योग्य त्या टापूची निवड झाली की, विहिरी-बोअरिंगच्या जागा नक्की करण्यासाठी अशा टापूंमध्ये दुसऱ्या भागातील पद्धतींनी सर्वेक्षण सुरू करावे लागते.

विहिरीसाठी पाणी मिळण्याची जागा शोधून काढावयाची म्हणजे ज्या ठिकाणी आपण तपासणी करत आहोत त्या ठिकाणच्या जमिनीखालचे प्रस्तर काय आहेत, याची चांगली माहिती मिळवावी लागते. यासाठी भूस्तरशास्त्राचा अभ्यास करावा लागतो. दक्षिण भारताच्या खडकाळ प्रदेशात प्रत्येक जिल्ह्यात आणि प्रत्येक तालुक्यात प्रस्तरांचे गुणधर्म वेगळे असू शकतात. मुरुमांची जाडी, त्यांचा विस्तार आणि कठीण खडकांचे विदारण यात ठिकठिकाणी फरक दिसतो. म्हणून प्रस्तरांचा अभ्यास करावा लागतो. यासाठी ज्या क्षेत्राची तपासणी करावयाची त्यात शक्यतो पायी हिंडून पुढील गोष्टींकडे लक्ष द्यावे लागते : नद्यानाल्यांचे किनारे व पात्रांमधील वाळू; नद्यांचे डोह; मुरूम, माण किंवा खडक असे जमिनीवर उघडे दिसणारे प्रस्तर; रस्ते व रेल्वे लाईन करताना डोंगरात पाडलेल्या खिंडींमधील प्रस्तर; सभोवारच्या काही विहिरींत लागलेले खणित व विहिरींवर होणारे बागायती पीक-पाणी; या सर्वांची पाहणी करायची असते. खेड्यांतून जाता जाता पिण्याच्या पाण्यासाठी कुठे बोअरिंग केली आहेत? त्यांतील उन्हाळ्यात पाणी देणारी कुठे आहेत? बारमाही बागायतीच्या विहिरी कुठे आहेत? त्यांच्या आसपास काही भूशास्त्रीय विशेष गोष्टी आहेत का? डोंगर भागांत झरे कुठे आहेत? डोंगरांतून येणाऱ्या घळींमध्ये झाडी आहे का? यांच्याकडे लक्ष देणे जरुरीचे असते. गाडीतून, मोटारीतून प्रवास करता करता सुद्धा अशी पाहणी इच्छित स्थळी पोहोचेपर्यंत सहज करता येते. चहूकडे अशा प्रकारे बारकाईने लक्ष दिले की प्रस्तरांचे स्वरूप समजते.

विहीर खणण्यासाठी जागा सखलवटीत किंवा सखलवटीच्या जवळपास असावी. अगदी लहानसासुद्धा जरी झोळ असला तरी त्याला महत्त्व आहे. खोल नाले, नद्या यात बहुधा खडक उघडा पडलेला असतो. म्हणून विहीर खणण्यासाठी खडकाळ नदीनाल्यांच्या जास्त जवळ जाऊ नये. त्याऐवजी नदीच्या पात्रात खडक नसलेला, वाळू किंवा डोह असलेला किनारा चांगला. तसेच उथळ नाले व उथळ सखलवटी या जास्त चांगल्या. नदीला वळण असले तर बऱ्यांच वेळा वळणाच्या बाहेरील बाजूकडे उघडा खडक व आतील बाजूकडे वाळू-गाळवटीचे प्रस्तर असतात.(पाहा : प्रकरण ४, आकृती ४.६.१). अशा आतील बाजूकडे नदीचे जुने पात्र असण्याची शक्यता असल्याने भूजल मिळण्यासाठी ती बाजू चांगली. या सर्व गोष्टींचा अभ्यास म्हणजे जलसंशोधनाची भूशास्त्रीय पद्धत होय.

शहरातसुद्धा एखाद्या प्लॉटमध्ये भूजल संशोधन करताना त्या प्लॉटमधील किंवा जवळपासच्या इमारतींना पाया किती खोलीवर लागला, सगळीकडे सारख्याच खोलीवर पाया लागला, की कुठे लवकर तर कुठे जास्त खोल लागला, भोवतालच्या परिसरात कुठे बोअरिंग केलेली आहेत का, ती किती खोल आहेत, ती एकमेकांच्या पाण्यावर परिणाम करतात का (एकमेकांचे पाणी खातात का?), गच्चीवर पडणाऱ्या पावसाच्या पाण्याने भूजलाचे पुनर्भरण केले जाते का, अशी माहिती घेणे आवश्यक असते.

खेडोपाडी दैवीशक्तीने पानाडे लोक पाणी सांगतात. काही मंडळी जमिनीला कान लावून पाणी सांगतात. काहींच्या पायात कळ येते. काही हातात नारळ धरतात. काही गवंडी लोक वापरतात तसा ओळंबा हातात धरतात आणि त्याखाली शेताचा नकाशा ठेवतात. त्यांच्या हातातील ओळंब्याचे झोके ज्या बिंदूवर थांबतील तो बिंदू नकाशावर दाखवतात. नकाशावर त्या बिंदूचे मोजमाप घेऊन व त्यानुसार शेताच्या बांधावरून मोजमाप घेऊन त्या ठिकाणी विहिरीची जागा निश्चित करतात. काही लोक Y (वाय्) या इंग्रजी अक्षराच्या आकाराची सौंदड, बाभूळ, कडूलिंब, निरगुडी, आपटा अशा झाडांची कोवळी हिरवी फांदी घेतात. आपले दोन हाताचे तळवे आकाशाकडे करून त्यात 'वाय'ची दोन टोके धरतात. त्या टोकांस अंगठा लावतात आणि जमिनीवरून चालत जातात. 'वाय'चे पुढचे टोक खाली गेले की तेथे झरा आहे असे समजतात. कुणी यासाठी L या आकाराच्या तांब्याच्या तारा वापरतात. असे दोन-तीन झरे एकत्र मिळाल्याची जागाही दाखवतात. परदेशातही या प्रकारांनी पाणी दाखवणारे पानाडे आहेत; त्यांना ''डाऊझर'' म्हणतात त्यांच्या संघटनाही आहेत. पानाड्यांच्या सर्व पद्धतीत कार्यकारण भाव कोठेच आढळत नाही. जमिनीत पाणी असेल तेथे कोणत्या शक्तीने हातात धरलेल्या 'वाय' चे तिसरे टोक वर-खाली होते हे कोणीही सांगत नाही. पानाड्याच्या दैवीशक्तीवरच विश्वास ठेवावा लागतो. काही पानाडे मात्र वराहमिहिराच्या संहितेचा उपयोग करतात.

काही पानाड्यांचा त्यांच्या विभागापुरता विहिरींचा अभ्यास झालेला असतो. त्यामुळे त्यांना त्या विभागांत यश मिळते. परंतु त्यामुळे सांगली-सोलापूरकडचा पानाड्या कोकणात यशस्वी होईल असे नाही. मात्र शंभरातील एखाद्या पानाड्याला किंवा साधु-बैराग्याला दैवी शक्ती असू शकते, असे वाटते. हे लिहिण्याचे कारण असे की शास्त्रीय चिकित्सेप्रमाणे जेथे भूजल मिळणे किंवा उन्हाळ्यात टिकणे असंभव वाटते तेथे पानाडे किंवा साधु - बैरागी यांनी दाखवलेल्या काही विहिरींना किंवा बोअरिंगना चांगले पाणी मिळालेले आढळते. अशी ठिकाणे थोडी असतात; पण भूजलशास्त्र हे नैसर्गिक शास्त्र असल्याने निसर्गाचे अशा प्रकारचे चमत्कार काही ठिकाणी बघायला मिळतात. दुसऱ्या नैसर्गिक शास्त्रामधील म्हणजे वैद्यकीय शास्त्रामधील उदाहरण द्यायचे म्हटले तर डॉक्टरांनी आशा सोडून दिलेला एखादा पेशंट झाडपाल्याची औषधे खाऊन जसा बरा झालेला आढळतो, तसाच काहीसा हा प्रकार वाटतो.

६.३ भू-भौतिक किंवा भू-वैज्ञानिक पद्धत

भू-भौतिक शास्त्राचा विकास अलीकडे खूपच झाला आहे. पृथ्वीचे गुरुत्वाकर्षण हे प्रस्तरांच्या घनतेनुसार ठिकठिकाणी सूक्ष्मपणे बदलते. असे सूक्ष्म बदल मोजल्यास त्यावरून प्रस्तरांची रचना समजू शकते. जमिनीमधील लोहचुंबकीय गुणालाही फार महत्त्व आहे आणि त्यारून काही गोष्टी समजतात. जमिनीकडून विद्युत प्रवाहाला होणारा विरोध हीसुद्धा महत्त्वाची गोष्ट आहे. या सर्व गुणधर्मांचा अभ्यास करून निरनिराळी यंत्रे तयार केलेली आहेत. धरणीकंपामुळे किंवा कृत्रिम रीतीने केलेल्या एखाद्या स्फोटामुळे जमिनीत लहरी निर्माण होतात. या धक्क्यांच्या लहरी निरनिराळ्या खडकांतून निरनिराळ्या वेगाने जातात. एकसंघ कठीण खडकातून लहरी लवकर जातात. मुरुमांतून कमी वेगाने जातात. मातीमधून त्याहीपेक्षा कमी वेगाने जातात. पेट्रोलियम तेल शोधण्याच्या प्रयत्नात प्रथम या सर्व गुणधर्मांचा अभ्यास केला गेला आणि भूवैज्ञानिक तपासणीची यंत्रे निघाली. त्यानंतर त्यांच्या अनुषंगाने भूजल संशोधनाची म्हणजेच पाणी पाहण्याची यंत्रे निघाली. अर्थात पेट्रोलियमचा शोध घेणाऱ्या यंत्रांची क्षमता ३००० ते ४००० मीटर खोलीपर्यंत असते

तर भूजलाचा शोध घेणाऱ्या यंत्रांची क्षमता साधारणपणे १०० ते २०० मीटर खोलीपर्यंत असते.

जमिनींतून, खडकांच्या सांधीफटींतून किंवा मुरूम-वाळू यांतून वाहणाऱ्या भूजलाचे भोवतालच्या प्रस्तरांशी घर्षण होत असते व भूजल हे विद्युत वाहक असल्याने या घर्षणामुळे पृथ्वीच्या दक्षिणोत्तर असलेल्या लोहचुंबकीय क्षेत्राच्या तीव्रतेत काही बदल होतात. या सिद्धांतावर आधारित 'मॅन्सफील्ड'

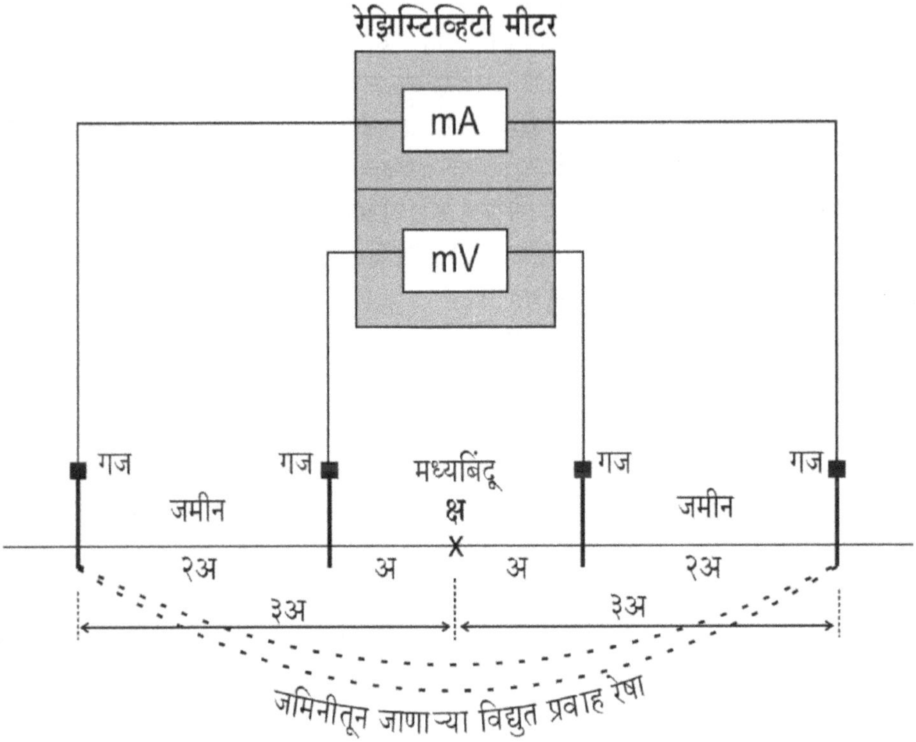

आकृती ६.४.१

रेझिस्टिव्हिटी 'वेन्नर' साउंडिंग

ज्या ठिकाणाच्या खालच्या प्रस्तरांची माहिती मिळवायची असते ते ठिकाण (क्ष) निश्चित झाल्यावर, ते ठिकाण मध्यबिंदू धरून दोन्ही बाजूला एक सरळ रेषा आखली जाते. (आकृती ६.४.१ मधील 'क्ष' हे ठिकाण). त्यानंतर 'क्ष' या ठिकाणाच्या दोन्ही बाजूस ठराविक अंतरांवर दोन-दोन गज जमिनीत सुमारे २० सेंटिमीटर ठोकून गजांशी थोडे पाणी घातले जाते. आकृतीमध्ये 'क्ष' या मध्यापासून जवळचे दोन गज 'अ' मीटर एवढे दूर ठेवले तर दूरचे दोन गज '३ अ' एवढे अंतर दूर ठेवले जातात. म्हणजे लगतच्या कुठल्याही दोन गजांमधील अंतर '२ अ' मीटर राहून 'क्ष' हे ठिकाण मध्यभागी येते.
(पुढील पानावर चालू....)

दूरचे दोन गज हे रेझिस्टिव्हिटी मीटरच्या 'करंट सर्किट'ला जोडतात व त्यामुळे जमिनीतून वाहणारा विद्युत प्रवाह मिलिॲम्पिअर (mA)मध्ये मोजला जातो. या विद्युतप्रवाहामुळे आतील बाजूच्या दोन गजांमध्ये जो विजेचा दाब निर्माण होतो, त्यामधील फरक रेझिस्टिव्हिटी मीटरमध्ये मिलिव्होल्ट (mV)मध्ये मोजतात. जमिनीचा विद्युतविरोध (R) हा (mV) ला (mA) ने भागून मिळतो. जमिनीच्या विद्युत विरोधकतेचे सूत्र पुढीलप्रमाणे आहे :

जमिनीची विद्युत विरोधकता = २ π × (२अ) × (R)

विद्युतविरोधाचे परिमाण 'ओहम्' हे असून विद्युतविरोधकतेचे परिमाण 'ओहम्- मीटर' असे आहे. π ची किंमत ३.२७ इतकी धरली जाते.

'अ' हे अंतर सुरुवातीला १ मीटर ठेवले जाते. व त्यानंतर 'क्ष' या ठिकाणी जितक्या खोलीपर्यंत भूजलाचा शोध घ्यायचा आहे, त्यावर अवलंबून १-१ मीटरच्या टप्प्याने 'अ' हे अंतर १ ते १० मीटरपर्यंत वाढवले जाते. म्हणजे (३अ) हे अंतर ३-३ मीटर ते वाढते. नंतर 'अ' हे अंतर १०-१० मीटरच्या टप्प्याने वाढवले जाते. प्रत्येक वेळची विद्युत विरोधकता मोजून त्याचा आलेख लॉगॅरिथमिक ग्राफ पेपरवर काढला जातो. आलेखामध्ये 'आडव्या' अक्षावर '२अ' हे अंतर व 'उभ्या' अक्षावर त्या अंतरासाठी आलेली विद्युत विरोधकता मांडली जाते. क्ष या ठिकाणाचे खाली प्रत्येक मोजमापाच्या वेळी साधारणपणे (२अ) इतक्या खोलीपर्यंतच्या जमिनीची विरोधकता समजली जाते. क्ष हे भूजल असलेले ठिकाण व भूजल नसलेले दुसरे एक ठिकाण अशा दोन ठिकाणांच्या विद्युत विरोधकतेचे आलेख आकृती ६.४.२ मध्ये दाखवले आहेत.

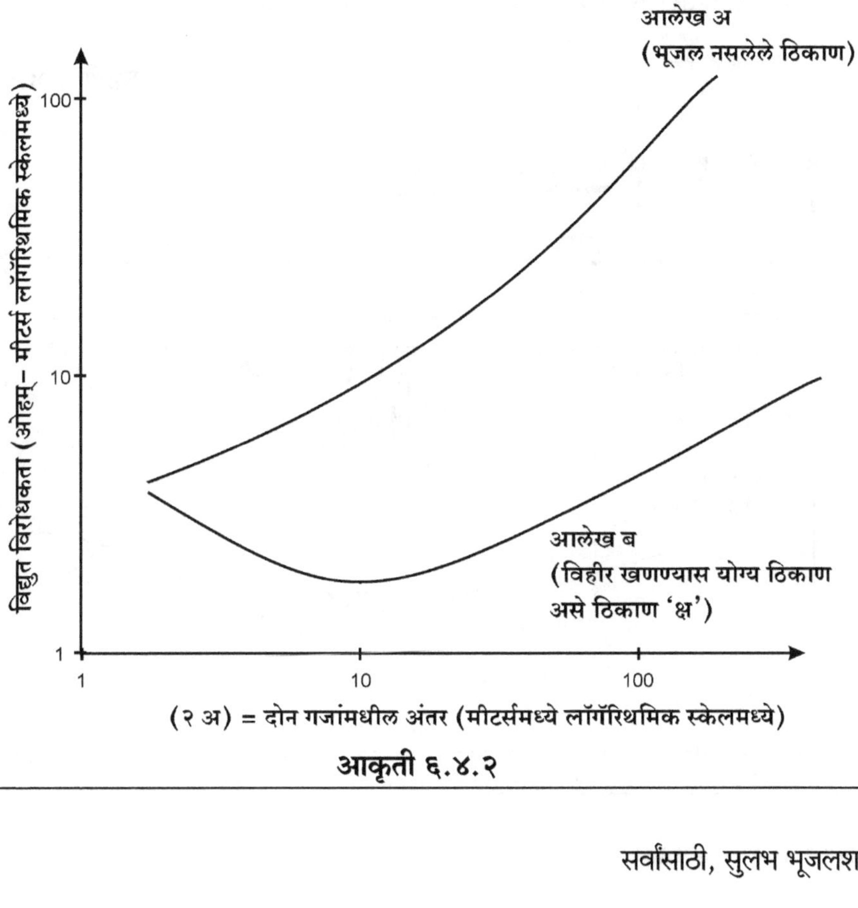

आकृती ६.४.२

रेझिस्टिव्हिटी 'वेन्नर' प्रोफायलिंग

या पद्धतीत जमिनीचा विद्युतविरोध हा एका रेषेतील निरनिराळ्या ठिकाणी कसा बदलत जातो हे समजते. त्यासाठी चारही गजांतील अंतर न बदलता तेवढेच ठेवून एका रेषेत हे गज पुढे-पुढे सरकवले जातात. आकृती ६.४.३ मध्ये समजा एका सरळ रेषेत दर १० मीटर अंतरावर छोटे-छोटे खड्डे खणून त्यात थोडे पाणी टाकले आहे. या खड्ड्यांना ०, १ ,२ ,३ ,४... असे क्रमांक दिले आहेत. सुरुवातीच्या मापनासाठी चार गज अनुक्रमे ०, १, २ व ३ या खड्ड्यांत ठोकले आहेत (आकृती ६.४.३). त्यापैकी ० व ३ येथील गज करंट सर्किटला जोडून त्यातून वाहणारा विद्युत प्रवाह मिलिअँम्पिअर (mA) मध्ये मोजता येतो. गज १ व गज २ यांच्यामधील विद्युत दाबातील फरक मिलिव्होल्ट (mV) मध्ये मोजता येतो. मिलिव्होल्टला मिलिअँम्पिअरने भागून त्या ठिकाणचा जमिनीचा विद्युत विरोध (R) काढला जातो. याप्रमाणे पहिले मापन झाले की त्यानंतर प्रत्येक गज एक-एक खड्डा पुढे सरकवला जातो. म्हणजे आता हे चार गज १, २, ३ व ४ या क्रमांकाच्या खड्ड्यात ठोकले जातात. या ठिकाणचे (mA) व (mV) मोजून (R) ची किंमत काढली जाते व चारी गज पुन्हा एक-एक खड्डा पुढे जातात. प्रत्येक मापनात आलेली (R) ची किंमत ही चारी गजांच्या मध्यबिंदूशी निगडित धरली जाते. अशा पद्धतीने एकाच सरळ रेषेत लांबपर्यंत निरनिराळ्या ठिकाणचा विद्युतविरोध मोजून त्याचा आलेख काढला जातो. (आकृती ६.४.४) सदरील रेषेवर जमिनीचा विद्युत विरोध (R) कमी असेल तेथील खडक मऊ, भेगाळलेला व जलधारक असण्याची जास्त शक्यता आहे असे अनुमान काढले जाते. आकृती ६.४.४ मध्ये सुरुवातीच्या खड्ड्यापासून म्हणजे ० क्रमांकाच्या खड्ड्यापासून सातव्या ते आठव्या खड्ड्याच्या जवळ म्हणजे सुरुवातीपासून सुमारे ७५ मीटर अंतरावरील जागा विहीर खणण्यासाठी चांगली आहे.

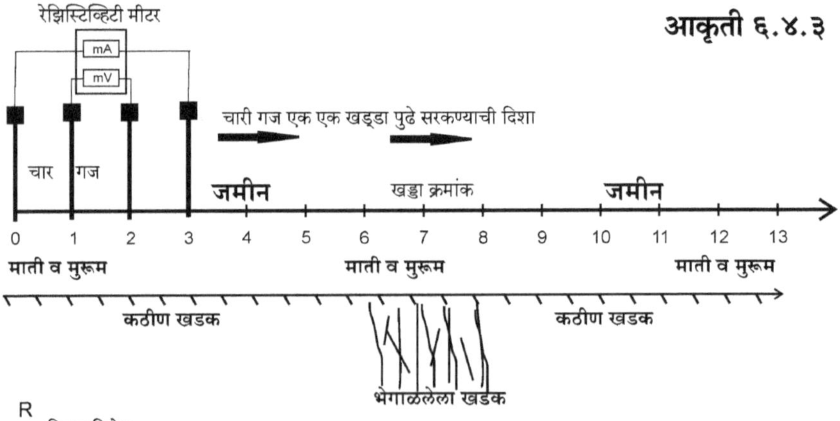

आकृती ६.४.३

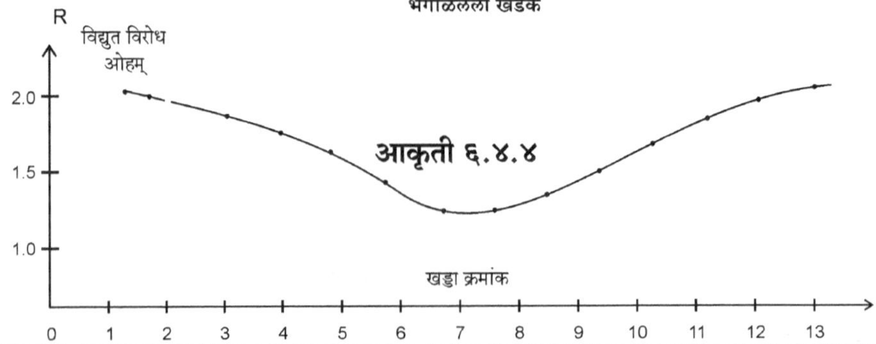

आकृती ६.४.४

आणि 'श्मिड्' या कंपन्यांची पेटंटेड यंत्रे स्वातंत्र्यपूर्व काळात सरकारतर्फे इंग्लंडमधून मागवली गेली व त्यांचा उपयोग अजूनही काही ठिकाणी केला जातो. परंतु सर्वांत जास्त उपयोग हा सध्या 'भूवैज्ञानिक रेझिस्टिव्हिटी' या पद्धतीचा जगभर केला जातो.

६.४ भूवैज्ञानिक रेझिस्टिव्हिटी पद्धत

भूजल संशोधनासाठी आजकाल ही पद्धत जगात सर्वांत जास्त प्रमाणात वापरली जाते. या पद्धतीमध्ये जमिनींत यंत्राच्या साहाय्याने विजेचा प्रवाह सोडतात व त्याला जमिनीकडून जो प्रतिरोध (विरोध) होतो, तो मोजतात. कोरड्या जमिनीत प्रतिरोध खूपच होतो. पाणी असेल तेथे प्रतिरोध कमी येतो आणि खारे पाणी असेल तेथे प्रतिरोध सर्वात कमी येतो. या तत्त्वावर ही यंत्रे म्हणजे 'रेझिस्टिव्हिटी मीटर' तयार केलेली असतात. अशा तऱ्हेने पाण्याच्या जमिनींतील अस्तित्वाचा किंवा अभावाचा थेट परिणाम खडकांच्या विद्युत विरोधावर होत असल्याने ही पद्धती आज जगभर भूजलसंशोधनामध्ये अग्रभागी आहे. काही यंत्रे विजेच्या एकाच दिशेने वाहणाऱ्या प्रवाहावर म्हणजे डायरेक्ट करंटवर (D.C.) काम करतात, तर काही यंत्रांत कमी कंपने असणाऱ्या (Low Frequency A.C.) आल्टरनेटिंग करंटचा उपयोग करतात. ही A.C. वापरणारी यंत्रे जास्त प्रचलित आहेत. ही यंत्रे वापरण्यास कमीत कमी ९ ते १८ व्होल्टच्या बॅटरींची आवश्यकता असते. रेझिस्टिव्हिटी मीटरमध्ये जमिनीत विद्युत प्रवाह किती जातो याचे मोजमाप करण्याचा एक भाग आणि जमिनीचा प्रतिरोध मोजण्याचा दुसरा भाग, अशी यंत्रांची जोडी असते. सर्व्हे करण्यासाठी विजेची बॅटरी, स्टेनलेस स्टील किंवा ॲल्युमिनियमपासून बनवलेले चार गज आणि ८० ते १०० मीटर लांबीच्या, विजेच्या तारांची चार बंडले लागतात. विद्युतप्रवाह जमिनीतून सोडून त्याचे जमिनीतून परिपथ म्हणजे सर्किट पुरे करण्यासाठी दोन गज व या परिपथामधील विद्युत दाबातील फरक मोजण्यासाठी वरील दोन गजांच्या आतील बाजूस आणखी दोन गज, जमिनीत ठराविक अंतरावर ठोकावे लागतात. हे चारही गज एकमेकांपासून ठराविक अंतरावर सरळ रेषेत ठेवले जातात. हे गज जमिनीत सुमारे २० सेंटिमीटर ठोकून त्यांच्या भोवती पाणी घातले की जमीन व गज यांच्यातील कनेक्शन चांगल्या तऱ्हेने पूर्ण होते. या चारी गजांच्या मध्यभागी एक लाकडी खुंटी मारून व ती मध्य धरून, दोन्ही विरुद्ध दिशांना हे चारी गज टेप टाकून ठराविक अंतरावरून मागे मागे किंवा पुढे पुढे हलवले जातात. चारही गजांच्या प्रत्येक स्थितीत विद्युत प्रतिरोध मोजला जातो. मध्यबिंदूपासून म्हणजे खुंटीपासून गज जितके दूर दूर जातील तितके जास्त जास्त खोलीवरच्या पाण्याची स्थिती कळते. त्यामुळे विहीर-बोअरिंग किती खोल करावे हे काढता येते. यास 'वेन्नर साउंडिंग' (Wenner Sounding) असे नाव आहे (आकृती ६.४.१ व ६.४.२). दुसरी एक पद्धत 'श्लुंबरजर साउंडिंग' (Schlumberger Sounding) या नावाची फ्रेंच पद्धत आहे. यामध्ये आतल्या बाजूचे दोन गज (mV मोजले जाणारे) हे दर मोजमापानंतर न हलवता फक्त बाहेरचे दोन गज (mA मोजले जाणारे) हेच हलवले जातात. अशी ७-८ मोजमापे झाली की आतले दोन गज हलवतात. बाहेरच्या दोन गजांतील अंतर हे आतील दोन गजांच्या अंतरापेक्षा पाचपटीपासून ते दहापटीपर्यंत मोठे असते. वेन्नर पद्धतीत हे अंतर कायम तीनपट मोठे असते.

आणखी एका पद्धतीमध्ये चारही गजांमध्ये एकमेकांत एकच ठराविक अंतर ठेवून ते चारही गज जमिनीच्या वरून एकाच सरळ रेषेने पुढे पुढे नेऊन प्रतिरोध मोजतात व पाण्याच्या जागा शोधतात. (आकृती ६.४.३ व ६.४.४) यास 'वेन्नर प्रोफायलिंग' (Wenner Profiling) पद्धत असे म्हणतात.

प्रोफायलिंग पद्धतीमध्ये पहिले प्रोफायलिंग गजांमध्ये ०-१-२-३ या प्रकारे अंतरे ठेवून पूर्ण झाल्यानंतर त्याच खड्ड्यांचा वापर करून ०-२-४-६ किंवा ०-३-६-९ अशी सुरुवात करून प्रोफायलिंग पुन्हा केले जाते. मात्र दर मोजमापानंतर गज एक-एक खड्डाच पुढे सरकवले जातात म्हणजे ०-२-४-६ या नंतर १-३-५-७ अशी स्थिती येते.

स्थूलमानाने या पद्धतींचे वर्णन वर दिले आहे. निरनिराळ्या खोलीवर विद्युत प्रवाहास होणाऱ्या प्रतिरोधाचे आलेख काढावे लागतात आणि त्यावरून पाणी समजते. परंतु हे सर्व शास्त्र भूविज्ञान म्हणजे जिओफिजिक्स या विषयाचे आहे. त्यात जे लोक पारंगत व अनुभवी असतात, तेच ही पद्धत चांगल्या तऱ्हेने हाताळू शकतात. अलीकडे खूपच लोक या पद्धतीचा वापर करू लागले आहेत. वेन्नर किंवा श्लुंबरजर साउंडिंग करून मिळवलेल्या आलेखाचे निष्कर्ष काढण्यासाठी सध्या कॉम्प्युटर प्रोग्रॅम्स सुद्धा उपलब्ध आहेत.

महाराष्ट्राच्या भूमीत निष्कर्ष काढण्यात काही चुका होण्याचा संभव आहे. विद्युत विरोधकतेचे आलेख हे जास्त खोलीवरचा पण कमी जाडीचा सच्छिद्र प्रस्तर दाखवतीलच असे नाही. लाव्हारसांच्या कठीण खडकांच्या थरांमध्ये पाणी देणारे सांधे किंवा गेरूचे थर जाडीने कमी असतात. त्यामुळे जास्त खोलीवरचा १-२ मीटर जाडीचा विद्युतवाहक गेरूचा थर किंवा सांधा आलेखामध्ये प्रतिबिंबित होईलच असे नाही. काही ठिकाणी तर आलेखात उलट स्थिती दिसते. उदाहरणार्थ, नदी-नाल्याच्या गाळवटीच्या भागात खूप पाणी देणारा वाळू व गोट्यांचा जो थर असेल तो विजेच्या प्रवाहास ओल्या मातीच्या पाणी न देणाऱ्या थरापेक्षा जास्त प्रतिरोध करतो. अशा आलेखाचे वाचन भूविज्ञानशास्त्रामध्ये जो चांगला तज्ज्ञ असेल तोच करू शकेल. यावरून हे स्पष्ट होईल की भूविज्ञानशास्त्र व भूस्तरशास्त्र या दोन्हीचाही अभ्यास भूजल संशोधन यशस्वी होण्यासाठी करावयास हवा.

६.५ भूकंप लहरीचा वेग मोजणारे यंत्र

निसर्गामधे भूकंपाचे धक्के बसतात, त्यांच्या लहरी निरनिराळ्या खडकांतून वेगवेगळ्या वेगाने वाहतात. एकसंध खडकातून त्या त्वरित वाहतात तर भेगाळलेला खडक किंवा मुरूम यामधून जाताना त्यांना वेळ लागतो. या गुणधर्मावरून हे यंत्र रचलेले आहे. यामधे जमिनीवर लोखंडाची जाडशी तबकडी ठेवतात. तीवर हातोड्याने जोराचा ठोका मारतात. हातोडीला एक विद्युत तार जोडलेली असते त्यावरून ठोका केव्हा मारला गेला ती वेळ यंत्रात नोंदली जाते. तबकडीपासून ठराविक अंतरावर काही जिओफोनस् (Geophones - म्हणजे एक प्रकारचे विद्युत स्टेथॉस्कोपच) एका सरळ रेषेत ठेवतात. ठोका मारल्याने जमिनीमध्ये तयार होणारी 'P-wave' नावाची लहर प्रत्येक जिओफोनशी किती वेळाने आली त्याची यंत्रात नोंद होते व त्यावरून खडकांच्या गुणधर्माबाबत अनुमान काढतात. माती, मुरूम, विदारित खडक यांतून या लहरी दर सेकंदाला ८०० ते १००० मीटर या गतीने जातात, तर कठीण पाषाणांमध्ये त्यांची गती दर सेकंदाला ३००० मीटरपेक्षाही जास्त असते. या पद्धतीने महाराष्ट्रात काळ्या खडकावरील विदारित प्रस्तरांची जाडी समजू शकते. पण तो प्रस्तर कोरडा आहे की ओला आहे हे आणि जलसंचयाची जाडी समजण्यास थोडे अवघड आहे. त्यासाठी खूप अनुभव हवा. शिवाय हे यंत्र वापरताना जवळून गाडी गेली, गाई-म्हशी गेल्या, माणसे भरभर चालत गेली की त्यामुळे उगीचच कंपने निर्माण होतात. हे यंत्र वापरून काळा कठीण पाषाण जमिनीपासून जास्त खोल कुठे आहे हे समजले की त्या जागेखाली मुरूम-वाळू, विदारित खडक अशा सच्छिद्र प्रस्तरांची जाडी जास्त असल्याने भूजलाचा साठाही जास्त असेल असा

निष्कर्ष काढता येतो. भूजल संशोधनाखेरीज या यंत्राचा अजूनही एक उपयोग आहे. प्रचंड उंच इमारत बांधण्यापूर्वी तसेच पूल अथवा धरण बांधण्यापूर्वी तेथील जागेत पायासाठी भक्कम प्रस्तर आहेत का, ते किती खोलीवर आहेत यांचा अभ्यास करण्यासाठी ही यंत्रे वापरली जातात.

याशिवाय इलेक्ट्रोमॅग्नेटिक यंत्रेही भूजल संशोधनासाठी वापरली जातात. यामध्ये विद्युत लहरींचा प्रक्षेपक (ट्रान्समीटर) व ग्राहक (रिसीव्हर) अशी दोन उपकरणे असतात. ही यंत्रे जास्त महाग असून त्यांच्या आलेखाचे वाचन करून त्यावरून निष्कर्ष काढणे हे काम तांत्रिक आहे. अशा तऱ्हेने जमिनीतील पाणी तपासण्यास निरनिराळ्या भूवैज्ञानिक यंत्रांचा वापर होतो. परंतु अशी सर्व यंत्रे ही मूलभूत भूशास्त्रीय पद्धतीला साहाय्यक असतात. भूजलशास्त्राच्या अभ्यासकाला त्यांची मदत होते व त्याचे मत त्यावरून तो पक्के करू शकतो. परंतु प्रस्तरांचे व भूजलशास्त्राचे चांगले ज्ञान नसताना नुसती भूवैज्ञानिक यंत्रे वापरून निष्कर्ष काढण्यात चुका होण्याचा संभव असतो.

भूवैज्ञानिक यंत्रांची किंमत व शेतामध्ये भूजल संशोधन करण्यासाठी येणाऱ्या तज्ज्ञांचा व सहकाऱ्यांचा वेळ, प्रवासखर्च, राहण्याचा खर्च व त्यांची फी यांचा विचार करता सामान्य शेतकऱ्यांच्या दृष्टीने तरी हे संशोधन परवडत नाही. त्यामुळे अनेकदा भूशास्त्रीय पाहणीच करणे जास्त सोयीचे ठरते. अशा पाहणीतून ठिकाणाची निवड झाल्यानंतर तेथे विहिरीचा मोठा खर्च करण्याच्या आधी १०० मिलिमीटर (४ इंच) व्यासाचे बोअरिंग १२-१५ मीटर खोल करून जमिनीखालील प्रस्तरांचे प्रकार व जलपृष्ठाची खोली यांचा अंदाज घेणे फायद्याचे असते.

एक गोष्ट लक्षात ठेवायला हवी की भूजल संशोधन जरी अगदी तज्ज्ञ व्यक्तीने शास्त्रीय पद्धती वापरून केले तरी त्याला १००% गॅरंटीचे यश कधीच येत नाही. सुमारे ८०-८५% यश येऊ शकते. कारण खडकाळ प्रदेशातील भूजल हे खोलवरच्या अनियमित सांधी-फटींमधून वाहात असल्याने त्यांचा निश्चितपणे शोध घेणे अवघड असते. अगदी प्रगत अशा पाश्चात्त्य देशांनाही हे जमलेले नाही. भूजलशास्त्र, हवामानशास्त्र, आरोग्यशास्त्र अशा निसर्गाशी संबंध असलेल्या शास्त्रांच्या अचूकपणाला मर्यादा असतात.

प्रकरण ७

पिण्यासाठी योग्य पाणी

७.१ जड पाणी व हलके पाणी

तलाव, नदी, नाले, धरणांजवळचे मोठे जलाशय यांच्यामधील पाण्याचे प्रदूषण हे पटकन होत असल्याने सर्व शहरासाठी पाणीपुरवठा हा जलाशयातून मिळणारे पाणी क्लोरिनने निर्जंतुक करूनच केला जातो. काही मोठ्या शहरांसाठी तर फिल्टरेशन (गाळणे) व क्लोरिनेशन असे दुहेरी शुद्धीकरण केले जाते. क्लोरिनमुळे पाण्यातील जंतू मरतात व ते पाणी जीवशास्त्राच्या दृष्टीने शुद्ध होते आणि ते पिण्यास धोका नसतो.

जमिनीवरील पाण्याच्या मानाने भूजलाचे प्रदूषण कमी असते. त्यांतही विहिरीच्या पाण्यापेक्षा बोअरिंगचे व बोअरिंगपेक्षा खोल ट्यूबवेलचे पाणी पिण्यासाठी उत्तम समजले जाते. तरीसुद्धा विहिरी किंवा बोअरिंगचा परिसर स्वच्छ ठेवला तर ते भूजल शुद्ध राहण्याच्या दृष्टीने जास्त चांगले असते.

परंतु निर्जंतुक पाणी हे कधी कधी पिण्यालायक असतेच असे नाही. कारण पाण्यात जंतू नसले तरी अन्यही खनिज पदार्थ विरघळलेले असतात. उदाहरणार्थ, काही पाण्यात शिसे या धातूचे प्रमाण जास्त असण्याचा संभव असतो. काही अरण्यातून असे नाले वाहतात की ज्यात विषारी वनस्पतींच्या मुळ्यांतील रस विरघळून येतात व ते पाणी बाधक बनू शकते. कर्नाटकात काही ठिकाणी बचनागाच्या मुळ्यांवरून वाहिलेले पाणी बाधक ठरलेले आहे. त्याचप्रमाणे काही पाण्यात खनिजांचे क्षार विरघळलेले असतात. आपण म्हणतो की एखाद्या गावचे पाणी जड (कठीण) आहे तर एखाद्या गावचे पाणी हलके (मृदू) आहे. हलक्या पाण्यात क्षारांचे प्रमाण कमी असते व जड पाण्यात विरघळलेले क्षार जास्त प्रमाणात असतात. हलक्या पाण्याने हात धुताना साबणाचा फेस भरपूर होतो तसा जड पाण्याने हात धुताना होत नाही. ज्या पाण्यात लोखंडाची संयुगे विरघळलेली असतात ते पाणी पचावयास जड असते. ज्या पाण्यात कॅल्शियमबायकार्बोनेट [CaHCO3] विरघळलेले असते ते पाणी चवीस चांगले लागते आणि प्रकृतीसही छान असते. परंतु अशा पाण्यातील जास्त कॅल्शियममुळे काही वेळा मूतखड्यांसारखे रोग होतात. एक लीटर पाण्यामध्ये ३०० ते ५०० मिलिग्रॅम एवढे क्षार (घनपदार्थ) विरघळलेले असतील, तर ते पाणी पिण्यासाठी चांगले समजले जाते. अगदी कमी क्षारयुक्त पाण्यामुळे हृदयरोगाचा संभव असतो; तर अतिक्षारयुक्त पाण्याने मूत्रपिंडाचे रोग संभवतात.

७.२ आर्सेनिक व फ्लोराईड्स

पिण्याच्या पाण्यात विरघळलेला कोणता पदार्थ किती प्रमाणात असावा म्हणजे तो प्रकृतीस पोषक होतो व कोणत्या मर्यादेच्या पलीकडे गेला की तो प्रकृतीस विघातक होतो हे माहीत असणे हितावह होय. (कोष्टक

७.२.१ पाहा) फ्लोरिनची संयुगे म्हणजे फ्लोराईड्स शरीरास आवश्यक असतात. ती पाण्यात नसतील तर त्या ठिकाणच्या लोकांचे दात दुबळे होतात. त्यामुळे काही दंतमंजनात म्हणजे टूथपेस्टमध्ये फ्लोराईड घातलेले असते. पण काही अशीही ठिकाणे आहेत की, जेथे पाण्यात फ्लोराईड्सचे प्रमाण जास्त झाल्याने तेथे फ्लोरोसेस नावाचा हाडांचा रोग लोकांना होतो. हाडे ठिसूळ बनतात व दुखतात. यामुळे गावोगावी होणारे रोग आणि त्यांच्याशी पाण्याचा संबंध यावर शास्त्रज्ञांनी संशोधन केले. आर्सेनिक या अशाच प्रकारच्या दुसऱ्या घातक मूलद्रव्याची संयुगे भूजलात आढळून येतात. आर्सेनिकमुळे हातापायांना काळे डाग पडलेले लोक भारतात गंगा-यमुना खोऱ्यांत तसेच जगातील ब्राझील-अर्जेंटिनापासून ते बांगलादेश-ब्रह्मदेश-नेपाळ-चीनपर्यंत अनेक देशांतील मोठ्या मोठ्या नद्यांच्या गाळाच्या प्रदेशांत आहेत. त्यांना आर्से निक नसलेले पाणी पिण्यासाठी पुरवणे ही फार मोठी जागतिक समस्या आहे.

अमेरिकेत पिण्याच्या पाण्यामध्ये विरघळलेल्या रासायनिक द्रव्यांचा अभ्यास बरीच वर्षे चालू आहे. वर्ल्ड हेल्थ ऑर्गनायझेशनने १९८४ साली पिण्याच्या पाण्यासाठी परिमाणे प्रसिद्ध केली. नंतर चाचण्यांवरून पाण्यात कोणती द्रव्ये किती असावीत याचे प्रमाण त्यांनी काही वेळा बदलले आहे. मानवी प्रकृती, तो राहत असलेले वातावरण, घेत असलेले अन्न आणि जीवनाची पद्धती या अनेक गोष्टींवर खनिजांची आवश्यकता अवलंबून असते. आपल्या पिण्याच्या पाण्यात कोणत्या पदार्थांचा अतिरेक होऊ नये हे लोकांना कळावे म्हणून इंडियन कौन्सिल ऑफ मेडिकल रिसर्च (ICMR) या संस्थेने १९६२मध्ये पिण्याचे पाणी कसे असावे याची एक पत्रिका प्रसिद्ध केली. त्यानंतर १९७५ साली पुन्हा एक तज्ज्ञांची समिती बसवली व संशोधन चालू ठेवले. त्यांनी असे ठरवले की पाणी घातक जंतूंपासून मुक्त असावे. त्यात अपायकारक रासायनिक द्रव्ये असू नयेत. ते स्वच्छ दिसावे, त्याला घाण वास असू नये व ते चवीस चांगले असावे. उत्तम दर्जाच्या पिण्याच्या पाण्यामधे कोणते पदार्थ किती प्रमाणात असले तर चांगले हे व त्यांच्या खालच्या व वरच्या मर्यादा कोष्टक ७.२.१ मध्ये दिल्या आहेत. पिण्याच्या पाण्याची आम्लता किंवा अल्कता मोजण्याचे परिमाण pH (सामू) हे आहे. pH ची किंमत ७.० च्या खाली असेल तर पाणी आम्ल स्वरूपाचे व ७.० पेक्षा जास्त असेल तर पाणी अल्कली स्वरूपाचे असते. पिण्याच्या पाण्यासाठी सामूची किंमत ७.५ ते ८.५ म्हणजे किंचित अल्क गुणधर्माची असणे चांगले समजले जाते.

खालील कोष्टकात दिलेले आकडे mg/L म्हणजे एका लीटरमध्ये किती मिलिग्रॅम पदार्थ विरघळलेला असावा याचे आहेत. अनेक वेळा शास्त्रीय भाषेत PPM (पार्टस पर मिलियन) म्हणजे एका किलोग्रॅममध्ये किती मिलिग्रॅम पदार्थ विरघळलेला आहे असा उल्लेख येतो. पाण्याची घनता सामान्यपणे १.० किलोग्रॅम/लीटर अशी असल्याने पाण्याच्या बाबतीत हे दोन्हीही आकडे (mg/L किंवा PPM) एकच समजले जातात. कोष्टक ७.२.१ मध्ये महत्त्वाचे असे दहा घटक घेतलेले आहेत. २००३मध्ये दुरुस्त केलेल्या भारतीय मानकांमध्ये पिण्याच्या पाण्यामधील रासायनिक व जैविक अशा ३३ घटकांच्या मर्यादा सांगितल्या आहेत. त्यापैकी महत्त्वाच्या काही मर्यादा कोष्टक ७.२.१ मध्ये दिल्या आहेत. अर्थात जेथे पिण्यासाठी पाण्याचा दुसरा काहीच स्रोत उपलब्ध नसेल तेथे लोकांना जे आहे तेच पाणी प्यावे लागते. त्यामुळे कोष्टकातील मर्यादा या अगदी काटेकोर नसून त्यांत थोडीफार शिथिलता असते.

७.३ पिण्याचे चांगले पाणी

वरील कोष्टकावरून असे दिसून येते की, पिण्याच्या पाण्यामध्ये नायट्रेटचे प्रमाण 45 mg / l (म्हणजे एका लीटरमधे ४५ मिलिग्रॅम) यापेक्षा जास्त होणे बाधक असते. बागायत शेतीत, विशेषतः उसाच्या

कोष्टक क्र. ७.२.१		
पदार्थ	उत्तम दर्जाच्या पिण्याच्या पाण्यामधील क्षारांचे प्रमाण mg / L	पिण्याच्या पाण्यासाठी क्षारांची वरची मर्यादा mg / L
१) पाण्यात विरघळलेले एकूण सर्व घन पदार्थ	३०० ते ५००	१५०० ते २०००
२) चुन्याच्या भाषेत कठीण पाणी(as CaCo3)	३००	६००
३) कॅल्शिअम	७५	२००
४) तांबे	०.०५	१.५०
५) लोह	०.१०	१.००
६) क्लोराईड (मधील क्लोरिन)	२००	१०००
७) सल्फेट्स, मॅग्नेशियम सल्फेटच्या प्रमाणात	२००	४००
८) नायट्रेट NO3	नसले तरी चालते	जास्तीत जास्त ४५
९) फ्लोराईड (मधील फ्लोरिन)	१.० पेक्षा कमी	जास्तीत जास्त १.५०
१०) आर्सेनिक	नसले तरी चालते	जास्तीत जास्त ०.०१

पिकासाठी अलीकडे नायट्रोजन देणारी खते मोठ्या प्रमाणावर घालतात आणि त्यामुळे सिंचन क्षेत्रातील काही खेड्यांमधे पिण्याच्या पाण्याच्या विहिरीत नायट्रेटचे प्रमाण जास्त आढळते. अशा खेड्यांत लहान मुलांच्या रक्तामध्ये प्राणवायूचे (ऑक्सिजन) प्रमाण कमी राहते त्यामुळे अशक्तपणा जाणवतो. या रोगास मिथेमोग्लोबिनेमिया असे म्हणतात. एकदा विरघळलेले नायट्रेट त्या पाण्यातून दूर करता येत नाहीत. त्यामुळे नायट्रोजनची खते दिलेल्या शेतजमिनीतील उथळ विहिरींचे पाणी लहान मुलांना शक्यतो देऊ नये. गर्भवती स्त्रियांनीसुद्धा असे पाणी पिऊ नये. खोल बोअरिंगचे पाणी पिणे हे जास्त चांगले.

पाण्यातील दुसरा घातक पदार्थ म्हणजे फ्लोराईड हा होय. सर्वसाधारणपणे असे आढळून येते की, पाण्यामध्ये 1.0 mg / l (म्हणजे एका लीटरमागे एक हजारांश ग्रॅम) पर्यंत फ्लोरिन असल्यास प्रकृतीस (दातांसाठी) चांगले; पण 1.5 mg / l पेक्षा जास्त फ्लोरिन असेल तर ते वाईट असते. आंध्र प्रदेश आणि कर्नाटक तसेच राजस्थान या राज्यांत ग्रॅनाईट खडकांच्या प्रदेशात तर सौराष्ट्रात चुनखडीच्या प्रदेशात काही ठिकाणी भूजलात फ्लोरिन जास्त प्रमाणात आढळते. तेथील लोकांचे दात व हाडे ठिसूळ होऊन फ्लूरोसिस नावाचा रोग होतो. तामिळनाडूमध्ये सालेम व धर्मपुरी जिल्ह्यांत आणि कर्नाटकात तुमकूर व कोलार जिल्ह्यांत 1.5 PPM ते 5.0 PPM पर्यंत फ्लोरिन आढळते. कर्नाटकातील अनंतपूर, नेलोर, गुंटूर, कृष्णा, नलगोंडा इ. जिल्ह्यांतील काही ठिकाणच्या भूजलात 20.0 PPM च्या वर फ्लोरिन आढळते. पिण्यास दुसरे पाणी नसल्याने लोकांना दुबळेपणाने जगावे लागते किंवा लांबून पाणी आणावे लागते. अशा ठिकाणी खेड्यांतील पावसाचे पाणी साठवणाऱ्या तळ्याशेजारीच विहीर खणल्यास त्यात फ्लोराईड कमी प्रमाणात आढळते. कारण फ्लोराईड युक्त भूजलात फ्लोराईड नसलेल्या पावसाच्या पाण्याचे पाझर मिसळल्यामुळे फ्लोराईडचे प्रमाण खाली येते. तसेच पाझर तलावाच्या खालच्या बाजूस खणलेल्या विहिरीला सुद्धा फ्लोराईड कमी असलेले भूजल मिळते.

या बाबतीत अमेरिकेसारख्या राष्ट्रात आणखीही प्रगती झालेली आहे. तेथे दुभत्या जनावरांना देण्याच्या पाण्यात खनिजांचे प्रमाण काय असावे, शेळ्या- मेंढ्या यांना पाजावयाच्या पाण्यात खनिजे कोणती असावीत हे दिलेले असते. डेअरीचा धंदा करणारे लोक, शेळ्या-मेंढ्या पाळणारे लोक, कुक्कुटपालन करणारे लोक हे सर्वजण आपापल्या प्राण्यांना त्या त्या तऱ्हेचे पाणी देतात. जनावरे नुसती पाळली की झाला धंदा, अशी तिकडे भावना नसते. त्यांची उत्तम निगा राखली जाते. बागायतीसाठी कोणत्या तऱ्हेचे पाणी द्यावे यावरही प्रयोग करून पाण्यात कमी असलेली द्रव्ये मिसळून ते पाणी ठिबक सिंचन पद्धतीने वापरतात. तरीसुद्धा पाण्यातील विरघळलेल्या व प्रकृतीस अपायकारक घटकांविषयी जेवढी जागरूकता पाश्चात्त्य देशांत दिसते त्यामानाने अन्नधान्य व दूध यांतील अपायकारक घटकांबाबत त्यांचीही जागरूकता थोडी कमीच आहे.

प्रकरण ८

भूजलशास्त्रातील आणखी काही संकल्पना

८.१ डार्सीचा सिद्धान्त

गणितीय भूजलशास्त्राची सुरुवात डार्सीच्या सिद्धांतापासून होत असल्याने त्याची थोडी माहिती करून घेणे जरुरीचे आहे. बारीक नळ्यांतून म्हणजेच केशनलिकेतून वाहणाऱ्या पाण्याचा अभ्यास इ.स. १८३९ साली हेगेन व त्यानंतर थोड्याच वर्षांनी प्वासूल या शास्त्रज्ञाने केला. डार्सी या फ्रेंच शास्त्रज्ञाने इ.स. १८५६ साली प्रयोग करून जमिनीतील पाण्याच्या गतीवरचा एक सिद्धांत मांडला. भूमीतून वाहणाऱ्या सर्व द्रवांना म्हणजे पाणी व खनिज तेले यांना हा सिद्धांत लागू पडतो.

या सिद्धांतामध्ये सच्छिद्र प्रस्तरांतून वाहणाऱ्या पाण्याची गती व प्रवाहाचा दर मीटरला होणारा शीर्षक्षय यांचे नाते सांगितले आहे.

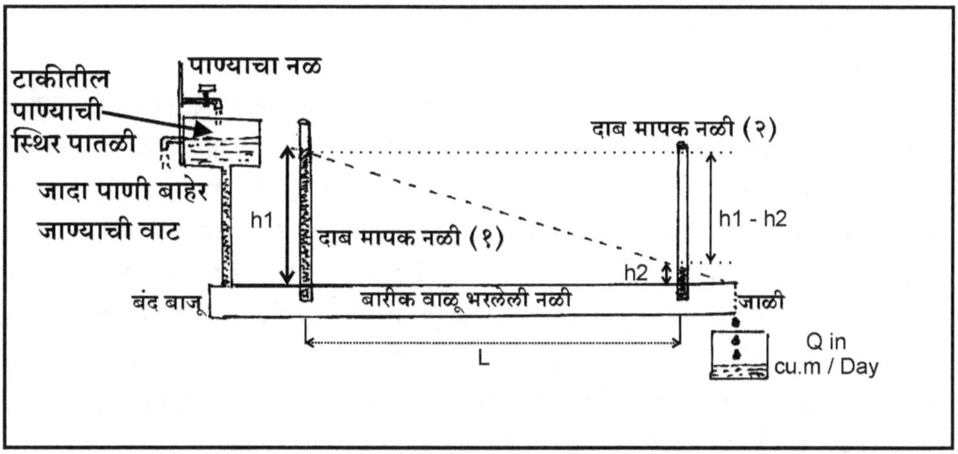

आकृती ८.१.१

आकृती ८.१.१ या आकृतीत बारीक वाळूने भरलेल्या लांब अशा नळीचे छेद-क्षेत्रफळ 'A' चौ. मी. आहे. नळीच्या एका बाजूला जाळी बसवली असून दुसरी बंद बाजू पाण्याच्या टाकीला जोडली आहे. या टाकीतील पाण्याची पातळी ही नळातून येणारे पाणी व बाहेर जाणारे पाणी यांचेवर नियंत्रण ठेवून एका जागी स्थिर ठेवली आहे.

नळीच्या एका टोकाशी बसवलेल्या जाळीतून बाहेर पडणारे पाणी मोजण्याची व्यवस्था आहे. हे पाणी दर दिवशी 'Q' घनमीटर इतके आहे. नळीतून वाहणाऱ्या पाण्याचा दाब म्हणजेच 'दाबशीर्ष' मोजण्यासाठी काचेच्या दोन बारीक, उभ्या नळ्या आहेत. पाणी मोठ्या आडव्या नळीमधील वाळूतून वाहताना, वाळूच्या

कणांना चिकटून राहिलेले पाणी व वाहते पाणी यांच्यातील घर्षणामुळे शीर्षक्षय होतो. आकृतीमध्ये पहिल्या दाबमापक नळीतील शीर्ष h_1 व दुसऱ्या दाबमापक नळीतील शीर्ष h_2 असल्याने, दोन नळ्यांतील 'L' मीटर इतके अंतर कापताना पाण्याचा (h_1-h_2) मीटर इतका शीर्षक्षय (Frictional Loss) झाला आहे. डार्सीच्या सिद्धांताप्रमाणे पाणी वाळूतून वाहण्याची गती 'V' ही शीर्षक्षय भागिले दाबमापकातील अंतर L यांच्याशी प्रमाणित असते. म्हणजेच,

$$V \alpha \frac{h_1 - h_2}{L} \quad \text{किंवा} \quad V = K \frac{h_1 - h_2}{L}$$

वरील समीकरणांतील K या स्थिर संख्येला वाळूचा 'पार्यता गुणांक' म्हणतात. त्याचे परिमाण मीटर / दिवस (म्हणजे दर दिवशी अमुक मीटर) असे आहे. पार्यतेची प्राथमिक ओळख आपण आधीच्या प्रकरणांत करून घेतलीच आहे. (पाहा : विषय ३.५) काही प्रस्तरांचे पार्यता गुणांक पुढीलप्रमाणे आहेत.

काळी माती ०.००१ (मीटर दर दिवसाला)

मुरुम ५.००० (मीटर दर दिवसाला)

जाड वाळू २०.०००(मीटर दर दिवसाला)

निरनिराळ्या प्रस्तरांचे निरनिराळे पार्यता गुणांक असतात. $V= \frac{Q}{A}$ या गतीस डार्सियन गती म्हणतात. प्रत्यक्षात Q एवढे पाणी हे नळीच्या A या क्षेत्रफळातून न वाहता त्यातील फक्त पोकळ भागातून वाहते. त्यामुळे प्रत्यक्षात पाण्याच्या कणांची गती ही डार्सियन गतीपेक्षा जास्त असते.

पृष्ठभागावरून वाहणाऱ्या पाण्याची गती, जर शीर्षक्षय (h_1-h_2) असला तर $\sqrt{2g(h_1-h_2)}$ इतकी असते, पण प्रस्तरातून वाहणाऱ्या भूजलाची गती मात्र त्याच शीर्षक्षयाला

$\frac{K(h_1-h_2)}{L}$ इतकी असते. म्हणजेच पृष्ठभागावरून पाणी वाहताना जी गती आहे, त्यापेक्षा जमिनीतून पाणी वाहताना पाण्याची गती खूपच कमी असते. पृष्ठभागावरून वाहणाऱ्या पाण्याची गती 'मीटर/सेकंद' म्हणजे दर सेकंदाला अमुक मीटर्स अशी मोजली तर भूजलाची गती अत्यंत हळू असल्याने 'मीटर/दिवस' म्हणजे दर दिवशी अमुक मीटर अशी मोजावी लागते. याचे कारण असे की, भूजल हे प्रस्तरातून वाहताना त्याला प्रस्तराच्या कणांचा अडथळा येत असतो. तो दूर करत करत कणांना वळसा घालून पाण्यास पुढे मार्गस्थ व्हावे लागते. प्रस्तरातील केशनलिकांचा आकार हा काचेच्या नळीसारखा नसतो तर प्रस्तराच्या कणांमधील पोकळीमुळे तो वेडावाकडा झालेला असतो. त्यामुळे वरील आकृतीत दर्शवलेली 'L' ही प्रवासाची लांबी ही दर्शनी लांबी असते. कणांतून वळणे घेत पाण्याने केलेला प्रवास हा खूपच जास्त लांबीचा होतो. यामुळे ऊर्जा जास्त खर्च होते.

१८५६ साली मांडलेला डार्सीचा सिद्धांत हा 'गणितीय भूजलशास्त्रा'चा पाया समजला जातो. या सिद्धांताचा १५०वा वाढदिवस हा फ्रान्समधील दिजाँ (Dijon) या डार्सीच्या शहरात २००६ मध्ये साजरा झाला. यासाठी जगभरातून सुमारे ३०० भूजलतज्ज्ञ निमंत्रित होते. भारतातून हैदराबादच्या NGRI या संस्थेतील डॉ. शकील अहमद व या पुस्तकाचे लेखक डॉ. श्री. दा. लिमये असे दोघेजण या सोहळ्यात सहभागी झाले होते.

८.२ भूजलाच्या ऊर्जेचा ऱ्हास

विहिरीत किंवा झऱ्यात पाणी जमिनीतून बाहेर पडताना दिसते. याला वाहण्यासाठी शक्ती कोठून येते किंवा

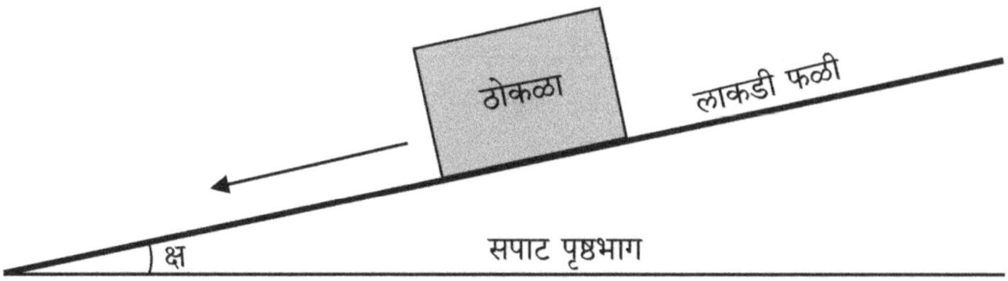

आकृती ८.२.१

शास्त्रीय भाषेत म्हणावयाचे तर ऊर्जा कोठून मिळते? प्रस्तरातील भूजल साठ्यामधील प्रत्येक जलबिंदूला त्याच्यावरील पाण्याच्या दाबामुळे व समुद्रपातळीपासून त्या बिंदूच्या उंचीमुळे एक शीर्ष मिळालेले असते. मुक्त भूजलाच्या बाबतीत जलपृष्ठाने व बंदिस्त भूजलाच्या बाबतीत दाबपृष्ठाने हे शीर्ष दाखवले जाते.

गर्दीतून माणसाला जशी धक्के देत-घेत वाट काढावी लागते तशीच अवस्था जमिनीतील पाण्याचीही आहे. प्रस्तराच्या कणाकणाला चिकटून बसलेल्या पाण्याला धक्के देत त्यामधील पोकळीतून प्रवाही पाण्याचे थेंब वाट काढत पुढे जातात. गर्दीतून वाट काढताना माणूस जसा थकतो म्हणजे त्याची ऊर्जा कमी होते तशीच स्थिती जमिनीतील पाण्याची आहे. त्यामुळे प्रस्तराच्या कणांना चिकटलेले स्थिर पाणी व कणांमधील पोकळीतून वाहणारे प्रवाही पाणी यांच्यातील घर्षणामुळे वाहत्या पाण्याची ऊर्जा कमी होत जाते. ह्यालाच शीर्षक्षय म्हणतात. कणाकणातील पोकळी जर मोठी असेल तर ऊर्जेचा ऱ्हास मोठ्या प्रमाणात होत नाही. परंतु ही पोकळी जर लहान असेल तर ऊर्जा जास्त खर्च होते.

आकृती ८.२.१ मध्ये सपाट पृष्ठभागाशी किंचित तिरप्या कोनात ठेवलेल्या एका लाकडी फळीवर एक लाकडी ठोकळा आहे. ठोकळ्याचा पृष्ठभाग व लाकडी फळी यांमधील घर्षणामुळे फळी किंचित उतरती केली तरी ठोकळा घसरत नाही, स्थिरच राहतो. फळी आणखी तिरकी केली की एका विशिष्ट उताराच्या वेळी ठोकळा अगदी हळूहळू पुढे घसरूलागतो. उताराच्या या कोनास (क्ष) 'स्थैतिक कोन (अँगल ऑफ रीपोज)' म्हणतात. फळी व ठोकळा यांचे पृष्ठभाग अगदी गुळगुळीत असतील तर क्ष हा कोन कमी असतो. तरीसुद्धा ठोकळा व फळी यांच्या पृष्ठभागामधील घर्षणाचे बल एका विशिष्ट मर्यादेपर्यंत ठोकळ्याच्या गतीस प्रतिबंध करू शकते. याचप्रमाणे प्रस्तरातील प्रवाही पाण्याला होणारा घर्षणाचा विरोध हा एका मर्यादेपर्यंत प्रस्तरातून पाणी वाहू देत नाही.

आकृती ८.१.१ मध्ये 'L' ही लांबी बरीच जास्त असेल आणि बारीक वाळू व चिकण माती भरलेल्या अशा लांब नळींतून प्रवाह पुढे ढकलण्याची सुरुवात व्हायला जर h_s एवढा शीर्षक्षय जरुरी असेल तर डार्सीचा सिद्धांत थोडासा बदलून खालीलप्रमाणे लिहावा लागेल.

$$Q = KA \frac{(h_1 - h_2) - h_3}{L}$$

८.३ मुक्त भूजलाची स्थैतिकता

महाराष्ट्राच्या प्रस्तरामध्ये सर्वसाधारणपणे असे दिसून येते की, शीर्षक्षयाचा प्रवण किंवा उतार म्हणजे हा ग्रेडियंट ०.००१ इतका होईपर्यंत पाणी वाहू शकते. एका फुटास १००० फूट किंवा १ मीटरला १०००

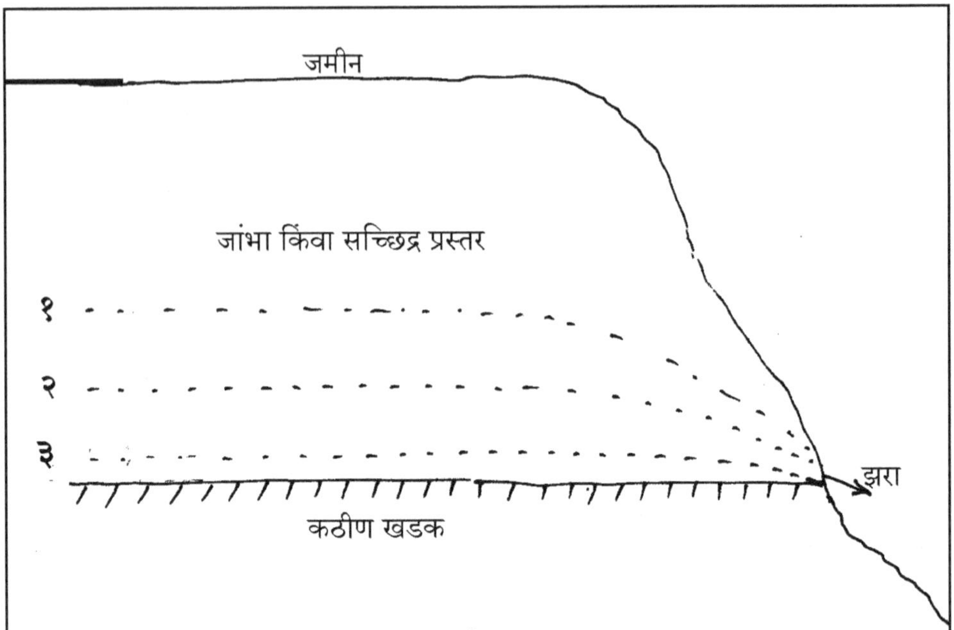

आकृती क्र. ८.३.१

जलपृष्ठाची पावसाळ्यानंतरची पातळी (१); हिवाळ्यामधील पातळी (२); व उन्हाळ्यातील सर्वात खालची पातळी (३); अशा तीन पातळ्यावरील आकृतीमध्ये दाखवल्या आहेत. पावसाळ्यात जोराने व हिवाळ्यात कमी जोराने वाहणाऱ्या झऱ्याचे जागी उन्हाळ्यात जलपृष्ठाची पातळी खाली गेल्याने नुसताच ओलावा दिसतो. त्या जागी थोडी हिरवळ दिसते पण भूजल बाहेर पडत नाही.

मीटर या प्रवणतेच्या खाली मात्र पाणी वाहणे थांबते. याचा अर्थ असा की, सर्वसाधारणपणे उन्हाळ्यात १ फूट जाडीच्या पाण्याने भरलेल्या प्रस्तरातील एक विहीर एक हजार फूट अंतरावरून पाणी घेऊ शकते. त्याच्या पलीकडील पाणी तिला पोहचत नाही. येथे एक गोष्ट मात्र गृहीत धरली पाहिजे की, अशी विहीर ज्या सच्छिद्र प्रस्तरात आहे त्याचा तळाचा कठीण खडक किंवा पाषाण समपातळीत असला पाहिजे. पाषाण जर तिरका असेल तर मात्र वरच्या भागाकडून विहिरीकडे पाणी वाहत येते.

डार्सीचा सिद्धान्त हा एक जागतिक सत्य म्हणून मानला जातो आणि त्यास खालची मर्यादा नाही असे पाश्चात्त्य देशांत समजले जाते. याचे प्रमुख कारण म्हणजे पाश्चात्त्यांचा भूजलाचा अभ्यास हा बहुतांशी प्रचंड भूजल साठे व उत्तम पार्यता असलेल्या प्रस्तरांबाबत झाला. कमी पार्यतेचे कठीण खडक हे त्यांच्या दृष्टीने भूजलासाठी कमी महत्त्वाचे समजले जातात व त्यांचा फार अभ्यास करण्याची जरूर त्यांना भासली नाही. परंतु महाराष्ट्रातल्या विहिरींच्या वर वर्णन केलेल्या स्थितीवरून ती मर्यादा लक्षात घ्यावी लागते. काही ठिकाणी पाण्याच्या प्रवाहाला स्थैतिकता येण्याऐवजी अर्धस्थैतिकता किंवा स्थैतिक सादृश्यता आलेलीही आढळते. उदाहरणार्थ, आकृती ८.३.१मधील झरा उन्हाळ्यात एकदम कोरडा न होता झऱ्याच्या तोंडाशी नुसताच ओलावा दिसतो. अत्यंत मंदगतीने वाहत येणारे पाणी हे ओलाव्याच्या ठिकाणी वाढणाऱ्या हिरवळीपुरतेच

उपयोगी पडते; पण झऱ्यापासून दूर अंतरावर नव्या खोल विहिरीला किंवा बोअरिंगला पाणी मिळू शकते. झऱ्याच्या तोंडाशी मातीसारखा मऊ प्रस्तर असल्यास त्यात केशाकर्षणाची शक्ती बरीच असते. त्यामुळे पाणी बाहेर पडू शकत नाही.

डार्सीच्या सिद्धांताची खालची मर्यादा शोधण्याचे प्रयोग याआधी काही प्रयोगशाळांतून झाले. पंजाबमध्ये १९१९ साली मिलर आदी शास्त्रज्ञांनी प्रयोग केल्यावर असे आढळून आले की, पंजाबच्या मातीमधून १:१७५ या प्रवणाचे खाली पाणी वाहायचे बंद झाले. स्टिअर्नस् (१९२७) यांनी काही प्रयोग केले. त्यांच्या म्हणण्याप्रमाणे १:१००० या प्रवणाचे खाली डार्सीच्या सिद्धांताप्रमाणे पाणी वाहण्यात खूप फरक पडला. त्यांच्या प्रयोगात असेही दिसले की, १:१ या प्रवणाखाली ५४% सच्छिद्रता असलेल्या गाळवटीच्या मातीच्या ५० मि.मी.च्या स्तंभामधून जे पाणी वाहिले ते डार्सीच्या सिद्धान्ताप्रमाणे वाहिले. पण त्याची गती मात्र १० वर्षात १ फूट इतकी थोडी ठरली. प्रयोगशाळेतील १:१ इतक्या जास्त शीर्षक्षयाच्या उताराखाली (प्रवणाखाली) पाणी वाहण्यास जर इतकी मंद गती येते तर नैसर्गिक स्थितीत अगदी कमी प्रवणाने पाणी विशेषतः कमी पार्यतेच्या प्रस्तरातून वाहतच नाही, असे मानण्यास हरकत नाही. स्वार्टझन्ड्रुबर (Swartzendruber - 1962) आणि बोल्ट (Bolt - 1969) व ग्रोएनव्हेल्ट (Groenevelt - 1969) यांनी जे प्रयोग केले त्यात त्यांना असे आढळून आले की, निरनिराळ्या प्रकारच्या लहान कणांच्या किंवा कमी पार्यतेच्या प्रस्तरातून अशा तऱ्हेचा एक प्रवण आढळून येतो की त्याच्या खाली पाणी वाहायचे थांबते. (संदर्भ : Swartzendruber, D. - 1962 " Non-Darcy flow behaviour in liquid-saturated porous media", Journal of Geophysical Research, 67 pp 5205-5213)

८.४ भूजलाच्या मंदगतीचे व स्थैतिकतेचे फायदे

समजा पृथ्वीवरचे सर्व खडक हे अगदी उत्तम सच्छिद्रतेचे व उत्तम पार्यतेचे असते तर पडलेला पाऊस त्यांतून लगेच खोल खाली मुरून समुद्राकडे वाहू लागला असता. नदीनाले यांच्यात अगदी कमी पाणी वाहिले असते व वाहणारे पाणी लगेच खोल खाली मुरून समुद्राकडे वाहून गेले असते व दुष्काळी परिस्थिती निर्माण झाली असती. म्हणून पृथ्वीवर कमी पार्यतेचा खडकाळ भाग जास्त आहे, तसेच गाळाच्या सपाट प्रदेशातसुद्धा वाळूपेक्षा मातीचे थर जास्त आहेत हे एक प्रकारचे वरदानच म्हणायला हवे. यातून पाणी मंदगतीने वाहते म्हणून तर चार महिन्यांच्या पाऊस काळात पडलेले पाणी भूजलाच्या स्वरूपांत पुढे अनेक महिने मिळू शकते.

भूजलातील पाणी वाहण्याच्या क्रियेला मंदगती आहे. स्थैतिकता आहे म्हणून जुन्या विहिरी आटल्या तरी नव्या विहिरींनासुद्धा पाणी मिळते. तसेच न वापरलेल्या विहिरीतून दुष्काळी वर्षात पाणी मिळते. कोकणामध्ये हे दृश्य बरेच वेळा दिसते. गावातील लोक जवळच्या एक-दोन विहिरीतून पाणी नेतात. या विहिरी आटल्या म्हणजे काही अंतरावरील वापरात नसलेल्या वहिरींवरून पिण्याचे पाणी आणतात. त्याही आटल्या म्हणजे लांबच्या वापरात नसलेल्या विहिरीतून पाणी आणतात.

सारांश, एखादी विहीर किंवा झरा आटला म्हणजे सबंध प्रस्तर आटला आणि नव्या विहिरीस पाणी मिळणार नाही असे समजू नये. पाणी पिण्याचा प्रश्न सोडवण्यासाठी एक उपाय म्हणून गावाजवळच्या काही विहिरी एरवी न वापरता फक्त उन्हाळी वापरासाठी राखून ठेवता येतील. विहिरीचे पाणी चटकन दूषित होऊ शकते म्हणून विहिरीऐवजी बोअरिंगसुद्धा वरीलप्रमाणेच राखून ठेवता येतील. दुष्काळासाठीसुद्धा काही विहिरी व बोअरिंग राखून ठेवाव्यात म्हणजे रिझर्व्ह करून ठेवाव्यात. अशा राखून ठेवलेल्या विहिरी-बोअरिंगम

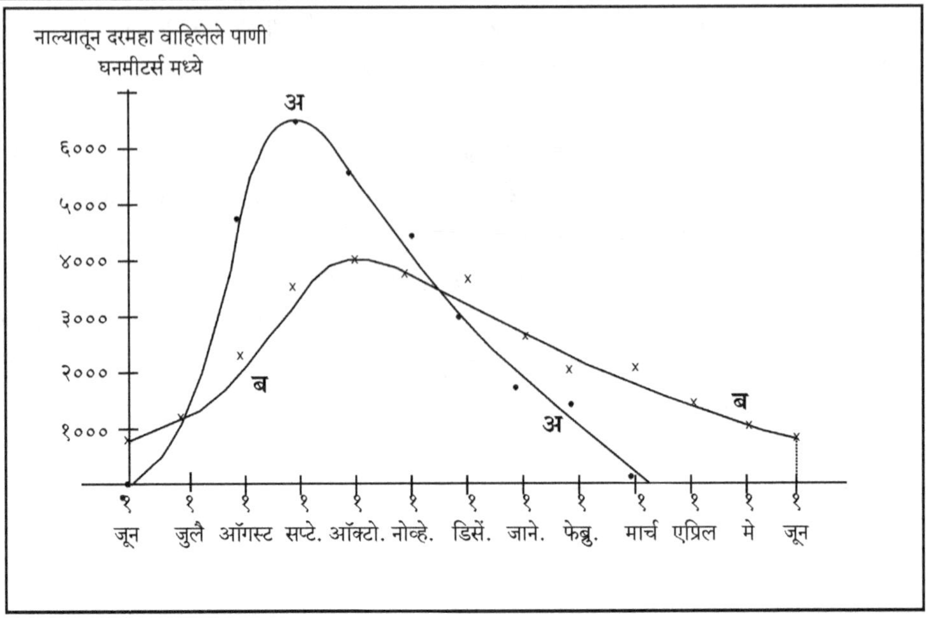

आकृती ८.५.१

पावसाळ्यात भरपूर जोराने वाहून मार्च-एप्रिलमध्ये आटणारा नाला 'अ' या जलालेखात दाखविला आहे. अशा नाल्याचे पाणलोट क्षेत्र उजाड व अविकसित असते. त्या पाणलोट क्षेत्राचा विकास करून त्यात बांध-बंदिस्ती, बंधारे व वनीकरण केले तर त्या नाल्याचा जलालेख 'ब' या प्रकारचा होतो व नाला बारमाही वाहू लागतो. दोन्ही जलालेखांच्या खालचे क्षेत्रफळ सारखेच असेल तर पाणलोट क्षेत्र विकासामुळे नाल्यातून वाहणारे एकूण पाणी कमी झालेले नाही असे सिध्द होते.

धीलही पाण्याची पातळी खाली जातच असते; पण कमी प्रमाणात.

८.५ जलपातळीची स्थित्यंतरे

मुक्त भूजलाच्या जलपृष्ठाची पातळी आणि बंदिस्त जलाच्या दाबपृष्ठाची पातळी या दोन्ही पातळ्या अनेक कारणांमुळे खाली-वर होत असतात. जलपृष्ठाची पातळी वर्षातून अनेक वेळा मोजणे हे भूजलशास्त्राच्या अभ्यासातील एक महत्त्वाचे तंत्र आहे. पुढारलेल्या बहुतेक देशात केवळ भूजलाची पातळी मोजण्यासाठी यंत्रणा असते. त्यासाठी ट्यूबवेल्स मुद्दाम केल्या जातात. त्यातून पाणी बाहेर काढले जात नाही. नेदरलँडमध्ये पाण्याची पातळी तपासण्यासाठी जवळजवळ अडीच हजार दाबमापी ट्यूबवेल्स तयार केल्या. त्यासाठी १९५१ सालापासून एका कमिटीची स्थापना करण्यात आली. आपल्याकडेही पाण्याची पातळी मोजण्याचे प्रयत्न आता सुरू झाले असून त्यात प्रगती झाली म्हणजे निरनिराळ्या पाणलोट क्षेत्रांमध्ये पाण्याची पातळी वर-खाली किती प्रमाणात होते हे कळून येईल. पावसाळ्यात विहिरींचे पाणी वर येते, काही ठिकाणी ते जमिनीबरोबर येते, काही ठिकाणी ते जमिनीवरूनही वाहू लागते. उन्हाळ्यामध्ये भूजलाची पातळी खाली जाते त्या वेळी भूजलाच्या साठ्यातील पाणी कमी झालेले असते. पावसाळ्याअखेर म्हणजे हिवाळ्याच्या सुरुवातीस

सगळ्यात वर आलेली पाण्याची पातळी आणि उन्हाळ्याच्या अखेरीस म्हणजेच पुढच्या पावसाळ्याच्या सुरुवातीस सर्वात खोल गेलेली पातळी यांचा अभ्यास, एखाद्या नाल्याच्या संपूर्ण पाणलोट क्षेत्रामध्ये केल्यास, त्यावरून त्या क्षेत्रामधून एकूण किती भूजलाचा उपसा झाला व किती भूजल वाहून गेले याचा स्थूलमानाने अंदाज लागतो.

पाण्याच्या पातळीच्या चढउताराचे आणखी एक कारण म्हणजे विहिरींचे एकमेकावर होणारे परिणाम. एखाद्या पाणलोट क्षेत्रात पूर्वीच्या काळी समजा फारच थोड्या विहिरी असतील आणि त्या दूरदूरच्या अंतरावर असतील तर त्यातील पाण्याची जी पातळी होती त्यात कालांतराने आज बदल झालेला दिसतो. हल्ली पाण्याची गरज वाढल्यामुळे मोटांच्या जागी पंप बसले. जुन्या विहिरीतून जास्त पाणी काढले जाऊ लागले. तसेच अनेक नव्या विहिरी खणल्या गेल्या. विहिरी-विहिरींमध्ये पूर्वी जे अंतर होते ते पुढे हळूहळू नव्या विहिरी खणल्यावर कमी झाले. एका विहिरीतून पाणी काढले गेले म्हणजे त्याचा परिणाम काही अंतरावर असलेल्या दुसऱ्या विहिरीवर होऊ लागला. अशा सर्व गोष्टींचा परिणाम जलाशयातील साठ्यावर व तो दर्शवणाऱ्या जलपृष्ठावर झाला. विहिरींची संख्या व पाण्याचा एकूण उपसा वाढला. त्याच्या जोडीला गेल्या साठ-सत्तर वर्षांत बेसुमार जंगलतोड झाल्यामुळे पाणी जमिनीत कमी जिरल्यानेही जलपृष्ठ खाली खाली गेले. मुक्त भूजलाच्या बाबतीत जसे विहिरींची वाढलेली संख्या हे कारण आहे तसेच बंदिस्त भूजलाच्या बाबतीतही आहे. तेथेही बोअरिंग व ट्यूबवेलची संख्या वाढून जास्त पाणी काढल्यामुळे अर्धबंदिस्त व बंदिस्त भूजलाची दाबदर्शी पातळी म्हणजेच दाबपृष्ठ खाली गेले आहे.

शेतांची बांध-बांधोटी, नाला-बंधारे व वनीकरण अशा पाणलोट क्षेत्र विकासाच्या कामांमुळे जमिनीची धूप थांबते व एकूण पडणाऱ्या पावसाच्या पाण्यापैकी जास्त पाणी जमिनीत मुरून भूजलाची पातळी वाढते. पण त्या पाणलोट क्षेत्रातील नाल्यामधून वाहून जाणाऱ्या पाण्याचे प्रमाण कमी होते. एखाद्या पाणलोट क्षेत्राचा विकास केल्यानंतर भूजलात भर पडेल पण त्याच क्षेत्रात एखादा सिंचन तलाव केला असल्यास त्यात वाहून येणारे पाणी कमी झाल्याने तलाव कमी भरेल. अर्थात बांध-बांधोटी न केल्यास सिंचन तलाव गाळाने भरून जाईल व कालांतराने निरुपयोगी होईल. अशी ही दुहेरी प्रक्रिया आहे. एखाद्या पाणलोट क्षेत्रात शेतांची बांध-बांधोटी, नाला-बंधारे व वनीकरण करण्याच्या आधी व केल्यानंतर त्या पाणलोट क्षेत्रामधील नाल्याचे जलालेख कसे बदलतात, हे पाहण्यासारखे आहे (आकृती ८.५.१ मधील आलेख अनुक्रमे 'अ' व 'ब'). 'अ' प्रकारचा जलालेख असताना उन्हाळ्यात नाल्याकाठच्या विहिरीमधील भूजलाची पातळी अगदी खाली जाते. काही विहिरी आटूनसुद्धा जातात. पण जलालेख 'ब' प्रकारचा झाल्यास भूजलाच्या पातळीमधील स्थित्यंतरे कमी प्रमाणात होऊन उन्हाळ्यातही विहिरीच्या पाण्यावर बागायती पिके घेता येतात.

दुष्काळी भागामध्ये जमिनीला बांधबंदिस्ती केल्यामुळे किती जास्त पाणी मुरते हा काहींच्या मते विवाद्य प्रश्न आहे. अशा क्षेत्रातील बांधांमुळे कमी पावसात जे थोडे थोडे पाणी बांधांमागे साचते त्यातील बरेचसे पाणी प्रदेशाच्या रूक्षतेमुळे परत वाफ होऊन बाष्पीभवनाने निघून जाते. अशा क्षेत्रात बांधांमुळे मृद्संधारण होऊन शेतजमिनीला फायदा होऊ शकतो; परंतु जमिनीत पाणी मुरण्यास फार मदत होत नाही. उलट नाले कमी वाहतात. त्यामुळे त्यांच्या काठच्या विहिरींवर आणि नाल्यांच्या पाण्याने भरणाऱ्या सिंचन तलावांवर वाईट परिणाम होऊ शकतो. त्यामुळे अगदी कमी पावसाच्या प्रदेशात शेतातील बांधाजवळ साठलेले पाणी लगेच खाली जिरवणे हे महत्त्वाचे आहे. तसेच नाला-बंधारे व नाल्यांतील भूमिगत बंधारे यांनाही महत्त्व दिले पाहिजे.

भूजलाच्या जलपृष्ठाची पातळी खाली जाण्यास आणखी एक महत्त्वाचे कारण आहे.

कोकणामध्ये डोंगराकडून येणाऱ्या घळीवर किंवा पऱ्ह्यांमध्ये बांध घालून भातशेती केलेली असते. एकाखाली एक अशा आठ-दहा भातखाचरांच्या ओळींत खाली असलेल्या एखाद्या विहिरीस कायम पाणी मिळते. देशावर पठाराच्या भागामध्ये नाल्यांना जिथे बांध घातलेले नसतात, तिथे पावसात नाले जोराने वाहतात आणि त्यांचे तळ हळूहळू धुपत असतात. ही धूप मंदगतीने होत असते आणि ती लक्षात येत नाही. दरवर्षी एखाद्या नाल्याचा तळ ५ सें.मी.ने धुपला गेला तर १०० वर्षांत तो सुमारे ५ मीटर खोल होतो. तीन-चार पिढ्यांच्या काळात नाल्याचा तळ खोल गेलेला लक्षात येत नाही. कारण त्याच्याकडे दीर्घकालपर्यंत बारकाईने कोणी पाहिलेले नसते. अशा एखाद्या क्षेत्रात पाणी देणाऱ्या प्रस्तराची व त्यामुळे भूजल साठलेल्या जलाशयाची जाडीही चांगली असते. प्रथमतः जलपृष्ठ नाल्यात उघडे पडलेले नसते. परंतु १०० वर्षांनंतर नाला ५ मीटर खाली गेल्यावर नाल्याचे पात्र जलपृष्ठाच्या खाली जाते व नाल्याच्या पात्रातून झुळझुळू पाणी वाहू लागते. ते उन्हाळ्यातही वाहते आणि १०० वर्षांनंतर लोकांना वाटू लागते की, हा कायम वाहणारा नाला आहे. हे चिन्ह चांगले समजले जाऊ लागते.

कालांतराने धूप वाढून नाला आणखी खोल खोल जाऊ लागतो; शेवटी नाल्याच्या पात्रांत जलरोधक प्रस्तर म्हणजेच खडक उघडा पडतो. नाल्याच्या पात्राची पातळी खालच्या या एकसंघ खडकापर्यंत पोहोचली म्हणजे दोन्ही बाजूच्या जलधारक प्रस्तरातील भूजल मोठ्या प्रमाणात या नाल्यात झऱ्यांमार्फत येते व वाहून जाते. भूजलाच्या दृष्टीने एकेकाळचा 'देता नाला' हा 'घेता नाला' होतो. पाणलोटच्या क्षेत्राच्या जलाशयाची जाडी त्यामुळे कमी होते आणि जलपृष्ठ खाली ओसरते. क्षेत्रातील विहिरींना पाणी कमी मिळू लागते आणि त्या आटतात. पेशवाईतील किंवा अहिल्याबाईंनी बांधलेल्या एके काळच्या नामांकित विहिरी, म्हणजे सोळा सोळा मोटवणे पक्की बांधली आहेत अशा विहिरी, आजमितीस आटलेल्या दिसतात. त्याच्या अनेक कारणांपैकी त्या पाणलोट क्षेत्रातील नाल्याच्या पात्रात खडक उघडे पडल्यामुळे झऱ्यांमार्फत भूजल लवकर वाहून गेले व जलपृष्ठ खाली आले हे एक कारण आहे. अशा नाल्यांतून जर पुन्हा बांध बांधले गेले आणि त्यामुळे नाल्यांच्या तळात बांधांच्या पाठीमागे गाळ साचून नाल्यांची पात्रे पूर्वीप्रमाणे उंच झाली तर पुन्हा जलपृष्ठ वर येऊन आटलेल्या विहिरींचे पुनरुज्जीवन होईल.

ऋतुमानाप्रमाणे किंवा वादळी परिस्थितीत हवामानाचा दाब कमी-अधिक होत असतो. बंदिस्त भूजलाच्या दाबपृष्ठाच्या बाबतीत या दाबामधील बदलांचा परिणाम लवकर जाणवतो. हवामानाचा दाब वाढला तर खोल ट्यूबवेलमधील दाबपृष्ठाची पातळी खाली जाते. जमिनीवर पडणाऱ्या वजनामुळेही भूजलाच्या पातळीवर परिणाम झाल्याचे अनुभवास आले आहे. बंदिस्त भूजल मिळण्यासाठी खणलेल्या ट्यूबवेलमधील पाण्याच्या पातळीवर जवळून जाणाऱ्या आगगाडीचा परिणाम होतो. ट्यूबवेलपासून काही अंतरावर आगगाडी आल्यावर पाण्याची पातळी वर येऊ लागते आणि आगगाडीचा मध्य ट्यूबवेलजवळ आल्यावर ती सर्वात जास्त वर येते आणि आगगाडी निघून गेल्यावर ती पूर्ववत होते. समुद्राकाठाच्या प्रदेशात भरती-आहोटीमुळे सुद्धा भूजलाच्या पातळीत फरक होतो. भरतीमुळे प्रस्तरांवरील दाब वाढून विहिरी-बोअरिंग मधील भूजलाची पातळी वर येते.

अशा तऱ्हेने मुक्त भूजलाच्या जलपृष्ठाच्या व बंदिस्त-अर्धबंदिस्त भूजलाच्या दाबपृष्ठाच्या पातळ्यांतील स्थित्यंतरे व त्यांचे मोजमाप हा भूजलशास्त्राचा एक महत्त्वाचा घटक आहे.

प्रकरण ९

इंटरनेट , भूजलशास्त्र व प्रकल्प 'ग्रोनेट'

९.१ इंटरनेटवरील भूजलाची माहिती

इंटरनेटमुळे आज जग जवळ आले असून ज्ञानाचे व माहितीचे दरवाजे सर्वांना खुले झाले आहेत असे म्हटले जाते. एक 'डेस्कटॉप' कॉम्प्युटर व टेलिफोन लाईनवरून 'इंटरनेट एक्सप्लोअरर' ला जायची सोय, एवढी प्राथमिक सामग्री असली की पुरे. 'ब्रॉड बँड' कनेक्शन असले तर फारच उत्तम. इंटरनेट एक्सप्लोअरर वरून याहू (Yahoo), बिंग (Bing) व गूगल (Google) या तीन ठिकाणी (सर्च इंजिन्सकडे) जाता येते. इंग्रजी भाषा चांगली येणाऱ्यांना या तिन्ही ठिकाणी 'ग्राउंड वॉटर' एवढे शब्द टाईप केले की माहितीचा खजिना मिळतो.'इंटरनेट एक्सप्लोअरर' या ब्राऊझर ऐवजी काहीजण 'मोझिला फायरफॉक्स' (Mozilla Firefox) हा ब्राऊझर वापरतात.

फक्त मराठी भाषाच येणाऱ्यांसाठी गूगल मराठी या 'सर्च इंजिन' वर जाऊन 'भूजल' एवढे शब्द लिहिले व शोध घ्यायला सांगितला तर सुमारे १ लाख १३ हजार माहितीस्थळे मिळतात. यांत बरीच हिंदी स्थळे आहेत. कारण हिंदी व मराठी दोन्हीही भाषांत 'भूजल' हाच शब्द जमिनीतील पाण्यासाठी वापरला जातो. माहितीमध्ये मुख्यतः वृत्तपत्रांतील भूजलाच्या संबंधांतील कात्रणे, काही लेख, काही नवीन पुस्तकांची माहिती (प्रकाशकांच्यातर्फे) व काही पुस्तक परीक्षणे असतात. सन २००९ मध्ये पावसाचे प्रमाण कमी झाल्याने महाराष्ट्रातील ३५३ पैकी २३८ तालुक्यांतील भूजलाची पातळी अर्ध्या मीटरपासून तीन मीटरपर्यंत खाली गेल्याची माहिती गूगल मराठीवर 'भूजल' या शब्दाच्या अनुरोधाने शोध घेतल्यास मिळते. तसेच महाराष्ट्र सरकारच्या 'भूजल सर्वेक्षण आणि विकास' यंत्रणेची त्रोटक माहितीही मिळते.

गूगलच्या वेबसाईटवर इंग्रजीमध्ये 'Ground water' हा शब्द टाईप करून शोध घेतला तर सुमारे २ कोटी २५ लाख हजार माहितीस्थळे हाती लागतात. यांत भूजलविषयक चित्रांपासून ते पुस्तकापर्यंत काहीही मिळू शकते. शिवाय 'विकिपीडिया' सारख्या 'मोफत' ज्ञानकोशांतील संदर्भ मिळतात.

'याहू' च्या वेबसाईटवरही अनेक संदर्भ मिळतात. पण इतक्या संदर्भांमधून निवड करत बसण्याऐवजी " ग्राऊंड वॉटर एक्सप्लोअरेशन" किंवा "ग्राऊंड वॉटर मॅनेजमेंट" असे शब्द वापरून शोध घेणे सोयीचे होते. गूगल बुक्स (Google Books) विभागात "Ground Water" शब्द देऊन शोध घेतला तर सुमारे ३३ लाख ८० हजार पुस्तकांची माहिती मिळते. यांतील काही पुस्तके अंशतः वाचता येतात तर काही पूर्ण वाचायला मिळतात. या प्रचंड आकड्यांवरून इंटरनेटमुळे केवढे ज्ञानभांडार आपल्याला मिळाले आहे त्याची कल्पना येते.

९.२ काही प्रसिद्ध वेबसाईटस् (माहिती स्थळे) :

'गूगल' च्या किंवा 'याहू' अथवा 'बिंग'च्या वेबसाईटवर जाऊन शोध (सर्च -Search) घेतल्यास पुढील वेबसाईट पाहता येतात.

1) gsda.maharashtra.gov.in

भारतातील प्रत्येक मोठ्या राज्याने त्या त्या राज्यातील भूजलाचा विकास व नियंत्रण करण्यासाठी सरकारी संस्था किंवा यंत्रणा स्थापन केलेल्या आहेत. अशा सर्व संस्थांमध्ये महाराष्ट्र राज्यातील 'भूजल संशोधन व विकास यंत्रणा' (G.S.D.A. - 'ग्राऊंड वॉटर सर्व्हे अॅण्ड डेव्हलपमेंट एजन्सी') ही एक प्रगतिशील व प्रमुख संस्था आहे. संस्थेच्या वेबसाईटवर इंग्रजी व मराठी दोन्ही भाषांतून माहिती मिळण्याची सोय आहे. भूजलाच्या मोजमापासाठी महाराष्ट्राची विभागणी २३१६ पाणलोट क्षेत्रांत केली आहे. या क्षेत्रांतील पर्जन्यमान, भूजलपृष्ठातील वाढ किंवा घट, शेतीसाठी विहिरी व बोअरिंगची संख्या, पिण्याच्या पाण्यासाठी केलेली बोअरिंग, अशा अनेक घटकांची पाहणी संस्थेच्या क्षेत्रीय व जिल्हा कार्यालयांतून होत असते. या बाबतची माहिती वेबसाईटवर आहे. तसेच पिण्याच्या पाण्यासाठी केलेल्या पण कमी प्रमाणात पाणी लागलेल्या बोअरिंग - विहिरींचे पाणी कसे वाढवायचे याबद्दलच्या उपाययोजनाही दिल्या आहेत. भूजलाचे संदर्भ पुस्तक (रेफरन्स मॅन्युअल) हे ५४ पानांचे पुस्तक या वेबसाईटवरून आपल्या कॉम्प्युटरवर उतरून घेता (Download) येते.

महाराष्ट्रात पावसाळ्यामध्ये दरवर्षी सरासरीने सुमारे ३.०९ लक्ष हेक्टर-मीटर्स इतक्या पाण्याचा भरणा भूजलाकडे होतो. त्यापैकी १.३३ लक्ष हेक्टर-मीटर्स इतके भूजल उपसा करून राज्यातील २५.४६ लक्ष हेक्टर क्षेत्रावर शेतीसाठी वापरले जाते. अशी बरीच माहिती या वेबसाईटवर आहे.

2) slideshare.net

या साईटवर सर्चमध्ये G. S. D. A. असे टाईप करून मिळणाऱ्या 'स्लाईड शो'मध्ये महाराष्ट्रातील भूजलाबाबतचे अनुभव (Ground Water Experiences in Maharashtra) हा महाराष्ट्र सरकारच्या 'ग्राऊंड वॉटर सर्व्हे अॅण्ड डेव्हलपमेंट एजन्सी' (G.S.D.A.) तर्फे आलेला निबंध पाहता येतो. तसेच सर्चमध्ये Dr. Tushar Shah असे टाईप केले तर डॉ. तुषार शहा (इंटरनॅशनल वॉटर मॅनेजमेंट इन्स्टिट्यूट) यांचा 'ग्रोइंग रोल ऑफ ग्राऊंड वॉटर इन इंडियन इरिगेशन' या विषयावरील निबंधही या वेबसाईटवरून वाचायला मिळतो.

3) cgwb.gov.in

भारत सरकारच्या सेंट्रल ग्राऊंड वॉटर बोर्डाची **(C.G.W.B.)** ही वेबसाइट भूजलविषयक माहितीने भरलेली आहे. या साईटवर जाऊन वरून दुसऱ्या ओळीत download वर क्लिक केल्यास अनेक उपयोगी Mannuals मिळतात. पावसाळ्यात भूजलाचे पुनर्भरण किती झाले हे काढण्यासाठी वापरात असलेल्या पद्धतींची छोटी पुस्तिका वाचायला मिळते. भूजलाचे कृत्रिम पद्धतीने पुनर्भरण, राष्ट्रीय जलधोरण इ. विषयांवरील निबंधही वाचायला मिळतात. C.G.W.B. च्या वेबसाईटवरून "Manual on Artificial Recharge of Groundwater" हे १९८ पानांचे अत्यंत उत्तम पुस्तक मोफत Download करून घेता येते. हे एक परिपूर्ण असे सुंदर पाठ्यपुस्तक आहे.

4) rainwaterharvesting.org

या माहितीपूर्ण वेबसाईटवर सेंटर फॉर सायन्स अँड एन्व्हायरनमेंट (CSE), दिल्ली, या संस्थेने पावसाच्या पाण्याचे व्यवस्थापन, भूजलाचे पुनर्भरण, पाणलोट क्षेत्र विकास अशा विषयांची विस्तृत चर्चा केली आहे व यशस्वी प्रकल्पांची माहिती दिली आहे. ही वेबसाईट महिन्यातून एकदा तरी जरूर पाहावी.

5) iah.org/recharge

भूजलतज्ज्ञांच्या International Association of Hydrogeologists (IAH) या संस्थेमध्ये भूजलाचे पुनर्भरण या विषयासाठी एक स्वतंत्र अभ्यासगट आहे. Managed Aquifer Recharge (MAR) या विषयावर या अभ्यासगटातर्फे दर दोन-तीन वर्षांनी जागतिक परिषदा भरवल्या जातात. गूगल सर्चवर जाऊन iah.org/recharge टाईप केले की या अभ्यासगटाची वेबसाईट मिळते. त्यामध्ये परिषदांची माहिती मिळते तसेच काही मार्गदर्शक पुस्तके वाचता येतात.

6) Water GW-MATE

World Bank या जागतिक बँकेतर्फे Ground Water Management Team (GW MATE) या नावाने एक भूजल तज्ज्ञांचा गट जगातील अनेक राष्ट्रांमधून भूजलाच्या विविध प्रश्नांवर अभ्यास करत आहे, गूगल सर्चवर WATER GW MATE हे शब्द टाईप केले की भूजलविषयक माहितीचा एक खजिनाच उपलब्ध होतो. त्यांत Briefing Notes Series आणि Case Profiles या दोन ठिकाणी भूजलतज्ज्ञांचे विविध विषयांवरचे रिपोर्ट वाचायला मिळतात.

7) bgs.ac.uk

ब्रिटिश जिऑलॉजिकल सर्व्हे (B.G.S.) ही १७५ वर्षांची जुनी व जगांतील सर्वात पहिली सरकारी भूशास्त्रीय संस्था. तिच्या या वेबसाईटवर भूशास्त्राच्या विविध शाखांतून B.G.S. तर्फे चालू असलेल्या संशोधनाची तसेच जागतिक स्तरावरील महत्त्वाच्या घटनांची माहिती मिळते. 'ओपन जिओसायन्स' या विभागात भूशास्त्रीय नकाशे, उत्तम दर्जाचे फोटो व रिपोर्टस् पाहता येतात. वेबसाईटवर 'सर्च (Search)' मध्ये Groundwater हे शब्द टाईप केले तर सुमारे ९००० संदर्भ मिळतात व वाचता येतात.

bgs.ac.uk च्या पुढे/AGID/टाईप केले तर 'असोसिएशन ऑफ जिओसायंटिस्टस् फॉर इंटरनॅशनल डेव्हलपमेंट (AGID)' या संस्थेची वेबसाईट पाहता येते. पुणे येथील आंतरराष्ट्रीय भूजलतज्ज्ञ व या पुस्तकाचे संस्कारक डॉ. श्रीकांत दाजी लिमये यांनी १९९६ ते २००४ ही आठ वर्षे या संस्थेचे प्रेसिडेंट म्हणून काम पाहिले आहे. संस्थेच्या प्रकाशनामध्ये (Publications) पुण्यातून प्रकाशन होऊन जगात अनेक देशांत जाणारे बातमीपत्र पाहता येते. AGID प्रमाणेच इतर २७ संस्थांच्या वेबसाईट B.G.S. तर्फे पाहता येतात.

8) usgs.groundwater

युनायटेड स्टेटस् जिऑलॉजिकल सर्व्हे (U.S.G.S.) ही अमेरिकेत तसेच जगभर भूजलविषयक संशोधनाचे काम करणारी संस्था असून अमेरिकेत राजधानी वॉशिंग्टन (D.C.) जवळ रेस्टन (व्हर्जिनिया) या शहरात एका प्रचंड इमारतीमध्ये या संस्थेचे प्रमुख कार्यालय आहे. संस्थेच्या वेबसाईटवर भूजलविषयक

माहितीचा Groundwater Information हा स्वतंत्र विभाग आहे. त्यात भूजलशास्त्राची प्राथमिक तत्त्वे व अनेक 'प्रोफेशनल पेपर्स', 'भूजलाच्या मॉडेलिंगसाठी मॉडेल्स' व 'भूजलाचे पुनर्भरण' यांची माहिती मिळते.

9) unesco.org/water/ihp

या साईटवर युनेस्कोच्या इंटरनॅशनल हायड्रॉलॉजिकल प्रोग्रॅम (I. H. P.) बद्दल बरीच माहिती मिळते. या प्रोग्रॅमतर्फे जगातील अनेक राष्ट्रांत नदी-नाल्यांचे पाणी व भूजल यांचा योग्य उपयोग व प्रदूषणापासून संरक्षण यासाठी प्रयत्न केले जात आहेत.

10) unesdoc.unesco.org/images/0013/001344/134433e.pdf

गूगलवर वरील शब्द टाईप करून शोध घेतला तर युनेस्को डॉक्युमेंट्समध्ये "Groundwater Resources of the World and Their Use" हे माहितीपूर्ण पुस्तक मोफत डाऊनलोड करून घेता येते. ३४२ पानांच्या या पुस्तकात पान क्र. १३१ ते १४३ या पानांवर पुण्यातील भूजलतज्ज्ञ डॉ. श्रीकांत दाजी लिमये यांनी लिहिलेला लेख आहे.

11) unesdoc.unesco.org/images/0013/001344/134432e.pdf

या साईटवरून "Groundwater Studies - International Guide for Hydrogeological Investigations" या नावाने युनेस्कोने प्रसिद्ध केलेले, १६ प्रकरणे व ४२३ पानांचे उत्कृष्ट पुस्तक मिळते. या साईटवरून पुस्तक न मिळाल्यास 'गूगल' च्या सर्चवर जाऊन पुस्तकाचे संपूर्ण नाव टाईप करावे. या पुस्तकातील १५वे प्रकरण हे डॉ. श्रीकांत दाजी लिमये यांनी लिहिलेले आहे. सदरील पुस्तकातील १६ लेखकांत फक्त दोनच भारतीय लेखक आहेत.

12) unesdoc.unesco.org/images/0013/001344/134436e.pdf

समुद्रकिनाऱ्याजवळील प्रदेशात समुद्राच्या तळांतून सच्छिद्र प्रस्तरांतील भूजल झिरपून बाहेर पडते. व खाऱ्या पाण्यात मिसळून जाते. वरील शब्द टाईप करून गूगलवर शोध घेतला तर याबाबतच्या संशोधनाची ३५ पानी पुस्तिका पाहता येते. हा विषय 'सबमरीन ग्राऊंडवॉटर डिस्चार्ज' (SGD) या नावाने ओळखला जातो व त्यावर जपान, नेदरलँड, कॅलिफोर्निया व फ्लॉरिडा येथे पुष्कळ अभ्यास होत आहे.

13) www.artificialrecharge.co.za/strategydocument/

या साईटवर भूजलाच्या पुनर्भरणाबाबत ६० पानांचे "Artifical Recharge-Concept, Section B" हे माहितीपूर्ण पुस्तक दक्षिण आफ्रिका सरकारच्या 'पाणी व वन' खात्याने पाहण्यासाठी व डाऊनलोड करून घेण्यासाठी ठेवले आहे.

14) riverfoundation.org/au

International River Foundation (I.R.F.) ब्रिस्बेन, ऑस्ट्रेलिया या संस्थेची ही वेबसाईट आहे. या संस्थेचा उद्देश जगातील नद्यांचे पाणी व नदी परिसरातील पर्यावरण सुधारणे हा असून या विषयात यशस्वीपणे प्रकल्प पूर्ण करणाऱ्या जगातील कोणत्याही एका संस्थेला दरवर्षी साडेतीन लाख डॉलरचे

बक्षीस दिले जाते. ऑस्ट्रेलियामधील अशा प्रकारच्या कामाबद्दल दरवर्षी एका ऑस्ट्रेलियन संस्थेला दोन लाख डॉलरचे बक्षीस दिले जाते. दरवर्षी विविध राष्ट्रांतून नदी सुधार प्रकल्प पूर्ण केलेल्या संस्थांतर्फे ४०-४५ अर्ज या बक्षिसांसाठी आय.आर.एफ. कडे येतात. जगभर आय.आर.एफ. तर्फे दहा ॲम्बॅसिडर नेमले आहेत. त्यापैकी आशियात दोन आहेत. नदीचे पाणी, पर्यावरण व भूजल यांचा परस्पर संबंध लक्षात घेऊन आय.आर.एफ.ने पुण्यातील भूजलतज्ज्ञ डॉ. श्रीकांत दाजी लिमये यांना ॲम्बॅसिडर म्हणून नेमले आहे.

15) www.igrac.net

या साईटवर 'इंटरनॅशनल ग्राऊंड वॉटर रिसोर्सेस असेसमेंट सेंटर' (I.G.R.A.C) या संस्थेतर्फे "Special Projects" या सदरात भूजलाचे पुनर्भरण, प्रदूषण, खाऱ्या भूजलाचे समुद्रकाठच्या प्रदेशात होणारे आक्रमण आदी विषयांची माहिती मिळते.

16) afarm.org

अफार्म (महाराष्ट्र कृषिवर्धनी) या संस्थेशी संलग्न अशा २५० पेक्षा जास्त स्वयंसेवी संस्था भारतात असून ग्रामविकास, जलसंवर्धन, पाणलोट क्षेत्र विकास, पिण्याचे पाणी, महिलांचे सबलीकरण व रोजगार निर्मिती अशा विविध क्षेत्रांत या संस्था काम करत आहेत. अफार्मच्या कार्याची माहिती या वेबसाईटवर मिळते. संस्थेचे कार्यालय पुण्यात आहे.

17) planningcommission.nic.in/reports/genrep/rep_grndwat.pdf

या साईटवरुन प्लॅनिंग कमिशन तर्फे प्रसिद्ध झालेली भूजलाच्या व्यवस्थापनाची ६० पानी पुस्तिका डाऊनलोड करुन घेता येते.

18) www.iapg.geoethics.org

ही वेबसाईट २०१२ साली स्थापन झालेल्या International Association for Promoting Geoethics (IAPG) या संस्थेची आहे. संस्थेचे मुख्य कार्यालय इटलीत रोम येथे आहे. जीओएथिक्स हा एक नवीन विषय आहे व त्यात जीऑलॉजी (भूशास्त्र), समाजशास्त्र, तत्त्वज्ञान, अर्थशास्त्र, स्थापत्यशास्त्र, भूजलशास्त्र व मायनिंग (खाणकामाचे शास्त्र) अशी अनेक शास्त्रे येतात. नदी-नाल्यांचे पाणी, भूजल, कोळसा, पेट्रोलियम व विविध धातूंची खनिजे ही सर्व नैसर्गिक संपत्ती माणसाने स्वतःच्या उपभोगासाठी वापरताना पर्यावरणाची कमीत कमी हानी करणे तसेच पुढील पिढ्यांनाही या संपत्तीचा वापर करायचा आहे याची जाणीव ठेवून तसा प्रयत्न करणे म्हणजे 'जीओएथिक्स'. दुष्काळ, महापूर, भूकंप, ज्वालामुखी, त्सुनामी अशा नैसर्गिक आपत्तींचे वेळी जनतेला पूर्वसूचना देऊन आपत्तीला तोंड देण्यासाठी सक्षम बनवणे व आपत्तीकालात मदतीसाठी यंत्रणा संसज्ज व कार्यक्षम ठेवणे हेसुद्धा जीओएथिक्समध्ये येते. भूशास्त्रीय महत्त्वाचा वारसा जपणे व भूशास्त्रीय पर्यटनाला चालना देणे यासाठी IAPG ही संस्था कार्य करते. 'जीओएथिक्स'च्या प्रसारासाठी IAPG तर्फे दरवर्षी अनेक परिषदांतून चर्चासत्रे आयोजित केली जातात. नुकतीच 'एल्सव्हिअर' व 'जिऑलॉजिकल सोसायटी (लंडन)' यांनी IAPGतर्फे जीओएथिक्स या विषयांवरील पुस्तके प्रसिद्ध केली आहेत. या संस्थेचे प्रेसिडेंट व सेक्रेटरी जनरल रोममध्ये असतात. डॉ. श्रीकांत दाजी लिमये (पुणे) हे या संस्थेचे व्हाईस-प्रेसिडेंट आहेत.

19) www.wotr.org

'वॉटरशेड ऑर्गनायझेशन ट्रस्ट' या संस्थेला पाणलोट क्षेत्र विकास, पिण्याचे पाणी व ग्रामीण जीवन सुधारणा या विषयांत केलेल्या कामाबद्दल अनेक राष्ट्रीय व आंतरराष्ट्रीय बक्षिसे मिळाली आहेत. संस्थेची कार्यालये पुणे व अहमदनगर येथे असून सदरील वेबसाईटवर ग्रामविकासाच्या विविध अंगांची माहिती आहे. याशिवाय अर्घ्यम् (arghym. org) इंडिया वॉटर पोर्टल, इंडिया एन्व्हायरनमेंट पोर्टल, ग्राऊंड वॉटर फाऊंडेशन, ग्रास्प (grasp.org.in), जलवर्धिनी प्रतिष्ठान (jalvardhini.org), अशा स्वयंसेवी संस्थांच्या वेबसाईटवर पाणलोट क्षेत्र विकास, शेततळी, नालाबंधारे, पावसाच्या पाण्याचे साठवण, वनीकरण, अशा अनेक विषयांवर मार्गदर्शन मिळते. युनेस्कोच्या 'ग्रोनेट' या प्रकल्पाची सविस्तर माहिती पुढे दिली आहे.

९.३ ग्रोनेट प्रकल्प website : www.igcp-grownet.org

ग्रोनेट प्रकल्प हा युनेस्को (UNESCO)तर्फे भूजलाच्या व्यवस्थापनाबाबतची माहिती विकसनशील देशांतील सामान्य जनतेला सुध्दा व्हावी या उद्देशाने २००५ साली सुरू झाला. ग्रोनेट (GROWNET) चे संपूर्ण नाव Ground Water Network for Best Practices in Ground Water Management in Low Income Countries असे असून आंतरराष्ट्रीय भूजलतज्ज्ञ डॉ. श्रीकांत दाजी लिमये (या पुस्तकाचे संस्कारक) व डॉ. अँथनी रीडमन (इंग्लंड) हे प्रकल्पप्रमुख आहेत. ग्रोनेट प्रकल्पाच्या www.igcp-grownet.org या वेबसाईटला डिसेंबर, २०१२ पर्यंत २७,००० पेक्षा जास्त लोकांनी भेट देऊन माहिती घेतली आहे.

विकसनशील राष्ट्रांमध्ये भूजलाचे संशोधन, विकास, वापर व व्यवस्थापन या चारी गोष्टींना सध्या महत्त्व येत असून भूजलविकास प्रकल्पांमध्ये ज्या बाबींकडे प्रकल्पाचे अधिकारी व प्रकल्प क्षेत्रांतील शेतकरी यांनी लक्ष पुरवणे जरुरीचे आहे त्या बाबी अशा :

आकृती ९.३.१

१) ज्या भागात भूजलाचा उपयोग शेतीसाठी किंवा पिण्याचे पाणी मिळवण्यासाठी करायचा आहे त्या भागाची भूजलशास्त्रीय पाहणी करून, जरूर तेथे भूवैज्ञानिक यंत्रे वापरून विहिरींच्या किंवा बोअरिंगच्या जागा निश्चित करायला हव्यात.

२) शेतकऱ्यांना विहिरी किंवा बोअरिंगसाठी सवलतीच्या दराने कर्ज मिळण्याची सोय हवी. ज्या विहिरींना पाणी मिळणार नाही किंवा कमी मिळेल त्यांच्यासाठी विमायोजना असावी. विहिरीचा खर्च करण्याआधी त्या ठिकाणी चार इंची (१०० मि.मी.) चे बोअरिंग १५-२० मीटर खोल करून पाण्याची पातळी व खडकांचे प्रस्तर यांचा अंदाज घेतला जावा.

३) विहीर खणताना सुरुंग लावायचे झाल्यास एकदम ३०-४० सुरुंग न उडवता एकापाठोपाठ एक असे उडवावेत. एकदम अनेक सुरुंग उडवल्यास विहिरींत येणाऱ्या झऱ्यांना धक्का बसू शकतो. विहिरीच्या तळात दोन-तीन उभी बोअरिंग घ्यावीत. ही बोअरिंग १०० मि.मी. व्यासाची व विहिरीच्या तळापासून ३०-३५ मीटर खोलीपर्यंत असावीत. बोअरिंगचे पाणी विहिरीत न चढल्यास बोअरिंगवर वेगळा जेटपंप किंवा सबमर्सिबल पंप बसवावा. विहिरीत येणाऱ्या झऱ्यांच्या तोंडापासून आडवी बोअरिंग घेणेही फायद्याचे असल्याने तशी सोय शेतकऱ्यांना सवलतीच्या दराने मिळावी.

४) दुर्गम भागांतील लहान खेड्यांना पिण्याच्या पाण्यासाठी केलेल्या बोअरिंगवरती कमी खर्चाचा व दुरुस्तीला सोपा असा 'बकेट पंप' बसवावा. या पंपामध्ये बोअरिंगच्या तोंडाशी राहाट बसवून बादलीऐवजी तळांत व्हॉल्व्ह असलेली पत्र्याची नळी दोराला (वायररोपला) जोडलेली असते. (आकृती ९.३.१) सदरील आकृतीमधील पंप हा इटलीमधील भूजलतज्ज्ञ डॉ. कोस्टँटिनो फायलाचे यांनी १९८९ पासून स्वखर्चाने चालू केलेल्या 'आदिवासी खेड्यांसाठी पिण्याचे पाणी' या प्रकल्पामधून ठाणे जिल्ह्यातील खेड्यात बसवला आहे. या प्रकल्पाची माहिती 'ग्रोनेट'च्या वेबसाईटवर असून स्वतः डॉ. फायलाचे आकृती ९.३.१ मधील फोटोमध्ये डावीकडे दिसत आहेत. हा पंप खेड्यातील वर्कशॉपमध्येच तयार केला आहे. महाराष्ट्रातील ठाणे जिल्ह्यात वाडा, भिवंडी, जव्हार अशा आदिवासी वस्तीच्या तालुक्यांतील अनेक दुर्गम खेड्यांतून स्वखर्चाने बोअरिंग करून आदिवासींचा दुवा घेणारे डॉ. फायलाचे हे २०१२ सालच्या दिवाळीत इटलीत रोम येथे स्वर्गवासी झाले.

५) भूजलसंपत्ती मर्यादित असल्याने उपसलेल्या पाण्याचा उपयोग काटकसरीने करावा. कमीतकमी पाण्यात जास्त पीक कसे येईल याबाबत शेतकऱ्यांना मार्गदर्शन दिले जावे. जरूर तेथे ठिबक सिंचनासाठी कर्जाची सबसिडीची सोय करावी.

६) शेतीसाठी लागणारे बी-बियाणे, खते, कीटकनाशके, तसेच शेतमालाची साठवण, वाहतूक व विक्री यांसाठी प्रकल्पाचे क्षेत्रात सोयी हव्यात. प्रकल्पाचे कार्यालय आणि सहकारी संस्था व खाजगी विक्रेते यांच्यामध्ये सहकार्य असावे.

७) कर्जदार शेतकऱ्याकडून कर्जवसुली ही वेळेवर व पीकपाण्याची परिस्थिती बघून केली जावी. कर्जाच्या हप्त्याचा भरणा शेतमालाची विक्री करणाऱ्या सहकारी संस्थेकडून बँकेकडे परस्पर केला जावा.

८) शेतीच्या विहिरी व पिण्याच्या पाण्याची बोअरिंग यांतून मिळणाऱ्या पाण्याची आवक व पाण्याची प्रत (चव व रासानिक घटक) यांकडे अधूनमधून लक्ष ठेवावे. समुद्राकाठच्या प्रदेशात अशी काळजी घेणे जास्त जरुरीचे आहे.

९) पाणलोट क्षेत्र विकास, भूजल संवर्धन, पाझर तलाव, बांध-बंधाऱ्यांची दुरुस्ती, तलावांतील गाळ काढणे, वनीकरण अशा सर्व गोष्टींमध्ये गावकऱ्यांचा सक्रिय सहभाग असावा. एखाद्या सेवाभावी संस्थेने व सरकारी अधिकाऱ्यांनी गावकऱ्यांना यांबाबत मार्गदर्शन करावे. म्हणजे भूजलाचे पुनर्भरण योग्य प्रमाणात होऊन भूजलाचा पुरवठा सुरक्षित राहील.

१०) जरूर तेथे विहिरी-बोअरिंगमधून भूजलाचे कृत्रिम पद्धतीने पुनर्भरण करण्याकडे लक्ष द्यावे.

११) दुष्काळी वर्षात भूजलाच्या उपशावर मर्यादा घालण्याची जरूर भासल्यास, ही मर्यादा ग्रामसभेमधून तज्ज्ञांच्या मार्गदर्शनाखाली घातली जावी व गावकऱ्यांनी तिचे पालन करावे. यासाठी सोपा उपाय म्हणजे बागायती पिके प्रत्येकाने त्या वर्षापुरती ठराविक प्रमाणात कमी करावीत.

१२) खेड्याच्या परिसरातील कारखाना व शेतकरी बंधू यांच्यामधे भूजलाचा उपसा करण्याबाबत वाद निर्माण झाल्यास अशा प्रकारचा वाद टोकाची भूमिका न घेता सोडवावा. कारखाना हा ग्रामीण भागात रोजगार निर्मिती करतो, हा मुद्दा लक्षात ठेवावा. कारखान्याकडून उपसलेल्या व एकदा वापरलेल्या भूजलाचे शुद्धीकरण व पुनर्वापर करण्याची शक्यता सुद्धा तपासावी.

१३) भूजलाचा वापर पिण्यासाठी करण्याच्या सर्व योजनांत, बोअरवेलसाठी जागा पसंत करण्यापासून ते पंप बसवून पाणी पुरवठा चालू करेपर्यंतच्या सर्व टप्प्यांमध्ये गावांतील महिलांनी पुढाकार घेऊन तज्ज्ञ मंडळी, सरकारी अधिकारी, ग्रामपंचायत सदस्य अशा सर्वांशी चर्चा करावी. पाण्याचे वाटप, बोअरिंग व पंपाची देखभाल-दुरुस्ती, पाणलोट क्षेत्र विकास अशा सर्व कमिट्यांमध्ये गावांतील महिलांचा सक्रिय सहभाग असणे जरूर आहे.

१४) विकसनशील राष्ट्रांमधील भूजलशास्त्रातील तसेच इंजिनिअरिंग, पर्यावरण, भूशास्त्र आदी विषयांतील पदवीधारकांच्या संस्था, सोसायट्या, असोसिएशन व सेवाभावी संस्था या सर्वांनी भूजलाचे व्यवस्थापन व नियोजन या विषयास राष्ट्रीय योजनांमध्ये महत्त्वाचे स्थान मिळवण्यास प्रयत्न करावेत. तसेच भूजलाचे महत्त्व जनतेला पटण्यासाठी व भूजलाचा योग्य वापर होण्यासाठी प्रसारमाध्यमांतून जनजागृती करावी.

१५) भूजलाच्या पुनर्भरणाचे तसेच पाणलोट क्षेत्र विकासाचे जे जे प्रकल्प पार पडले असतील त्यांचे मूल्यमापन करून त्यांतील यशाचे व दोषांचे सर्वेक्षण करावे व त्या अनुषंगाने पुढील प्रकल्पांच्या आखणीमध्ये सुधारणा करावी.

१६) एका राज्यातून दुसऱ्या राज्यात जाणारे किंवा एका राष्ट्रातून दुसऱ्या राष्ट्रात जाणारे भूजल हे अनेकदा वादविवादांचे कारण ठरते. अशा भूजलाचा अभ्यास करण्यासाठी दोन्ही बाजूच्या तज्ज्ञांची एक समिती करून माहिती संकलनाचे काम सुरू केले जावे. शास्त्रीय माहिती संकलित केल्यानंतरच उभयपक्षी मान्य होणारा तोडगा निघणे सोपे जाते. यामध्ये संघर्षाऐवजी सहकाराची वृत्ती ठेवणे महत्त्वाचे असते.

१७) ज्या खेड्यांमध्ये काही ठिकाणचे भूजल चांगले तर काही ठिकाणच्या भूजलात आर्सेनिक किंवा फ्लोराईड अशा घातक द्रव्यांचे प्रमाण जास्त आहे, त्या खेड्यांतून पावसाच्या पाण्याचे भूजलामध्ये पुनर्भरण करण्याकड विशेष लक्ष द्यावे. ज्या बोअरिंग किंवा विहिरीतून दूषित भूजल मिळत असेल त्यांच्यामध्ये पावसाचे पाणी निवळल्यानंतर आत टाकावे. म्हणजे कदाचित पाणी सुधारू शकेल. तसेच ज्या बोअरिंग किंवा विहिरीमधून पिण्यायोग्य असे भूजल मिळत आहे त्यांच्यामध्येही पावसाळ्यात पावसाच्या पाण्याचे असेच पुनर्भरण करावे, म्हणजे त्यांचे पाणी दूषित न होता कायम चांगले राहील. अशी

काळजी घेतली तरीसुद्धा वर्षातून दोन-तीन वेळा तरी पाणी पिण्यायोग्यच राहिले आहे ना, याची तपासणी करणे जरुरीचे असते.

१८) पिण्याच्या पाण्यासाठी खेड्यांतून केल्या जाणाऱ्या योजनांमध्ये पाण्याचा स्त्रोत, तो कायम टिकण्याची खात्री, पंपाचा प्रकार, मुख्य पाईप लाईनची देखभाल, पाण्याच्या वाटपाची सोय, अशा सर्व बाबींचा अभ्यास व्हावा. याआधीच्या योजना यशस्वी का झाल्या नाहीत, याचाही ऊहापोह व्हावा व त्या योजनांमधील त्रुटी नवीन योजना आखताना दूर कराव्यात.

सारांश, भूजलशास्त्राचा अभ्यास हा जसा विद्यार्जनाचा भाग आहे, तसाच त्याचा महत्त्वाचा दुसरा भाग म्हणजे झालेला अभ्यास पिण्याचे पाणी मिळवण्यासाठी तसेच शेतीच्या सिंचनासाठी सामान्य जनतेच्या उपयोगी पडावा हा आहे. असा उपयोग झाला तरच अन्नधान्याचे उत्पादन वाढवणे, खेडोपाडीच्या जनतेचे आरोग्य सुधारणे व गरिबीचे निर्मूलन या तीन महत्त्वाच्या उद्देशांकडे वाटचाल करता येईल.

भूजलाचा विकास व व्यवस्थापन यांची माहिती विकसनशील राष्ट्रांतील पुढारी, योजनाकार, तंत्रज्ञ व सेवाभावी संस्था यांना उपलब्ध व्हावी या दृष्टीने 'ग्रोनेट' हा प्रकल्प म्हणजे योग्य दिशेने उचललेले एक पाऊल आहे.

प्रकरण १०

भूजलासहित जलसंपत्तीचे व्यवस्थापन आणि नियंत्रण : एक चिंतन

दरवर्षी वाढणारी विहिरी व बोअरिंगची संख्या, त्यामुळे वाढणारा उपसा, भूजलाची खाली खाली जाणारी पातळी, पावसाचा अनियमितपणा, त्यामुळे पावसाळ्यात कमी प्रमाणात होणारे भूजलाचे पुनर्भरण, उद्योगधंदे व गावांतील तसेच शहरांतील सांडपाण्यामुळे होणारे भूजलाचे वाढते प्रदूषण, व समुद्राकाठच्या प्रदेशात भूजलावर होणारे समुद्राच्या खाऱ्या पाण्याचे आक्रमण, या सर्व संकटांना तोंड देणारी भूजलसंपत्ती ही दीर्घकाळपर्यंत कशी उपयोगात आणणे शक्य होईल, हा एक गहन प्रश्न आजकाल केवळ विकसनशील राष्ट्रांनाच नव्हे तर विकसित, म्हणजे प्रगत राष्ट्रांनाही पडला आहे. एकीकडे भूजलसंपत्तीवर आणि एकूणच नदीनाल्यांसकट सर्वच जलसंपत्तीवर मानवनिर्मित होणारी आक्रमणे आणि दुसरीकडे वाढती लोकसंख्या, तिच्यासाठी पिण्याचे पाणी व अन्नधान्याचा पुरवठा करण्याची जबाबदारी आणि सुधारित शहरी राहणीमानामुळे पाणी पुरवठा व सांडपाण्याची व्यवस्था उत्तम असण्याबद्दल लोकांच्या वाढत्या अपेक्षा या विचित्र कात्रीमध्ये अनेक राष्ट्रांतील राज्यकर्ते व विकास योजनाकार सापडले आहेत.

नवीन धरणे बांधायला चांगल्या जागा नाहीत, जुनी धरणे गाळाने भरून जात आहेत, कालव्यांच्या पाण्याचे नीट व्यवस्थापन न झाल्यामुळे नदीनाल्यांकाठच्या सुपीक जमिनी खारपड होत आहेत व धरणे बांधताना जे जे फायदे मिळणे अपेक्षित होते त्यापेक्षा पुष्कळच कमी फायदे प्रत्यक्षात पदरात पडत आहेत, असे चित्र भारतासह अनेक विकसनशील राष्ट्रांत दिसत आहे. म्हणजे ज्या नदीनाल्यांचे पाणी धरणे बांधून सरकारतर्फे योजना करून पुरवले जाते, त्यांचे व्यवस्थापन सरकारतर्फे नीट होत नाही; आणि भूजलसंपत्ती ही पारंपरिक पद्धतीने जमिनीच्या मालकांची म्हणजे शेतकऱ्यांची असल्याने तिचे व्यवस्थापन सरकारला करता येणे अवघड आहे, असा हा गुंता बनला आहे. स्वतःच्या जमिनीत असलेल्या भूजलाच्या पूर्ण मालकीहक्कांची जाणीव शेतकऱ्यांमध्ये प्रबळ असल्याने भूजलाचा उपसा नियंत्रित करण्याचे सरकारी कायदे हे अनेकदा कागदावरच राहतात. महाराष्ट्रात हा कायदा पिण्याच्या पाण्याबाबत केला आहे. परंतु त्याचीसुद्धा अंमलबजावणी खेड्यांमध्ये होताना दिसत नाही. एखाद्या पाणलोट क्षेत्रात भूजलाचा उपसा मोठ्या प्रमाणात होत असल्याने भूजलाची पातळी खोल जात असल्याचे लक्षात आले तरी तिथे नवीन विहिरी/ बोअरिंग होतच असतात. अशा पाणलोट क्षेत्रांत बँकांतर्फे विहिरींसाठी कर्ज मिळण्यावर बंदी आणली तरीसुद्धा शेतकरी स्वतःचे नाहीतर उसने पैसे उभे करून विहिरी खणतातच. केवळ आजूबाजूच्या विहिरीचे पाणी कमी होईल म्हणून एखाद्या कोरडवाहू शेतकऱ्याला त्याच्या स्वतःच्या शेतात विहीर/ बोअरिंग करायला बंदी घालणे म्हणजे त्याला कायम गरिबीतच राहायची शिक्षा देण्यासारखे आहे. त्यामुळे ज्याची जमीन आहे त्याचा भूजलावरील हक्क मान्य करायलाच हवा.

पण हा हक्क किती असावा हा पुढचा प्रश्न आहे. समजा एखाद्या ५०० हेक्टर शेतजमीन असलेल्या पाणलोट क्षेत्रात एका शेतकऱ्याची एकच हेक्टर जमीन आहे. अशा शेतकऱ्याच्या शेतात त्याच्या नशिबाने अतिशय उत्तम पाणी देणारी विहीर आहे, तर त्याने संपूर्ण एक हेक्टर क्षेत्रात ऊस, केळी अशी जास्त पाणी लागणारी पिके घेण्यासाठी भूजलाचा भरमसाट उपसा करणे योग्य आहे का? जमिनीच्या क्षेत्रफळाप्रमाणे त्याचा त्या पाणलोट क्षेत्रामधील एकूण भूजलावरील हक्क हा १/५०० इतकाच आहे, पण केवळ नशिबाची साथ आहे, म्हणून त्याने हा हक्क किती वाढवावा? पाचपट - दसपट - वीसपट? या प्रश्नाचे उत्तर अवघड आहे.

महाराष्ट्रासारख्या कठीण खडकांच्या प्रदेशात तर आणखी एक गोष्ट विचारात घेण्यासारखी आहे. समजा अशा नशीबवान शेतकऱ्याने ठरवले की पाण्याचा उपसा निम्माच करायचा म्हणजे ५०% कपात करायची. तर हे उपसा न केलेले पाणी दुसरीकडे नक्की कुठल्या विहिरी/ बोअरिंगकडे जाईल आणि तेथे मिळेल याची खात्री नसते. कित्येक वेळेला असे दिसते की, एखाद्या चांगल्या बोअरिंगच्या सभोवताली असणाऱ्या जमिनींच्या मालकांनी आपल्यालाही चांगले पाणी मिळू शकेल म्हणून केलेल्या बोअरिंगना बेताचेच पाणी लागते. त्यामुळे चांगल्या बोअरिंगमधून उपसा न केलेले पाणी हे खडकांमधील अनियमित सांधे-फटींमधून वाहात जाऊन दुसरीकडे नक्की कुठे मिळेल हे सांगणे कठीण असते.

म्हणून जेथे भरपूर भूजल मिळते अशा बोअरिंगमधून ते उपसून निम्मा वाटा मालकाला व निम्मा शेजाऱ्यांना रास्त दरात विकत किंवा पिकामधील हिस्सेदारीने दिला तर शेजाऱ्यांना वेगळे बोअरिंग/विहीर करायची जरूर पडणार नाही. इस्रायलमध्ये भूजल हे संपूर्णपणे सरकारी मालकीचे असल्याने बोअरिंग करून सरकारला बोअरिंगमधील पाणी कुठेही जवळपास किंवा दूर नेता येते. आपल्याकडे असे करता येत नाही, परंतु भूजलावर काही मालकी जमीनधारकाची व काही सगळ्या गावाची एवढी संकल्पना जरी पुढे आली तरी ती व्यवस्थापनाच्या दृष्टीने एक क्रांतीच ठरेल. पावसाळ्यात भूजलाचे पुनर्भरण करताना सुद्धा अशा चांगल्या चांगल्या विहिरी-बोअरिंगची निवड प्रामुख्याने करावी. कारण त्यांमधूनच कमी वेळात जास्त पुनर्भरण होऊ शकते.

हे तत्त्व कारखान्यांनासुद्धा लागू व्हावे. गावाचे क्षेत्रापैकी दोन-चार हेक्टर जमीन विकत घेऊन एखादा कारखाना भरमसाट प्रमाणात भूजलाचा उपसा करू लागला तर त्यावरही नियंत्रण हवे. कारखान्यामुळे गावकऱ्यांना नोकरी मिळते, उद्योगधंदा मिळतो, हे जरी खरे असले तरी नियंत्रित उपसा करणे, पावसाळ्यात कारखान्यामधील विहीर-बोअरिंगचा भूजलाच्या पुनर्भरणासाठी उपयोग करणे, सांडपाणी शुद्ध करून त्याचा पुनर्वापर करणे, पाण्याचे कमीतकमी प्रदूषण होऊ देणे, अशी बंधने कारखान्यानेही स्वीकारायला हवीत.

भूजल व्यवस्थापनामध्ये भूजलाचा साठा वाढवणे हा एक भाग, तर भूजलाच्या उपशावर नियंत्रण ठेवणे, उपसलेल्या पाण्याचा काटकसरीने उपयोग करणे, कमी पाण्यावर येणारी पिके घेणे, कारखान्यात वापरलेल्या पाण्याचे शुद्धीकरण करून पुनर्वापर करणे हा दुसरा पूरक असा भाग आहे. पावसाळ्यात नैसर्गिक व कृत्रिम अशा दोन्ही पद्धतींनी भूजलाचे पुनर्भरण करणे हीसुद्धा एक महत्त्वाची गोष्ट आहे. मात्र पावसाचे पाणी अडवून व जिरवून भूजलाचा साठा समृद्ध केल्याने जर नदीनाल्यांतून वाहणारे पाणी कमी झाले तर मोठ्या धरण योजनांच्या जलाशयांमध्ये पाणी कमी येऊन वादाला तोंड फुटू शकते. कारण धरणाच्या जलाशयातील पाणी सरकारी मालकीचे म्हणजे सार्वजनिक मालकीचे तर भूजल बहुतांशी

खाजगी मालकीचे असते. त्यामुळे पाण्याच्या मालकीच्या हक्काचे हस्तांतरण होते. तरीसुद्धा एखाद्या नदीच्या पाणलोट क्षेत्रात मृद् व जलसंधारणाची कामे झाल्यास त्या नदीवर खालच्या अंगाला बांधलेल्या धरणाच्या जलाशयात गाळ कमी प्रमाणात वाहून येतो हा मोठाच फायदा आहे. मग त्यासाठी एक वेळ त्या पाणलोट क्षेत्रात पावसापासून भूजलाचे पुनर्भरण जास्त प्रमाणात झाल्यामुळे धरणाच्या जलाशयात पावसाचे पाणी कमी जमा झाले तरी चालेल.

हा मुद्दा बऱ्याच स्वयंसेवी संस्थांनी उचलून धरला आहे. त्याचे कारण म्हणजे धरणात जमा झालेल्या पाण्याचा कालवा काढून शेतीसाठी उपयोग करताना काटेकोरपणा किंवा काटकसर दिसत नाही. कालव्यांच्या लाभक्षेत्रातील जमिनीवरील पिकांना स्वस्त दरात मिळणारे कालव्याचे पाणी भरपूर दिल्याने नदीकाठच्या व सखलवटीतील हजारो हेक्टर जमिनींमधील भूजलाची पातळी वर येऊन खारफुटीमुळे त्या निरुपयोगी झाल्या आहेत. धरणातील म्हणजेच कालव्यातील पाण्याची ही नासाडीच म्हणायची. शिवाय लक्षावधी हेक्टरवर पडणारा पाऊस धरणाशी गोळा करून त्यावर धरणाच्या खालच्या बाजूला कालव्याच्या सिंचनक्षेत्रात असलेल्या फक्त दोन-चार हजार हेक्टरना सिंचन देऊन तेथील शेतकऱ्यांना समृद्ध करण्याच्या सरकारी योजनेमध्ये, ज्यांच्या जमिनीतून हे पाणी गोळा केले जाते त्या लक्षावधी कोरडवाहू शेतकऱ्यांचाही पाण्यावर हक्क आहे हे विसरले जाते.

भविष्यकाळात आणखी एका गोष्टीकडे महाराष्ट्राला लक्ष द्यावे लागणार आहे. महाराष्ट्रात कोकणपट्टी व घाटमाथा हा जास्त पावसाचा भाग आहे. तर घाटमाथ्यापासून पूर्वेकडे मध्य महाराष्ट्र हा कमी पावसाचा भाग आहे. घाटमाथ्याजवळ मोठ्या नद्यांना धरणे बांधून (उदा. कोयना धरण) त्यातील पाणी वीज निर्मितीसाठी कोकणात नेले आहे. म्हणजे जास्त पावसाच्या एका भागातील पाणी हे जास्त पावसाच्याच दुसऱ्या भागात नेऊन वीजनिर्मिती केल्यामुळे कमी पावसाचा मध्य महाराष्ट्र तहानलेलाच राहिला आहे. भविष्यकाळात अणुविद्युत प्रकल्पांतून वीजनिर्मिती करून धरणांच्या मोठमोठ्या जलाशयातील पाणी कोकणात वीजनिर्मितीसाठी नेण्याऐवजी मध्य महाराष्ट्राला सिंचनासाठी देता येईल का? याचा विचार शासनाला करावा लागेल.

भूजलाचे वाढते प्रदूषण रोखणे हा व्यवस्थापनाचा एक अवघड भाग आहे. भूजल हे जमिनीखाली असल्याने जमिनीवर असणाऱ्या नदी, नाले, तलाव यांच्या पाण्याचे प्रदूषण जसे पटकन होते तसे भूजलाचे प्रदूषण पटकन होत नाही; पण एकदा भूजलाचे प्रदूषण झाले की ते दुरुस्त करणेही अवघड असते. कारखान्यातील सांडपाण्यामुळे भूजलप्रदूषण झाल्यास सांडपाणी व भूजल शुद्ध करण्याची जबाबदारी घेऊन त्यासाठी खर्च करणे कारखान्यांना अनेकदा परवडत नाही. कारखान्यातील सांडपाणी थेट नदी-नाल्यांमधील वाहत्या पाण्यामध्ये गुपचूप सोडून देणारे कारखानेही अनेक आहेत. मोठ्या शहरांतून सुद्धा सांडपाणी शुद्ध करून नदीनाल्यांत सोडणे हे कॉर्पोरेशन किंवा म्युनिसिपालिटी यांना परवडत नाही. त्यामुळे शहरांतून वाहणाऱ्या नद्यांची गटारे बनली आहेत. प्रदूषणबंदीचे कायदे करूनही त्यांची अंमलबजावणी न होण्यामध्ये संरक्षक यंत्रणेच्या अभावापासून ते भ्रष्टाचारापर्यंत अनेक मुद्दे भारतासह अनेक देशांतून चर्चिले जात आहेत.

एकूणच जलसंपत्तीच्या भवितव्याविषयी काळजी वाटावी अशी परिस्थिती सध्या जगभर, विशेषतः विकसनशील राष्ट्रांत निर्माण झाली आहे. विकसनशील राष्ट्रांमध्ये वाढत्या लोकसंख्येकरिता पिण्याच्या पाण्यासाठी व अन्नधान्य पिकवण्यासाठी सतत वाढत जाणारी पाण्याची मागणी ही एक बाजू; पाण्याची

अनिश्चित उपलब्धता व वाढते प्रदूषण ही दुसरी बाजू; पाणीपुरवठा व जलनिस्सारणाच्या योजनांसाठी अपुरा निधी ही तिसरी बाजू; पूर्वी केलेल्या योजनांच्या कार्यक्षमतेचा घसरता आलेख ही चौथी बाजू; असा चारी बाजूंनी वेढा असलेली ही गंभीर परिस्थिती आहे. या दृष्टीने ऑस्ट्रेलियातील मेलबर्न, पर्थ, ब्रिस्बेन व न्यूझीलंडमधील ऑक्लंड या शहरांच्या पाणलोट क्षेत्रांतील व्यवस्थापन व पाणीपुरवठा आदर्श म्हटला पाहिजे.

या काळोखामध्ये काही आंतरराष्ट्रीय पाणीप्रश्नांच्या बाबतीत मात्र आशेचे किरण दिसू लागले आहेत. मेकाँग ही आशियातील सर्वांत मोठी आंतरराष्ट्रीय नदी चीन, म्यानमार, लाओस, थायलंड, कंबोडिया व व्हिएतनाम या सहा देशांमधून वाहते. इतकी वर्षे हा भाग राजकीय व सामाजिक संघर्षांमुळे मागास राहिला. आता या भागासाठी 'ग्रेटर मेकाँग सबरीजन प्रोग्रॅम' सहा देशांच्या सहकार्यातून सुरू झाला असून, मेकाँग नदीच्या खोऱ्यात पाण्याचा वापर जलविद्युतनिर्मिती, भातशेती, कारखाने, मत्स्योद्योग, वाहतूक व पर्यटनविकास यासाठी सहकारी तत्त्वावर करायचे ठरले आहे.

अरल सरोवर (अरल समुद्र) हे मध्य आशियातील एक खाऱ्या पाण्याचे सरोवर. अमूदर्या व सिरदर्या या नद्यांचे पाणी या सरोवरात येते; परंतु तुर्कमेनिस्तान, उझबेकिस्तान, कझाकस्तान अशा मध्य आशियातील देशांनी नद्यांच्या पाण्यावर मोठ्या प्रमाणात शेती केल्याने या सरोवरात येणारे पाणी कमी झाले. त्यामुळे सरोवराचा विस्तार पूर्वीच्या मानाने सध्या फक्त १०% एवढाच राहिला आहे. किनारपट्टीची क्षारजमीन उघडी पडली असून सरोवराच्या पाण्यातील क्षारांचे प्रमाण वाढले आहे. अफगाणिस्तानच्या सुमारे एकतृतीयांश जमिनीवर पडणारे पावसाचे पाणी व पर्वतांवरील बर्फ वितळून होणारे पाणी, हे अरल सरोवराकडे अमूदर्या नदीतून येते. या सरोवरात येणाऱ्या पाण्यामध्ये अफगाणिस्तानचा हिस्सा २०% आहे. इतकी वर्षे या पाण्याचा उपयोग राजकीय अस्थिरतेमुळे अफगाणिस्तान करू शकत नव्हता. आता बदललेल्या परिस्थितीमुळे जपान व इतर देशांतून येणारा आंतरराष्ट्रीय मदतीचा ओघ यांच्या जोरावर अफगाणिस्तानाने या २०% पाण्यातून शेतीचा विकास करायचे ठरवले, तर अरल सरोवराकडे येणारे पाणी आणखी कमी होऊन तेथील पर्यावरणाला मोठाच धोका पोचेल. म्हणून मध्य आशियाई देश व अफगाणिस्तान यांच्याकडून अरल सरोवराकडे येणाऱ्या पाण्याच्या वाटपाविषयी आंतरराष्ट्रीय बैठका होत आहेत.

पाण्याच्या प्रश्नावरून युद्ध करण्यापेक्षा सहकार्य व सामंजस्याची भावना ठेवून प्रश्न सोडवणे जास्त सोपे जाते, हे तत्त्व लोकांच्या मनावर बिंबवण्यासाठी युनेस्कोतर्फे आंतरराष्ट्रीय परिषदा भरवल्या जातात. आज जगात २६१ नद्यांची खोरी आंतरराष्ट्रीय स्वरूपाची आहेत. यांमध्ये 'संघर्षाऐवजी सहकार' हे तत्त्व वापरून पाण्याचा प्रश्न सोडवला पाहिजे, अशी भूमिका घेतली जात आहे.

नुकतीच जून, २०१२मध्ये ब्राझीलमधील रिओ-द-जानीरो या शहरात युनायटेड नेशन्सतर्फे "रिओ+२०: शाश्वत विकास परिषद" पार पडली. पाणी, ऊर्जा व अन्नपुरवठा या तीन मूलभूत गरजा आंतरराष्ट्रीय सहकार्यातून भागवण्यासाठी या परिषदेत जगभरातील सरकारी प्रतिनिधी, शास्त्रज्ञ व अनेक सेवाभावी संस्थांचे प्रतिनिधी यांनी भाग घेतला.

आंतरराष्ट्रीय प्रश्न क्षणभर बाजूला ठेवून भारताच्या पाणी प्रश्नाकडे नजर टाकली तर असे दिसते की, भारताला जागतिक लोकसंख्येच्या १६% लोकसंख्येचे पोषण करायचे आहे; पण जगातील पाण्याच्या फक्त ६% पाणी व जगातील शेतजमिनीपैकी फक्त २.५% जमीन भारताकडे आहे. त्यामुळे लोकसंख्या काबूत ठेवणे, पाण्याचा काटकसरीने वापर व पुनर्वापर करणे, तसेच धान्योत्पादनात कमी पाण्यात जास्त

उष्मांक देणारी पिके घेणे अनिवार्य ठरणार आहे. सन २०२५मध्ये भारताची लोकसंख्या १३२ कोटी होईल, असे गृहीत धरले तर दरवर्षी, दरडोई वापरण्यायोग्य एकूण पाण्याची उपलब्धता ७६० घनमीटर असेल. यामुळे भारत पाणीटंचाईग्रस्त देश मानला जाईल, कारण दरवर्षी, दरडोई लागणारे अन्नोत्पादनही याच पाण्यातून करायचे आहे.

पाणीटंचाई तीन प्रकारची असते. दरसाल दरडोई सर्व उपयोगांकरिता पाण्याची उपलब्धता १००० घनमीटरपेक्षा कमी झाली, तर त्यास लोकसांख्यिक (डेमोग्राफिक) पाणीटंचाई म्हणतात. दुसऱ्या प्रकारात वापरण्याजोगे पाण्याचा ४०%पेक्षा जास्त हिस्सा प्रत्यक्षात वापरला जात असेल, तर त्याला तांत्रिक पाणीटंचाई म्हणतात. तिसरा प्रकार म्हणजे नैसर्गिक पाणीटंचाई. ज्या प्रदेशात ओली जमीन व वनस्पती यांच्यामार्फत होऊ शकेल असे वार्षिक बाष्पीभवन हे वार्षिक पावसापेक्षा जास्त असते, तेथे अशा प्रकारची पाणीटंचाई असते. भारतासारख्या मोठ्या देशाच्या विविध भागांत पाणीटंचाई कमी-जास्त असू शकते. उदा. राजस्थानात तिन्ही प्रकारची पाणीटंचाई असू शकते, तर कोकणात काही तालुक्यांमध्ये कोणत्याच प्रकारची पाणीटंचाई नसते. पाणीटंचाईग्रस्त देशांत जर दरडोई वार्षिक उत्पन्न २९०० डॉलरपेक्षा जास्त असेल, तर त्या देशाची पाणीटंचाईला तोंड द्यायची क्षमता चांगली आहे, असे मानले जाते. या दृष्टीने भारताची क्षमता अगदीच कमी ठरते. त्यामुळे अजून सुमारे १५-२० वर्षांनी येणाऱ्या पाणीटंचाईविरुद्ध उपाययोजनांची आखणी व अंमलबजावणी आतापासून करणे जरुरीचे आहे.

महाराष्ट्रात लागवडीखाली असणाऱ्या सुमारे १.८२ कोटी हेक्टर जमिनीपैकी सुमारे ७% जमिनीला कालव्यांच्या पाण्यापासून व सुमारे ८% जमिनीला भूजलापासून सिंचनाचा लाभ मिळतो. पण या पाण्यापैकी सुमारे ७०% पाणी केवळ उसाच्या पिकासाठी वापरले जाते. म्हणजे लागवडीखाली असणाऱ्या जमिनीपैकी फक्त ५% जमिनीवर असणारा ऊस ७०% पाणी खातो. अशा परिस्थितीत सुमारे दीड ते पावणे दोन कोटी हेक्टर कोरडवाहू क्षेत्र कसणाऱ्या शेतकऱ्यांचे भवितव्य काय? पाणलोट क्षेत्र विकास, वनीकरण, नाला-बंधारे, गावतळी, शेततळी अशा उपक्रमांतून त्यांना वर्षातून एक पीक तरी खात्रीने मिळेल, याकडे लक्ष पुरवणे अगत्याचे आहे. नाहीतर खेड्यांतून शहरांकडे होणारे लोकसंख्येचे स्थलांतर व शहरांची अमर्याद वाढ ही कशी रोखणार?

शहरांचा प्रश्न तर फारच बिकट होणार आहे. सन २०२५ पर्यंत भारतातील सुमारे ६०% लोक शहरवासी असतील व यापैकी सुमारे निम्मे लोक शहरातील किंवा शहर परिसरातील झोपडपट्ट्यांतून राहात असतील. श्रीलंकेत कोलंबो शहरात आजच ५०% लोक झोपड्यांत राहतात. भारताप्रमाणेच ब्राझील, अर्जेंटिना, बांगला देश, थायलंड, फिलिपाईन्स, दक्षिण आफ्रिका, टांझानिया अशा जगभरातील अनेक विकसनशील राष्ट्रांत खेड्यांकडून शहरांकडे लोकसंख्येचे स्थलांतर झपाट्याने होत आहे. इतक्या सगळ्या शहरवासी लोकसंख्येला पिण्याचे शुद्ध पाणी कसे पुरवायचे? शहरातील सांडपाण्याचा निचरा कसा करायचा? आणि पिण्याचे पाणी शुद्ध करण्याचा व सांडपाण्यावर प्रक्रिया करून मगच ते नदीत सोडण्याचा खर्च कोणी करायचा? शहरी लोक जर या खर्चाचा थोडासा तरी भार उचलणार नसतील, तर सरकारकडे पैसा नाही व खासगी कंपन्या या क्षेत्रात भांडवल गुंतवण्यास तयार नाहीत, अशी विचित्र परिस्थिती होते आहे.

मोठ्या शहरांना ज्या नद्यांतून किंवा जलाशयातून पिण्यासाठी पाणीपुरवठा होतो त्यातील पाण्याचे प्रदूषण कमीतकमी प्रमाणात व्हावे हा विचार शहरांच्या विकास व विस्तार योजना करताना डोळ्यासमोर असायला हवा. परंतु भारतात शहरांच्या विकास आराखड्यांमध्ये पाणीपुरवठा, जलनिस्सारण, वाहतूक,

नागरी सुविधा, व पर्यावरण यांचा दूरदृष्टीने विचार केलेला दिसत नाही. केलाच असला तर तो प्रत्यक्षात उतरलेला दिसत नाही. वाढत्या शहरी लोकसंख्येला अन्नपुरवठा करताना खेड्यांतील शेतजमिनींमधील पोषकद्रव्ये अन्नधान्याच्या रूपाने शहरी पर्यावरणांत येतात. त्यापैकी काही प्रमाणात तरी पोषकद्रव्ये खेड्यांतील शेतजमिनींकडे परत जायला हवीत याचाही विचार झाला पाहिजे.

भविष्य काळात हवामान व मॉन्सूनचा पाऊस या दोन्ही गोष्टी आणखी लहरी व अनिश्चित होण्याची शक्यता जागतिक स्तरावर वर्तवली गेली आहे. म्हणजे पावसाळ्यात एकूण पाऊस जरी तेवढाच पडला तरी त्याच्या पडण्याची पद्धत बदलेल. कधी प्रचंड जोराचा पाऊस पडून महापूर येईल तर नंतर बऱ्याच दिवसांचा खंड पडेल. अशा धक्क्यांमुळे भूजलाचे पुनर्भरण कमी प्रमाणात होईल. पाऊस आणि त्यांतून निर्माण होणारे भूजल व नदीनाल्यांचे पाणी यांच्यामधील दुवा किंवा सांधा म्हणजे पाणलोट क्षेत्र! असे हे पाणलोट क्षेत्र उजाड होऊ न देता, बांध-बंदिस्ती, वनीकरण, नालाबंधारे अशा मृद्-जलसंधारण योजनांनी समृद्ध व सुरक्षित ठेवले गेले तर पावसाचे धक्के व लहरीपणा सहन करण्याची ताकद पाणलोट क्षेत्रात व पर्यायाने जलसंपत्तीमध्ये येईल. सरकार सर्व काही करेल म्हणून स्वस्थ न बसता गावोगावी लोकांनीच पुढाकार घेऊन पाणलोट क्षेत्रांचा विकास घडवला पाहिजे. त्यासाठी जलसंपत्तीचे महत्त्व जाणणारा 'जलसाक्षर' आणि 'भूजलसाक्षर' समाज निर्माण व्हायला हवा. डॉ. श्रीकांत दाजी लिमये यांनी युनेस्कोतर्फे कार्यवाहीत आणलेला 'ग्रोनेट' हा प्रकल्प या दृष्टीने केलेला एक प्रयत्न आहे. (पाहा : प्रकरण १, विभाग १.३)

जलसाक्षर समाजात विकास योजना आखताना पाणी हा केंद्रबिंदू हवा. तसेच 'आभासी जल' म्हणजेच 'व्हर्च्युअल वॉटर' ही संकल्पना सर्वमान्य होऊन आभासी जलाचेसुद्धा नियोजन व्हायला हवे. मांसाहारी आहारातून जीवनावश्यक ऊर्जा मिळवायला जेवढे पाणी खर्च करावे लागते त्यापेक्षा कमी पाण्यात शाकाहारी आहारातून तेवढीच ऊर्जा मिळू शकते. शाकाहारी आहारातसुद्धा तांदळामधील आभासी जल हे ज्वारी, बाजरी मधील आभासी जलाच्या सुमारे चारपट आहे. कारण एक किलो तांदूळ पिकवण्यासाठी सुमारे ५००० लीटर पाणी लागते तर एक किलो ज्वारी, बाजरी पिकवण्यासाठी सुमारे १२०० लीटर पाणी पुरते. दोन्ही पदार्थांच्या एक-एक किलोपासून माणसाला मिळणारी ऊर्जा (उष्मांक) मात्र जवळजवळ सारखीच म्हणजे ३५०० कॅलरीच्या आसपास आहे. एक किलो गव्हामध्ये आभासी जल २६०० लीटर आहे तर एक किलो साखरेमध्ये ते ३१०० लीटर इतके आहे. आभासी जलात काटकसर करायची असेल तर भारतातील जलसाक्षर समाजामध्ये हळूहळू शाकाहाराचे प्रमाण वाढवून ज्वारी-बाजरी खायची सवय केली जाईल. तसेच शेतात पिकलेले अन्नधान्य नागरिकांच्या स्वयंपाकघरात येईपर्यंत होत असलेल्या विविध टप्प्यांत त्याची नासाडी कमीतकमी होईल याची काळजी घेतली जाईल. लहान-मोठे सर्वच नागरिक जेवताना ताटात वाढलेले अन्न वाया घालवणार नाहीत. वाढत्या लोकसंख्येला आळा घालणे हासुद्धा आभासी जलाच्या काटकसरीचा मार्ग म्हणून जलसाक्षर समाजातील सर्व थरांत स्वीकारला जाईल.

'सर्वांसाठी, सुलभ भूजलशास्त्र' हे पुस्तक अशा तऱ्हेचा जलसाक्षर समाज निर्माण होण्यासाठी उचललेले एक पाऊल आहे.

www.ingramcontent.com/pod-product-compliance
Lightning Source LLC
LaVergne TN
LVHW080431061026
849532LV00015B/3396
* 9 7 8 9 3 8 0 5 7 1 4 2 3 *